புகழுரைகள்

இந்தியாவின் பல்பண்பாட்டுவாதம் அச்சுறுத்தலுக்கு உள்ளாகி இருக்கும் வேளையில், மிகவும் தேவையான ஆற்றல்மிக்க புத்தகம். இந்தியச் சிந்தனைகளும் வாழ்க்கை முறைகளும் பிராமணிய, போலி-ஆன்மிகத் தன்மையான, அகநோக்குடையதாக, வாழ்க்கையை மறுப்பதாக ஆணாதிக்கமிக்கதாக ஏற்றத்தாழ்வுடையதாக மட்டும் இல்லை - இப்போது மேலோங்கியுள்ள முத்திரைகள் இவையே. எல்லாச் சகாப்தங்களிலும் உள்ள ஒடுக்கும்தன்மையிலான மேலாதிக்கங்களுக்குச் சவால்விடுகின்ற வகையில், இம்மண்ணிலிருந்து எழுந்துள்ள ஆற்றல்மிகு அடித்தள சிந்தனைப் போக்குகள் இருந்துள்ளன. அத்தொடர்ச்சியான கலகத்தினை நினைவூட்டுவது இப்புத்தகம். தெளிவாக எழுதப்பட்டு சிந்தனையைத் தூண்டும் வகையிலுள்ள எதிர்க்கடவுளின் சொந்த தேசம், ஒவ்வொரு கடவுளுக்கும் ஓர் எதிர்க்கடவுள் தேவை என்பதைப் புரிந்து கொள்ள நமக்கு உதவுகிறது.

ஆனந்த் நீலகண்டன், *அசுரன்: வீழ்த்தப்பட்டவர்களின் வீர காவியம்*, நூலாசிரியர்

மலையாளியின் கற்பனையில் மேலாதிக்கம் புரியும் கதைகளை சக்திதரன் கலைத்துப்போடுவது, தொன்மங்கள் வரலாற்றுக் காலத்தில் தோன்றி செழிப்பவை என்பதை நமக்கு நினைவுபடுத்துகிறது. அவற்றை சட்டகப்படுத்தும் அரசியல்-சமூக நெருக்கடிகளை இத்தொன்மங்கள் ஒலிக்கின்றன. தொன்மங்களை நாம் முழுதாகக் கவனித்தால், பண்பாட்டு மேலாதிக்கத்தை நிறுவுவதற்குப் பதிலாக, அவை பெரிதும் முரண்பட்டு கீழறுப்புத் தன்மை கொண்டிருப்பதை உணர்ந்து கொள்வோம்.

அர்ஷியா சத்தார், வால்மீகி ராமாயணத்தின் மொழிபெயர்ப்பாளர்

பாவனையான வரலாறுகளைத் துளைத்துச் சென்று, மேலாதிக்க எடுத்துரைப்புகளுக்குச் சவால் விடுகின்ற 'எதிர்க்கடவுளின் சொந்த தேசம்', கேரளா மத - பண்பாட்டு பல்திறத்தன்மையின் தனித்துவமான பரிசீலனையாகும். மாவேலியின் தேசத்தைக் கொண்டாடும் வகையில், விளிம்பு நிலையினர் - நினைவு கூறப்படாதோரின் மரபுகளை சிறப்பித்துக் காட்டுவதாகும்.

மனு எஸ் பிள்ளை, *Rebel Sultans* நூலாசிரியர்

சக்திதரனின் நன்கு ஆய்வு செய்யப்பட்டதும் தேர்ச்சிமிக்கதுமான இந்நூல், கேரளத்தின் சிக்கலான சமூகத்தை வடிவமைக்கும் நம்பிக்கையமைப்புகளை விசாரித்தறிய, தொன்மவியல்-வரலாறு, பொருளியல்-இலக்கியத்தை ஒன்றிணைக்கிறது. மாவேலி-வாமனன்-அய்யப்பன் தொன்மங்கள் ஒன்றிணைந்த நாட்டார் மரபுகளின் விளக்கத்தை நோக்கும் 'எதிர்க்கடவுளின் சொந்த தேசம்' இந்துமதம் மற்றும் சாதி குறித்த மேலாதிக்க எடுத்துரைப்பை சவாலுக்கு இழுத்து கீழறுப்பு செய்கிறது. தேவர்-அசுரர், நன்மை-தீமை, சரி-தவறு என்னும் வகைமைகளை மறுசிந்தனைக்கு உள்ளாக்குகிறது. ஒவ்வொரு இந்தியனும் இதனை அவசியம் வாசிக்க வேண்டும்.

சம்ஹித ஆர்ணி, *Sita's Ramayana* நூலாசிரியர்

எதிர்க்கடவுளின் சொந்த தேசம்

கேரள பிராமணிய காலனியத்துவத்தின் சுருக்கமான வரலாறு

ஏ.வி. சக்திதரன்

தமிழில்
சா. தேவதாஸ்

எதிர் வெளியீடு

எதிர்க்கடவுளின் சொந்த தேசம்

கேரள பிராமணிய காலனியத்துவத்தின் சுருக்கமான வரலாறு

ஏ.வி. சக்திதரன்

தமிழில்: சா. தேவதாஸ்

முதல் பதிப்பு: ஜனவரி 2020

எதிர் வெளியீடு,

96, நியூ ஸ்கீம் ரோடு, பொள்ளாச்சி – 642 002

தொலைபேசி: 04259 226012, 99425 11302

விலை: ரூ. 180

AntiGod's Own Country

A Short History of Brahminical colonisation of Kerala

A.V.Sakthidharan

Copyright© A.V.Sakthidaran

English Edition Published by Navayana Publishing Pvt Ltd., 2019

Translated by Sa. Devadoss

First Edition: January 2020

Published by

Ethir Veliyeedu, 96, New Scheme Road, Pollachi- 642 002.

email: ethirveliyedu@gmail. com

www. ethirveliyedu. in

Price: ₹ 180

ISBN: 978-93-87333-87-1

Cover design: Santhosh Narayanan

Printed at Jothy Enterprises, Chennai.

All rights reserved. No part of this book may be reprinted or reproduced or utilised in any form or by any electronic, mechanical or other means, now known or hereafter invented, including photocopying and recording, or in any information storage or retrieval system, without permission in writing from the Publisher.

இப்புத்தகத்தைப் பார்க்க வாழ்ந்திராத என் வாழ்க்கைத்துணை தேவகியின் நினைவுக்கு.

ஏ.வி. சக்திதரன்

தில்லி இந்துஸ்தான் டைம்ஸில் சுமார் நான்கு தசாம்சங்களாக பத்திரிகையாளராகப் பணியாற்றி, உதவி ஆசிரியராக 2006 இல் ஒய்வு பெற்றார். இது இவரது முதல் நூல்.

பொருளடக்கம்

முன்னுரை		9
1.	ஒரு ஞாபகத் திருவிழா	21
2.	புராதன கம்யூனிசத்திலிருந்து நிலபிரபுத்துவம் வரை	37
3.	மாபெரும் பலியாளர்	61
4.	மகாபலியின் பழங்குடி	79
5.	மக்களின் கடவுள்களும் பெண் தெய்வங்களும்	99
6.	புத்தரின் உறவினர்	127
முடிவுரை		149
குறிப்புகள்		161

முன்னுரை

சொல்லப்பட்டுள்ள கதை இதுதான்: பொது சகாப்தத்திற்கு முந்தைய அய்ந்தாம் நூற்றாண்டு, கிழக்கு அய்ரோப்பாவிலிருந்து இன்னும் கிழக்கு நோக்கி, பெருமளவிலான மக்கள் கூட்டங்களின் புலம்பெயர்வைக் கண்டது. இப் பயணிகள் ஈரானுக்கும் இந்தியாவுக்கும் பிரிந்து சென்று, புதிய பிரதேசங்களில் குடியமர்ந்து, புதிய பண்பாடுகளைப் பிறப்பித்தனர். இந்நிகழ்வை கற்பனை செய்து பார்க்கும் போது, நலிவடைந்த ஒரு பயணியர் கூட்டம், மேலான வாழ்வை தேடிச் செல்வது மனதில் எழுகிறது. சந்தேகத்திற்கிடமின்றி இந்நிகழ்வுப் போக்கு மிகவும் மந்தமாயிருந்தது, மிகவும் உத்தேசம் குறைந்திருந்தது; படிப்படியாக நகர்ந்து வந்த புலம்பெயர்வோரின் அபிலாஷைகளை யூகிக்கச் சிரமமானது. அவர்தம் காலனிய அபிலாஷைகளை உறுதிப்படுத்துவது சம அளவில் சிரமமானது; ஆனால் அவர்கள் காலனியப்படுத்தலை மேற்கொள்ளவே செய்தனர், இக்காலனியப்படுத்தலின் அதிர்வுகள் இன்றளவும் உணரப்படுகின்றன.

இப்புலப்பெயர்வில் இன்றைக்கு இந்து மதம் என நாமழைப்பதன் பிறப்பினைக் காண்கிறோம். பொது சகாப்தத்தின் எட்டாம் நூற்றாண்டு வரையிலும் இந்து மதம் என்பது அப் பெயரால் அறியப்படாதிருந்தாலும், இந்தியாவுக்குப் புலம்பெயர்ந்து வந்துள்ள, வேள்வியின் பீடிப்புள்ளவர்களது, ஆன்மிக எண்ணவோட்டங்களான வேதங்கள், இந்து மதத்தின் அடித்தளத்தை நிறுவின. சிந்து நதிக்கு அப்பால் வாழ்ந்தவர்களைக் குறிக்க துருக்கியராலும் அரேபியராலும் பயன்படுத்தப்பட்ட வார்த்தையே 'இந்து.' செமிடிக் மதங்களில் உள்ளது போல, இம்மதம் ஒரு வரலாற்று நிறுவனரையோ தீர்க்கதரிசியையோ நிச்சயமானதொரு புனித நூலையோ கொண்டிருக்கவில்லை. இந்திரன், அக்னி, யமன்,

வருணன் என வேதகாலத்தில் வழிபடப்பட்ட கடவுளர், கணேசன், ராமன், கிருஷ்ணன் போன்ற கடவுளருக்கு வழிவிட்டனர். வேதங்களுக்குச் சவால்விட்ட சிராமண நம்பிக்கைகளைப் பின்பற்றியோர் அசுரர், ராட்சசர்-ராட்சசிகள் என நிந்திக்கப்பட்டனர். பொதுச் சகாப்தம் 400-லிருந்து 1400-னைச் சேர்ந்த புராணங்கள், சிராமணியத்தின் மீதான பிராமணியத்தின் வெற்றியைக் குறித்தன. புராணங்களை எழுதியோரின் கைகளில், தர்ம சாத்திரங்கள்-ஸ்மிருதிகள் படிப்படியாக உருமாற்றமுற்று, புராண இந்து மதம் என அறியப்படுவது பிறந்தது. இன்னொரு முக்கிய மதப் பிரதியான பகவத்கீதை, பொது சகாப்தம் இரண்டிலிருந்து நான்காம் நூற்றாண்டில் எழுதப்பட்ட மகாபாரதத்தில் இடைச் செருகலாகும்; மற்ற விஷயங்களுக்கிடையே சதுர்வர்ணத்தையும் ஆணாதிக்கத்தையும் கிருஷ்ணன் பாதுகாக்க, கீதையை, மண்டல மகாபாரத மொழிப் பிரதிகள் பெரிதும் புறக்கணித்தன. ஏழாம் நூற்றாண்டிலிருந்து, தமிழில் தொடங்கி, கன்னடம், மராத்தி மற்றும் 16-ஆம் நூற்றாண்டில் இந்தி என அழைக்கப்பட்டுள்ளதான பல்வேறு பண்பாடுகளில் பரவிய, பக்தி இயக்கம் எனப்படுவது, உழைக்கும் சாதிகளில் எண்ணற்ற கவிஞர்களைப் பிறப்பித்தது-அவர்கள் உழைப்பாளர் மொழியைப் பயன்படுத்தி, பிராமணியத்தின் அடிப்படை விதிகளைச் சவாலுக்கு உள்ளாக்கினர். அறுதியாக, ஆரியரின் புராண மதம், இச்சவால்களையெல்லாம் தனதாக்கிக்கொள்ள முற்பட்டது; அரசின் ஆதரவுடன் வெற்றிகண்ட அது, ‘மைய நீரோட்ட’ முத்திரைக்குத் தகுதி பெற்றது. இருபதாம் நூற்றாண்டில் அதன் சமீபத்தைய பல்லவி, ஆண் தெய்வங்கள்-பெண் தெய்வங்கள் என்பதாயிருக்கின்றது.

ஆரியருக்கு முந்தைய பழங்குடிப் பண்பாட்டிலிருந்து கடவுளரை இரவல் பெறுவதில் இந்து மதத்திற்கு வருத்தம் இருந்ததில்லை. அக்னி, இந்திரனுடன் ஒப்பிடப்பட்ட சிறியதொரு வேத தெய்வமான விஷ்ணு, வழிபடப்பட்ட பழங்குடி நாயகர்கள் கூட்டத்துடன் நாராயண ரிஷி ஒன்று கலந்தபோது, பின்னாளில் இன்னும் முக்கிய தெய்வமாக வளர்ந்தார். பல ஆதிவாசி படைப்பு-பரிணாமத் தொன்மங்களில் பொதுவாகக் காணப்படும், புராதன மீன், ஆமை, காட்டுப் பன்றி போன்ற விலக்கப்பட்ட தெய்வங்கள், விஷ்ணுவின் அவதாரங்களாக மேன்மை பெற்றன. உள்ளூர் நம்பிக்கை மரபுகளிலிருந்து இந்து மதம் தொடர்ந்து இரவல் பெறுகிறது: இஸ்லாமிய அடையாளமுள்ள சூஃபி ஆலயங்கள் சிலவற்றை இந்து மரபில் கொண்டுவர முயற்சிகள்

மேற்கொள்ளப்பட்டது என மகாபாரதத்தில் கூறப்படுகிறது. கடவுளிடத்தே நம்பிக்கையில்லாத புத்தரைக்கூட, விஷ்ணுவின் ஒன்பதாவது அவதாரமாக தனதாக்கிக் கொண்டது இந்து மதம் என்பதில் ஆச்சரியமில்லை.

வேதங்கள், உபநிடதங்கள், புராணங்கள், பகவத் கீதைக்காக, மண்ணின் அறிவு மரபைக் குறைத்துச் சுருக்கி, ஓர் ஆன்மிக இந்தியாவை தயாரித்த காலனிய எஜமானர்கள் மற்றும் ஐரோப்பிய கீழைத் தேயவாதிகளால், இந்தியப் பண்பாடு-வரலாற்றில் மேலோங்கியுள்ள பிராமணியப் பதிவு வலுப்படுத்தப்பட்டது. நாத்திகச் சிந்தனை, ஆயுர் வேதம், கணிதம் ஆகிய துறைகள் மற்றும் காமசூத்திரம் போன்ற நூல்களிலான சமயச் சார்பற்ற பனுவல்கள் புத்திசாலித்தனமாக மன்னிக்கப்பட்டன. சென்னை பிரம்ம ஞான சங்கத்தின் நிறுவனர்களுள் ஒருவரான, அமெரிக்காவில் பிறந்த கர்னல் ஹென்றி ஸ்டீல் ஆல்காட் (*1832-1907*), ஆரியரை இந்துக்களின் மூதாதையராக, அய்ரோப்பிய நாகரிகத்தின் முன்னோடியாகக் கருதினார். இந்தியாவில் இஸ்லாமியப் பண்பாட்டைப் புறக்கணித்த மாக்ஸ் முல்லர், இஸ்லாமிய ஆட்சியை கொடூரமிக்கதாக விவரித்தார். முதலில் வசதிமிக்கவர்களின் மேடையாக விளங்கிய காங்கிரஸ், மகாத்மா காந்தியினுடைய தலைமையில் மக்கள் திரளினர் இயக்கமாக உருமாற்றப்பட்டது. எனினும் காந்தி மற்றும் பலரும் அறிந்த நம்பிக்கையில்லாதவரான நேரு இருவருமே, மதத்தை தேசத்துடன் அடையாளங்கண்டனர். இந்து மதம் மேட்டுக்குடி தேசியவாதத்தின், ஆற்றல் மிக்க அடையாளமாகியது; இந்தியாவுக்கு தனிப்பெரும் மத அமைப்பை உருவாக்கும் பொருட்டு விடாப்பிடியான முயற்சிகள் இருந்துள்ளன.

இத்தகைய மத மேலோங்கல்களுடன் கூடவே, எதிர்நிலைப் பார்வைகளும் எழுந்தன. பி.ஆர். அம்பேத்கர் இந்து மதத்திற்கு மதம் என்ற தகுதிநிலையினையே மறுதலித்தார்; அதுவொரு சாதிகளின் தொகுப்பே என்றார். கேரளாவில் பிராமணியத்தை எதிர்த்துப் போராடிய சிறி நாராயண குரு (*1855-1928*) இந்து மதம் என்பதானவொன்று இருக்க முடியாது என்றும் உறுதி கொண்டார். ஏராளமான 'இந்து மதங்கள்' இருக்கின்றன என நம்புகின்றனர் சிலர். பூசையின் போது தெய்வங்களுக்கும் ஆவிகளுக்கும் கறியும் மதுவும் படைக்கத் தயங்காத தலித்களும் பழங்குடியினரும் பிற அடித்தள மக்கள் கூட்டங்களும் 'நாட்டார் இந்துமதம்' என்னும் இணக்கமிக்கத் தொடரைக் கொண்டுள்ளன-ஏராளமான

நம்பிக்கையமைப்புகளை தரப்படுத்த முற்பட்ட, உள்ளடக்கும் நாட்டமுள்ளவர்களால் திணிக்கப்பட்ட தொடர் அது.

கிறித்தவம், இஸ்லாம் அல்லது சீக்கியமல்லாத ஒவ்வொரு நம்பிக்கை அமைப்பையும் இந்து மதமென்று வகைமைப்படுத்திடும் போக்கு இந்தியாவில் நிலவுகிறது. மிகவும் நுண்மையுள்ள ஓர் அணுகுமுறை, பௌத்தம், சமணத்தை மட்டுமல்லாது, வைணவம், சைவம், சாக்தம் போன்றவற்றையும் தன்னாட்சியுள்ள மதங்களாக நோக்கிடத் தலைப்படுகிறது. கர்நாடகத்தின் லிங்காயத்துகளை எடுத்துக் கொள்வோம். அவர்கள் சிவனை வழிபட்டு வந்தாலும், இந்து அல்லாதவர்களாக அவர்தம் மத நிலை முன்வைக்கப்பட்டு வருகிறது. 12-ஆம் நூற்றாண்டில் சமூக சீர்திருத்தவாதி பசவேசுவரால் நிறுவப்பட்ட அதில், வேதச் சடங்குகளுக்கு இடமில்லை. சடங்குகளிலுள்ள சமஸ்கிருதமும் நிராகரிக்கப்பட்டு, கன்னடம் பயன்படுத்தப்பட்டு வருகிறது. சாதியப் பிரிவுகளுக்கும் லிங்காயவாதம் எதிரானது. உயர்குடி அறிஞர்களுடன், நாவிதர், குடியானவர், வண்ணார், இடையர், பாலியல் தொழிலாளிகள் என விளிம்புநிலைச் சமூகங்களின் பெரும் எண்ணிக்கையிலான பிரதிநிதிகளின் ஆதரவைப் பெற்றுள்ளது இந்த ஓர் இறை நம்பிக்கை அமைப்பு; மற்றும் இம்மண்டலத்திலுள்ள தலித்களுக்கு உத்வேகமளித்தது.

பண்பாடுகளின் நெசவுப் பரப்பாக இந்துமதம் அடிக்கடி விவரிக்கப்படுகிறது. இத்தகு விவரிப்பு, தன்னிச்சையான முரணிணைப்பு சம்பிரதாயங்கள் பலவற்றை அனைத்தையும் தழுவிடும் நம்பிக்கையமைப்பு மற்றும் உடல்வலு கொண்ட அதிரடி வீரர்களின் தயவில் விட்டு விடுகிறது. இந்தியாவிலுள்ள பல்வேறு மண்டலங்கள், ஆரியவர்த்த ரகத்திலான பிராமணிய இந்து மதத்திலிருந்து தனித்துள்ள, தமது தன்னிச்சையான ஆன்மிக-மத பண்பாடுகளை வளர்த்தெடுத்துள்ளன. வங்காளத்தின் காளிவழிபாடு, ஒடிஸாவின் ஜகநாதர் வழிபாடு, வடகிழக்கின் பழங்குடிப் பண்பாடு சில எடுத்துக்காட்டுகள். பூரியின் புகழ்வாய்ந்த ஜகநாதர் ஆலயம் மறுதலிக்க முடியாத பழங்குடிப் பண்பை பெற்றுள்ளது: புகழ்பெற்ற ரத யாத்திரையின்போது ஜகநாதரின் ரதம், பக்த சலபேகாவுக்கு அஞ்சலி செலுத்தும் பொருட்டு, அவரது ஆலயத்தில் நிற்கிறது- தீவிர இஸ்லாமிய பக்தரான இவர், ஜகநாதரைப் போற்றி பல செய்யுட்களை இயற்றியுள்ளார். இருந்தும் ஜகநாதர் ஆலயம் இந்து ஆலயமாகவே கருதப்படுகிறது.

சமத்துவப் பண்பு நலன்களை அகற்றிவிட்டு திராவிட 'இந்து மத'த்தை விடாப்பிடியாக சுவீகரித்து வரும், ஆரிய-பிராமண மேலாதிக்க நீண்ட வரலாற்றின் ஒருபகுதி இது. நவீன காலத்திலும், மேட்டுக் குடியினர் திராவிட எதிர்ப்பு, தாழ்ந்த சாதி எதிர்ப்பு, இஸ்லாமிய காழ்ப்புணர்வு கொண்டுள்ளவர்களாக இருக்கின்றனர். இந்தியா எனப்படும் புவியியல் உருவம் என்னும் கருத்தே, பாரதவர்ஷம் என்னும் புராணக் கருத்தமைவிலிருந்து எழுகின்றது-அது வராகமிகிரர், பாஸ்கராச்சார்யா போன்ற தொன்மையான வானியலாளர்களின் நூல்களில் தோற்றம் கொண்டிருப்பதாகும். இக் கருத்தமைவு, இப்போது ஒன்று திரண்டுள்ள இந்தியாவின் பரந்த மண்டலங்களை, குறிப்பாக அதன் தென்னகப் பகுதிகளை விலக்குவதாகும். இத்தகைய விலக்குதல் நமக்கு உதவக்கூடியது: நிர்த்தாட்சண்யமாக அழித் தொழிக்கப்பட்ட, வெற்றி கொள்ளப்பட்ட தொன்மையான பண்பாடுகளின் எச்சங்களை நாம் காணமுடியும்-சமூகத்தின் மிகவும் சமத்துவமான கட்டமைப்பில் குறிப்புகளாக தொன்மத்தில் பாதுகாக்கப்படும் கடந்த காலத்தை அவை ஈட்டிக் கொள்ளும். மைய நீரோட்ட இந்து மதம் எனப்படுவதிலிருந்து வடிவத்திலும் உள்ளடக்கத்திலும் வேறுபட்டு, அடித்தள மக்களுடையதாக, துணை-தேசியமாயுள்ள, கலகத்தன்மையினதாக உள்ள, தப்பிப் பிழைத்திருக்கும் எழுச்சியுள்ள மதப் பண்பாடுகளை இந்நூல் முன்னிறுத்துகிறது. மைய நீரோட்டமான இந்து மதத்தின் பல நீரோட்டங்களிலிருந்து விலக்கப்பட்ட கேரளாவின் குறிப்பான நிலைமீது, நமது பார்வைகளைப் பதித்திருக்கிறோம்-அதன் விலக்கம் தவிர்க்க முடியாததாகத் தோன்றுகிறது இப்போது.

இந்திய துணைக் கண்டத்தின் தென்மேற்கு மூலையில் செழிப்பானதும் நொய்மையானதுமான சுற்றுச்சூழல் அமைப்பில் உள்ள குறுகலான நிலத்துண்டுதான் கேரளம். கிழக்கில் கர்நாடகத்தையும் தமிழ்நாட்டையும் கொண்டுள்ள அதன் கடற்கரை எப்போதும் அரபிக்கடலால் அலைவீசி தழுவப்படுகிறது. 38,855 ச.கி.மீ பரப்புள்ள பிரதேசத்தில் 64 நதிகள் பாய்ந்து செல்கின்றன. இந்தியா எனப்படும் துணை நாடுகளின் கூட்டமைப்பில் மிகச்சிறிய அலகுகளில் ஒன்று கேரளா.

ஒவ்வொரு நிலத்தின் பண்பாட்டையும் மத நம்பிக்கைகளையும் வடிவமைப்பதில் வரலாறும் உலகியல் நிலைமைகளும் முக்கிய பங்காற்றுகின்றன. கேரளத்தை தன்னகத்தே கொண்டிருந்த தமிழகம், மௌரியர்/குப்தர்/பத்தான்கள்/ மொகலாயர்கள் போன்ற

ஏகாதிபத்திய வம்சங்களால் ஒருபோதும் ஆளப்பட்டதில்லை. பேரரசையும் விரிவாக்க மனப்பான்மையுள்ள அவுரங்கசீப்பால்கூட, தமிழகம் வரையே மொகலாயப் பேரரசின் எல்லைகளைத் தள்ளிவிட முடிந்தது. இந்தியாவின் வாயில்களில் ஒன்றான கேரளம், செழித்தோங்கிய வணிக உறவுகளின் மூலம் ஏராளமான நாடுகளுடன் தொடர்பினைப் பராமரிக்க முடிந்தது. மத்திய கேரளத்தில், இப்போதைய கொடுங்க நல்லூரரான முஸிரிஸ் என்னும் பெரும் துறைமுகத்தில், அரேபியா, எகிப்து, ரோம், கிரேக்கத்தைச் சேர்ந்த மரக்கலங்கள் அடிக்கடி காணக்கூடியதாயிருந்தன. பிற்பாடு வாசனைத் திரவியங்களைத் தேடி போர்த்துகீசியர் வர, அவர்களைத் தொடர்ந்து டச்சுக்காரரும் பிரித்தானியரும் வந்தனர்.

இயற்கையாகவே இத் தெற்கு மாநிலத்தின் வாழ்க்கை முறையில் ஒரு கூட்டுத் தாக்கம் நிலவிற்று. எடுத்துக்காட்டாக இஸ்லாம்: இப்பிரதேசத்திலான இஸ்லாமியரின் தனித்துவமான நடைமுறைகள், உள்ளூர் பண்பாட்டுடனான மாப்பிள்ளைமாரின் ஒருங்கிணைவையும், வட இந்தியாவிலுள்ள சக மதத்தவரிடமிருந்தான அவர்களது தனிமைப் படலையும் பிரதிபலிக்கும். மசூதிகளின் நிர்மாணம் தீர்மானகரமாக உள்ளூர் கட்டிடக்கலையைப் பின்பற்றுகிறது. பீமப் பள்ளியின் 'நேர்ச்சைகள்' மற்றும் சந்தனக்குடம் வைபவம் உள்ளிட்ட பல இஸ்லாமிய பண்டிகைகள், உள்ளூர் வேர்களைக் கொண்டுள்ளன. மலையாளத்தில் மாப்பிள்ளைமார் ராமாயணம் கூட உள்ளது. மக்கள் தொகையில் சுமார் 20% உள்ள கிறித்தவரைப் பொறுத்தவரை, இம்மாநிலத்திலுள்ள அவர்களது பண்பாட்டு, சமூக, அரசியல், பொருளாதார வாழ்க்கை கிறித்தவ விழுமியங்களும் இந்தியா சார்ந்த சடங்குகளும் சேர்ந்த கலவையாயுள்ளது. மலையாளக் கிறித்தவர்கள், உலகிலுள்ள மதத்திற்கு மாறியவர்களில் தொன்மையான சிலர் எனப் பெருமைப் பட்டுக்கொள்ளும் உரிமை பெற்றுள்ளனர்: ஏசுவின் பன்னிரு சீடர்களுள் ஒருவரான புனித தாமஸ் பொது சகாப்தம் 52-இல் முசிரிஸில் வந்திறங்கி, தேவாலயங்களை நிறுவினார், நற்செய்திகளைப் பரப்புரை செய்தார், ஓர் மன்னர் உள்ளிட்ட ஏராளமான மன்னரை மதமாற்றினார் என நம்பப்படுகிறது. சாதியமைப்பை வருத்தமின்றி பின்பற்றும் அளவுக்குக்கூட, கிறித்தவர்கள் உள்ளூர் பண்பாட்டில் அவ்வளவு வசதியாகப் பொதிந்துள்ளனர். கேரளத்தில் ஒரு மதத்திற்கும் இன்னொரு மதத்திற்குமிடையிலான பிரிவினைக்கோடு அவ்வளவு மெல்லியது. பௌத்தம், சமணம் போன்ற நாத்திக மதங்கள், மலையாளப்

பண்பாட்டில் நீட்டித்த செல்வாக்குடன் நீண்ட காலமாக செழித்து வந்துள்ளன.

இவ்வுலகியல் காரணிகளால், வரலாற்றிலும் பண்பாட்டிலும் கேரளம் நாட்டின் எஞ்சிய பகுதியிலிருந்து வேறுபடுகிறது; அது வளர்ந்து வருகையில் தன் மாநிலத்தை, இந்தியாவின் அங்கம் என்பதை விடவும் கூடுதலான ஒன்றாகப் பார்க்க மலையாளி கற்றுக் கொள்கிறான். இப்பிரதேசம் இந்தியாவின் பிறபகுதிகளை விடவும், பௌத்த சிறிலங்காவுடன் பொதுவானதாக ஏராளமானவற்றைக் கொண்டிருக்கிறது. ஆரியமல்லாத மத-பண்பாட்டு திருவுருக்கள் சிலவற்றால் கேரளம் பெருமைப்பட்டுக் கொள்வதில் ஆச்சரியமில்லை.

'எதிர்க்கடவுளின் சொந்த தேசம்' வரலாற்றிலும் தொன்மவியலிலும் சொல்லாடல் நிகழ்த்துகிறது: இது ஒன்றிலிருந்து இன்னொன்றிற்கு வருத்தமின்றி நகர்ந்து செல்கிறது, கலந்து விடுகிறது. தொன்மவியலை அதிகமாக மதிப்பீடு செய்துவிடும் ஆபத்து இருப்பினும், சமூகம் உருவாக்கிடும் கட்டமைப்பு சார்ந்த அனுமானங்களையும் பேசப்படாத பந்தங்களையும் அது எப்படி வெளிப்படுத்துகிறது என்பதில் அதன் முக்கியத்துவம் உள்ளது. தொன்மவியலுடனான இந்திய வரலாற்றின் உறவுநிலையின் பெரும்பகுதி, உயர்சாதி-ஆரிய விஷயங்களின் நிலவியலாகக் கருதப்படுகிறது. இத்தகு அதிகார அச்சிலிருந்து தொன்மவியலை மீட்பதும், பல ஆண்டுகளாக பிராமணிய அழுத்தங்களுக்குத் தாக்குப்பிடித்து, அபகரிப்பு முயற்சிகளை தொடர்ந்து எதிர்கொள்ளும் பல்வேறு நடைமுறைகளைப் புலப்படச் செய்வதுமான ஓர் முயற்சியே இந்நூல். வாமன அவதாரத்திலிருந்து ஆரம்பிக்கின்றோம்; விஷ்ணுவின் இன்னொரு அவதாரமான பரசுராமர் கடலிலிருந்து நிலத்தைக் காத்து, பிராமணருக்குத் தானம் அளித்த புனைவுடன் சேர்த்து விவாதிக்கிறோம்- மௌரிய சகாப்தத்தில் கேரளத்தில் பிராமணியத்தின் வருகையை அடையாளப்படுத்துகிறது இத்தொன்மம்; மற்றும் உள்ளூர் ஆட்சியாளர்களிடமிருந்து அளவற்ற நிலமானியங்கள் மூலம் பெற்ற வரவேற்பையும் அடையாளப்படுத்துகிறது.

அடிமைப்படுத்தப்பட்டோரின் அபிலாஷைகள், அநீதிக்கெதிரான எதிர்ப்புகள், கலகம் சார்ந்த உணர்வுகளைத் தாங்கியுள்ள ஆற்றல்மிக்க சாதனங்களாக தொன்மங்கள் உள்ளன. விஷ்ணுவின் பிராமண அவதாரம் வாமனனால் மாவேலியின் அரசு கபளீகரம்

செய்யப்படும் முன்னர், மாவேலியின் ஆட்சிக் காலத்தில் சமத்துவமின்மையோ அடாவடித்தனமோ இருந்ததில்லை என்று சொல்கிறது கதை. அம் மன்னனுக்கு இழைக்கப்பட்ட அநீதி கண்டு மனைவி விந்திய வாலியும் மகன் பாணாசுரனும் கடுமையாக ஆத்திரமடைந்தனர். படையெடுப்பாளனை எதிர்த்து அசுரர்கள் படையெடுக்க ஆயத்தமானபோது, குருதி சிந்தவேண்டாம் என மாவேலி தடுக்கிறான். அக் கதையை விரிவுபடுத்துமளவுக்கு அவனது மக்களிடையே அவன் மீதான நேசம் வலுவாயிருந்தது: ஒவ்வோராண்டும் தங்களைக் காண வருமாறு மாவேலியை அவர்கள் கேட்டுக் கொள்வதாக நாட்டார் கதை சொல்கிறது. வெற்றிகொள்ளப்பட்ட மக்களின் விசுவாசம் அவ்வளவு எளிதில் மாறாது என்றுணர்ந்த குள்ளனான வாமனன், இவ்வேண்டுதலை எதிர்க்க வேண்டாம் எனத் தீர்மானித்தான். எனவே ஆவணி மாதத்தில் திருவோண நன்னாளன்று, ஆரியமல்லாத கடந்த காலத் திருஉரு, நாயகனுக்குரிய வரவேற்பைப் பெற மலையாளியின் மன உலகிற்குத் 'திரும்பிவருகிறது.'

ஓணம் மற்றும் மாவேலியின் தொன்மத்தின் அரசியல் இங்கே உள்ளது. மாவேலி மன்னனுக்கு மக்களிடமிருந்து வரும் அழைப்பு, நேரிய மன்னனுக்கு இழைக்கப்பட்ட மன்னிக்க முடியாத அநீதிக்கு அரசியல் ரீதியிலான சித்தாந்த ரீதியிலான ஒரு வாசகமாக, படைப்புத் தன்மையிலான எதிர்வினையாக இருந்தது. படையெடுத்து வந்தவனின் மேலாதிக்கத்தை ஏற்க அவர்கள் மறுத்தனர். கடவுளர் வருகையால் முடிவுற்ற மாவேலி ஆட்சிக் காலத்தை ஏக்கத்துடன் நினைத்துப் பார்க்கும் பாடல்கள் பல உண்டு. இப் பாடல்களைப் பாடியோர் தலித்துகளான பாணரும் பறையர் சமுதாயத்தினருமே.

பண்பாட்டுத் தலைநகரம் என்பது, பொருளாதார வடிவத்தைத் தாண்டியுள்ள அதிகார வடிவமாக, பொருளாதாரம் சாராத பல்வேறு சாதனங்கள் மூலம் செயல்படுத்தப்படும் என்று பியரி போர்டியு கருத்தமைவு செய்கிறார். பிராமணியத்தின் வருகை, ஏற்கனவே வாழ்ந்து வந்தோரின் பண்பாட்டு உற்பத்தியின் பொறியமைவு அனைத்தையும் தலைகீழாக்கியது; பெருமிதமிக்க இடம் வகித்த அவர்தம் தொன்மவியலின் பகுதிகள், இந்து நிலவியலின் பகைமை கொள்கையாக்கப்பட்டன. இது அடித்தள மக்களிடமிருந்து அவர்களிடம் திரட்டப்பட்டிருந்த பண்பாட்டு செல்வத்தை கொள்ளையடிக்குமாறு செய்தது. புதிய படிமுறையின் கீழ்மட்டத்திற்கு அவர்களை உடனடியாக இறக்கிவிட்டது.

தமிழ்நாட்டில் தோன்றிய கடவுள் முருகன், முதலில் சமஸ்கிருதமயமாக்கப்பட்ட நாட்டார் கடவுளரில் ஒருவர். தலித் தெய்வங்கள் இந்து மதத்திற்கு மாற்றப்பட்ட போது, அவற்றிலுள்ள எதிர்ப்பம்சம் மங்கிப் போனது. பிராமணிய இறையியல்-சமூக இயக்க அநீதிகளுக்கு எதிர்வினையாக, பௌத்தம், சமணம், ஆசீவகம் போன்ற சமத்துவ நம்பிக்கை அமைப்புகள் வளர்ந்தன; பிராமணியம் தன்னைப் பாதுகாத்துக் கொள்ள, மக்கள் செல்வாக்குள்ள பழங்குடி வழிபாடுகளுக்குள் ஊடுருவியது. பெரியதன் பகுதியாக தன்னை ஆக்கிக் கொள்வது. உலகியல்-உளவியல் தளங்களில் நிகழ்ந்தன-உலகியல் தளத்தில் ஆரியர்கள் பூர்வ மக்களின் பொருளாதார வாழ்வைக் கட்டுப்படுத்தினர்-வேதாந்தத்தின் ஆற்றல் மற்றும் வஞ்சனை மூலம் நிறுவப்பட்டது இக்கட்டுப்பாடு; உளவியல் ரீதியில், புதிய அமைப்புக்கு ஆதரவான சமூகப்படிமுறையை உருவாக்கிட, இப்பொருள்வகை நெருக்கமும் அதிகாரமும் பயன்படுத்தப்பட்டன. இஸ்லாமிய-கிறித்தவ சகாக்கள், அருவருப்பான நாயுடன் உள்ள முத்தப்பன் சகிதமுள்ள சமத்துவம் பேணும் அய்யப்பன், தெய்யங்கள் சில, காவுகளின் பெண் தெய்வங்கள், மாமிசம் உண்ணும் தெய்வங்கள், தெற்கு கேரளத்தில் மகாபாரதத்தின் எதிர்நாயகன் சுயோதனனையும் பின்வரும் பக்கங்களில் காணுங்கள். பழைய அமைப்பின் இத் தொடர்ச்சியே கேரளத்து ஆடைக்கு வண்ணமூட்டுகின்ற, நீடித்த எதிர்ப்பாகும்.

கற்பிதமான ஒற்றை இந்து அமைப்பின் சுவர்களுக்குள்ளே கேரளத்தையும், முன்னவர்களைப் போன்றே நம்பிக்கையையும் சிறைப்படுத்திடும், லட்சாதிபதிகள்-கோடீசுவரர்களின் கும்பலிடம் ஒட்டுமொத்த சமூகத்தையும் விற்றுத் தீர்த்திடும், சங்பரிவாரின்- ஆர்.எஸ்.எஸ்ஸுடன் இணைந்துள்ள இந்துத்துவா அமைப்புகளான கூட்டத்தின்-பத்தாண்டுகால முயற்சியை, அசுர மன்னன் மகாபலியைக் கொண்டாடுதல் தடுத்துவிடுகிறது. 2016 ஓணத்தின்போது பாரதிய ஜனதா கட்சித் தலைவர் அமித் ஷா, கேரள மக்களுக்கு 'வாமன ஜெயந்தி' வாழ்த்துகளைத் தெரிவித்தார். தொன்மத்தை தலைகீழாக்கிடும் காரணம் ஷாவிற்கு இருந்தது. தவிர்க்க முடியாதபடி பா.ஜ.க. தலைவர் ஆவேசமான விமர்சனத்தை எதிர்நோக்க வேண்டியிருந்தது.

ஒவ்வொருவரும் ஆனந்தமாக வாழ்ந்திருந்த காலஞாபகம், ஏற்றத்தாழ்வுகள் மற்றும் அநீதியின் இதரவடிவங்களுக்கு எதிரான, எதிர்ப்பு வரிசைகளையும் எதிர்ப்பு இயக்கங்களையும் தொடங்குவதற்கான நியாயமாகக் கூறப்படமுடியும். எனவேதான்

தீண்டாமை மற்றும் நெருங்க முடியாமைப் பிரச்சனை குறித்து ஆதி சங்கரரை பொத்தன் தெய்யம் விமர்சித்தார்; இன்னும் நவீன காலங்களில், தமக்கே உரிய வழிகளில் சாதிய அமைப்பைக் கேள்விக்குள்ளாக்கிய எழுத்தாளர்கள் தீவிர அறிவுஜீவிகளை முன்னிறுத்தி, அடிமைப்படுத்தப்பட்டிருந்த சாதிகள் சித்தாந்த சாதனத்தை நிர்மாணித்தன. இலக்கியம், அரசியல் மேடைகள், மத நூல்களை மறுவாசிப்பு செய்தல் ஆகியன சமத்துவமுள்ள சித்தாந்த சாதனத்தை வடிவமைப்பதில் பயன்படுத்தப்பட்டன; அது விளிம்பு நிலையில் உள்ளோர் மத்தியில் புதிய பிரக்ஞையை எழுப்பி, ஏற்றத் தாழ்வான நிலவரத்தை சவாலுக்கு இழுத்தது. பொத்தேரி குன்னாம்பு தனது நாவல் *சரஸ்வதி விஜயம் (1892)*-இல், சமூக முன்னேற்றத்திற்கான கருவியாக தலித்துகள் ஆங்கிலக் கல்வி பெறவேண்டிய அவசியத்தில் கவனக் குவிப்பு செய்தார்; 1893-இல் வெளிவந்த அவரது *ராமாயண சரஸ் போதனா*, பிராமண ஒடுக்குமுறை மீதான நேர் தாக்குதலாயிருந்தது. அய்யன்காளி (1863-1941) சாதுஜன பரிபாலன சங்கத்தை 1907-இல் ஆரம்பித்து, உயர்சாதி கொடுங்கோன்மையை எதிர்த்தார். உயர்சாதி கட்டளையை மீறி, தலித் உரிமைகளுக்கான தீர்மானகரமான இந்நாயகன், பொதுச் சாலையில் அலங்கரிக்கப்பட்ட மாட்டுவண்டியை ஓட்டி வந்தார். அரசாங்கப் பள்ளியில் புலையர் சாதிப் பெண் ஒருத்திக்கு இடம் பெற்றுவிடும் அவரது முயற்சிகள், ஒட்டுமொத்தமாக அக் கட்டிடத்தை உயர்சாதியினர் தீக்கிரையாக்கும்படி செய்தன. எழுத்தறிவற்றவராக இருந்தும், தலித்துகள் கல்வி உரிமைகள் பெற்றிட அவர் அயராது உழைத்தார். 'எமது குழந்தைகள் வகுப்பறைகளில் அனுமதிக்கப்படாது போனால், உமது வயல்களில் களைகள் மண்டிக் கிடக்கும்' என இடியென முழங்கினார்; 1920-இல் அனைத்திந்திய தொழிற்சங்க காங்கிரஸ் தோன்றுவதற்கு முன்பாகவே, 1907-இல் வேளாண் தொழிலாளர் வேலை நிறுத்தத்தை வெற்றிகரமாக நடத்தினார்.

'மனித குலத்திற்கு ஒரு கடவுள், ஒரு மதம், ஒரு சாதி' என்னும் முழக்கத்தை உருவாக்கிய நாராயண குரு, நிர்மாணிக்கப்படவுள்ள ஆலயமொன்றிலே சிவனது பிரதிமையை பிரதிஷ்டை செய்து, புனிதத் தோற்றம் காட்டும் பிராமணியத்தின் அடிமடியில் கைவைத்தார். ஓர் ஈழவனுக்கு பிரதிஷ்டை உரிமை ஏது என பிராமணர்கள் ஆட்சேபித்தபோது, ஈழவச் சிவனை பிரதிஷ்டை செய்ததாக பதிலடி கொடுத்தார். பிராமணரல்லாதவர் ஈழவச் சிவனை பிரதிஷ்டை செய்வதை சாத்திரங்கள் தடை

செய்துள்ளனவா? சாதியக் கொடுங்கோன்மைக்கான எதிர்ப்பாக, நாராயண குருவின் சீடர்கள் சகோதரன் அய்யப்பனும் பி. பால்புவும் பௌத்தத்தில் சேர்ந்தனர். பொய்கையில் அப்பச்சன் கிறித்தவத்தில் இணைந்து, சமத்துவமிக்கதாக கருதப்படும் அமைப்பிலும் சாதிய காழ்ப்புணர்வுகள் பின்தொடர்ந்ததைக் கண்டு கொண்டார், திகைப்புற்றார். கிறித்துவத்திற்கு மாறிய தலித்துகளின் வாழ்வில் பைபிள் விடுதலைப் பாத்திரத்தை வகிக்க இயலாது என்பதை அப்பச்சன் கண்டுகொண்டதும், ஒரு பொதுக் கூட்டத்தில் அப்புனித நூலைத் தீயிட்டு கொளுத்தினார்; பார்வையாளரில் பலரும் அப்படியே கொளுத்தினர். அவரது உயிருக்கு உலைவைத்திடும் 'உயர்சாதி கிறித்தவரி'ன் முயற்சிகளிலிருந்து தப்பிப் பிழைத்தார்.

இவ்வாறு, வட இந்தியாவில் பிராமண எதிர்ப்பு ஆர்ப்பாட்டங்கள் அரும்பும் முன்னரே, இத் தென்னிந்திய மாநிலத்தில் உரிமைகளும் சலுகைகளும் பெற்ற சாதிகள் சீரானதும் கடுமையானதுமான சவால்களை எதிர்கொண்டன. வி.டி.ராமன் பட்டத்திரிபாட் போன்ற அந்நாளைய தீவிர நம்பூதிரி இளைஞரும், தம் சமூகத்தின் ஆழமான ஆணாதிக்க அற்பத்தனத்தை எதிர்த்துப் போராடிய இ.எம்.எஸ். நம்பூதிரிப்பாட் போன்றவர்களும் 1957 தேர்தலில் வென்று ஆட்சிக்கு வந்த போராட்ட குணமுள்ள இடதுசாரிகளும், அடித்தள மக்கள் இயங்கங்களின் தலைவர்களது வாழ்விலிருந்தும் கருத்துகளிலிருந்தும் உத்வேகம் பெற்றனர்.

இவ்வளவு இருந்தும், மேலோங்கிய சமூக சக்திகள் தலித்களையும் ஆதிவாசிகளையும் ஒதுக்கிவைத்து, சம உரிமைகளையும் சலுகைகளையும் மறுதலித்த கடந்தகாலத்தில் அரசு இன்னும் சிக்கியிருக்கிறது. நிர்வாக எந்திரமும் அரசியல் கட்சிகளுமே சாதிய காழ்ப்புணர்வுகளைப் பின்தொடரும் புதிய சக்திகள். ஓய்வுபெற்ற தலித் அதிகாரி பயன்படுத்திய கார், அவருக்கு அடுத்துவரும் சவர்ண சாதி நபரிடம் ஒப்படைக்கப்படும் முன், தீட்டுக்கழிக்கப்படுகிறது; குருவாயூர் கோயிலில் பஞ்சமுக வாத்தியத்தை வாசிக்க முடியாதபடி ஒரு தேர்ச்சிமிக்க கலைஞர் விலக்கப்படுகிறார்-தாழ்ந்த சாதியினைச் சேர்ந்தவர் என்பதால்; ஆண்களின் கோட்டையாக இருந்துவந்த ஆட்டோ ரிக்ஷா தொழிலில் ஒரு புலையர் சாதிப் பெண் நுழைந்துவிட்டதற்காக, தலித்தல்லாத ஓட்டுனர்கள் அவளது வாகனத்தை தீக்கிரையாக்குகின்றனர். இவ்வியங்காற்றலைப் பராமரிப்பதில் காவல்துறையினர் துணை நிற்கின்றனர். அதிக பெண்கள் எழுத்தறிவு விகிதம், பாலியல் வீதாச்சாரம் எனத் தம்பட்டம் அடித்துக் கொண்டாலும், கேரளச் சமூகத்தில்

ஆணாதிக்கம் ஆழப்படிந்துள்ளது. பெண்களுக்கு எதிரான பாலியல் வன்முறை ஏராளம்.

இந்த ஓடிசலான தொகுதி 'ஒரு மாவேலி வாசகராக'வே உத்தேசிக்கப்பட்டது. ஆனால் கலகக்காரர்களின் எண்ணிக்கை காரணமாக, பல்வேறு கருத்திழைகளைப் பரிசீலிக்குமாறு '*எதிர்க்கடவுளின் சொந்த தேசத்தி*'ன் எல்லை விரிவுபடுத்தப்பட்டது. திரேதா யுத்தத்தில் மூன்றுலகங்களை ஆட்சிசெய்த புராணகால அசுர மன்னன், தன் உறவினருக்கும் சித்தாந்த ரீதியில் அசுரரல்லாத ஒன்றுவிட்ட சகோதரர்களுக்கும் இடமளிக்கின்றான். ஓணம் பண்டிகையின் போது மாவேலிக்கு மலையாளிகள் மனமார்ந்த வரவேற்பு நல்குவது, சந்தை அதனை கடத்தி விடுவது, வாமனன் கதை மற்றும் அத்தொன்மத்தின் பரவல் என்பவை முதல் அத்தியாயத்தில் பேசப்படுகிறது; கற்பனாவாத மாவேலி அரசை புராதன கம்யூனிஸமாகப் பார்க்கும் மார்க்ஸிய நிலைப்பாடு இரண்டாம் அத்தியாயத்தில் பேசப்படுகிறது-பகைமையற்ற இவ்வுற்பத்தி முறை எப்படி பகை முரணுள்ள உற்பத்திக்கு இடமளித்தது-நிலம், ஆன்மிக வாழ்வு, சாதி அமைப்பு மீதான பிராமணரின் அநேகமாக முழுக்கட்டுப்பட்டிலிருந்து நிலபிரபுத்துவம் பிறந்தது என்பதை மூன்றாவது அத்தியாயம் மாவேலி என்னும் ஆளுமையையும் இலக்கிய-கல்வி உலகில் அவர் பெற்றுள்ள பொறாமைப்படத்தக்க நிலையையும் விரிவாக விவாதிக்கிறது. அடுத்த அத்தியாயம், மாவேலி சார்ந்துள்ள அசுர சமுதாயம் மற்றும் ராவணன், மகிசாசுரன் போன்ற அதன் திருவுருக்கள் பற்றியது. அய்ந்தாம் அத்தியாயம் கேரளத்தில் வழிபடப்படும் கடவுள்கள்-பெண் தெய்வங்கள்-பெரும்பாலானவை பிராமணிய இந்து மதத்திற்கு அந்நியமானவை-குறித்தது. ஓணம் பண்டிகையின் பௌத்த வேர்கள், இம்மண்டலத்தில் பகுத்தறிவு சார்ந்த சிராமண நம்பிக்கை அமைப்புகளின் செல்வாக்கு என்பன ஆறாம் அத்தியாயத்தில் விவரிக்கப்படுகின்றன. மாவேலி நாட்டினை இந்துமயப்படுத்துவதற்கான விடாப்பிடியான ஆர்ப்பாட்டங்களும் சமீபத்தைய நிலைமைகளும் குறித்த சுருக்கமான விவரிப்புடன் புத்தகம் நிறைவுறுகிறது- தனிப்பெரும் அனைத்திந்திய இந்து பண்பாடு மற்றும் இந்துத்துவா தேசியவாதத்தின் தர்க்கம், அதன் சமூகப் பண்பு நலனுக்கு முற்றிலும் நேர் எதிரானது என்பது சுட்டிக்காட்டப்படுகிறது.

1

ஒரு ஞாபகத் திருவிழா

மாவேலி அல்லது மகாபலி அல்லது சிலருக்கு வெறுமனே பலி, இன்னொரு மாபெரும் அசுரன் ஹிரண்யகசிபுவின் கொள்ளுப்பேரன்; திரேதாயுகத்தில் பூமி, வானம் மற்றும் பாதாளமாகிய மூவுலகங்களை ஆட்சி புரிந்ததாகக் கூறப்படுபவன். சுரர்களுக்கும் அசுரர்களுக்கும் இடையில் கடும்போட்டி நிலவிய காலத்தில் அரியணை ஏறியவன். நீதி தவறாத மன்னன், உயர்ந்து வருகின்ற கடுமையான வீரன் என்று அவன் புகழ்பெற்று வந்த வேளையில் சுரர்கள் அதிருப்தியுற்று சதிசெய்ய அமர்ந்தனர். மாவேலி வெல்லப்பட முடியாதவாறு பல வரங்கள் பெற்றிருந்தமையால், பொறாமையுற்ற கடவுளர் ஆண்மையின்றி, நன்மை புரியும் மன்னனை வீழ்த்த வஞ்சனை மிக்க வழிமுறைகளை மேற்கொண்டனர். கடலின் அடியாழத்தே வீழ்ந்திருந்த இந்திரனின் கருவூலத்தைப் பெறும் பொருட்டு, வானுலக கடலைக் கடைந்திட மாவேலியின் உதவியை நாடுவது போல, பொய்யான சமாதான நடவடிக்கையை மேற்கொண்டனர். உண்மையில், அசுரர்களுடனான தமது போரில் தமக்கு நித்தியமளிக்கும் அமுதத்தைப் பெற முயன்று கொண்டிருந்தனர். மாவேலி மட்டுமே ஒட்டுமொத்த கடலையும் கடைந்திடும் திறன்மிக்கவன். தம் குலங்களுக்கிடையிலான பழமை மிக்க மோதலை முடிவுக்குக் கொண்டுவரும் நம்பிக்கையில் அவன் இசைவு தந்தான். ஆனால் கடவுளரின் சூது வெளிப்பட்டதும், யுத்தம் மூண்டது. விண்ணக உலகை தகர்த்த அசுரர், ஒட்டுமொத்த பிரபஞ்சம் மீதான கட்டுப்பாட்டைப் பெற்றனர். இந்திரனை வென்ற மாவேலி, சமாதானம்- செழிப்புமிக்க கற்பனாவாத உலகை கொண்டு வந்துள்ளதாகக் கூறப்படுகிறது. இக் கதையின் பிராமணிய

எடுத்துரைப்பை வாசிக்கையில் இம் மனப்பதிவு கிட்டுவதில்லை. அவர்கள் அவனது ஆட்சியை இருண்டதாக தீய காலமாகக் குறிப்பிடுகின்றனர். ஆனால் அடிமைப்படுத்தப்பட்டோரிடம் நீடித்துள்ள கதைகள், மாவேலியின் அரசில் இருந்திருக்கக்கூடிய வாழ்வை சித்திரமாக்குகின்றன. வர்க்க ஆட்சியோ பாலினப் பாகுபாடோ ஒருபுறமிருக்க, வர்க்கங்களோ சாதிகளோ இருந்ததில்லை என்கின்றனர் சிலர். சமத்துவம், வளம், சமாதானம், குற்றமின்மை, ஆரோக்கியம் எல்லாம் இக்காலத்தில் இருந்ததாகக் கூறுகின்றனர். சூதோ ஏமாற்றோ கிடையாது, கடைகளில் போலி எடையோ எடைக் கற்களோ இல்லை. நெறிதவறிய ஒவ்வொரு வடிவமும் இல்லாதிருந்தது, மாவேலி ஆட்சியின் அடையாளமாகும். சுரர்களும் பிராமணரும் தமக்கென்று அதுவரை கோரிவந்த சிறப்புரிமைகள் நிறுத்திவைக்கப்பட்டன.

போருக்குப் பின் தன் வல்லமையைத் திரட்டிக் கொள்ள, மாவேலி வேள்விகள் செய்யத் தொடங்கினான். 99 யாகங்களை காலத்தே நிறைவேற்றிவிட்டான். ஒரு காட்டில் திரண்டிருந்த கடவுளர் கவலையுற்றனர். நூறாவது வேள்வியை அவன் நிறைவேற்றிவிட்டால், மூவுலகங்களுக்கும் அதிபதி ஆகிவிடுவான். எனவே இந்திரனின் தாய் அதிதி உதவிவேண்டி பிரம்மாவை நாடினாள்; அவரோ, விஷ்ணுவை வேண்டி 12 தினங்கள் விரதம் இருக்குமாறு கூறினார். அவள் அப்படியே விரதம் இருக்க, பன்னிரண்டாவது நாளில் விஷ்ணு தோன்றி, ஒரு வரம் அளிக்க முன்வந்தார். தன் மகனாக அவர் பிறந்து, சுரரின் ஆட்சியை மீண்டும் கொண்டுவர துணை நிற்குமாறு விஷ்ணுவிடம் கோரினாள். இவ்விதம் விஷ்ணுவின் அய்ந்தாவது அவதாரமாக வாமனன் பிறந்தான்.

வேள்வி நடந்து கொண்டிருக்க, வந்தவர்கள் வினவியவற்றையெல்லாம் மாவேலி வழங்கிக் கொண்டிருந்தான். இத் தாராளத்தை பயன்படுத்திக் கொள்ள, குள்ள பிராமணச் சிறுவனான வாமனன் அரண்மனைக்கு வந்து, தானும் ஒரு வேள்வி நடத்தப் போவதாக மாவேலியிடம் கூறினான். அதன்பொருட்டு மூன்றடி நிலம் வழங்க முடியுமா மன்னரே என்று குள்ள பிராமணன் வினவினான். தன் தகுதிக்கும் செல்வத்திற்கும் உரித்தல்லாத இவ்வற்ப கோரிக்கை, மாவேலியை தர்மசங்கடத்திற்கு உள்ளாக்கியது. இந் நாடகத்திலுள்ள சூதினைச் சந்தேகிக்காமல் அதனை நிறைவேற்றுவதாகக் கூறிவிட்டான். நொடிப் பொழுதில் பிரும்மாண்ட ரூபங்கொண்ட சிறுவன், முதலிரு பாரிய

காலடிகளால் மண்ணையும் விண்ணையும் அளந்துவிட்டான். அப்போது அசுர மன்னனை ஏறிட்டுப் பார்த்தான். இதன் பொருளைப் புரிந்து கொண்டான் மன்னன். தன் வாக்கில் ஒருபோதும் பின்வாங்கியிராத அவன், தோல்வியை ஏற்றுக் கொண்டுவிட, பிராமணன் தன் பாதத்தை அசுரன் தலையில் பதிக்க, பாதாளத்தில் விழுந்தது தலை. பலியுடன் மற்ற அசுரரெல்லாம் சென்றனர். மீண்டும் இந்திரன் அரியாசனம் ஏற, களிப்புற்ற கடவுளரும் பிராமணத் துறவியரும் அவனுக்கு மலர்கள் தூவி வாழ்த்தி, அனைவரும் கொண்டாடினர். ஒருகாலத்தில் கேரளத்தை ஆண்ட மாவேலி கீழுலகிலும் மலையாளியின் ஞாபகத்திலும் தங்கி இருக்கிறான்.

கேரளத்து மக்களுக்கு கதையின் முக்கிய பகுதி இப்போது வருகின்றது. மன்னனின் தோல்வியால் மனமுடைந்த மக்கள், மரியாதையின்றி விஷ்ணு அவதாரத்தை ஒதுக்கித் தள்ளிவிட்டு, ஒவ்வோராண்டும் தம்மைப் பார்க்க வருமாறு தம் மன்னரை தீவிரமாக வேண்டுகின்றனர். மாவேலி அவ்வழைப்பை ஏற்றுக்கொண்டான். தன் குடிமக்களை அடிக்கடி பார்க்க விரும்பிய மாவேலி, தனக்கு அந்த உரிமையளிக்குமாறு விஷ்ணுவை வேண்டிக் கொண்டான் என்கிறது கதையின் இன்னொரு பதிப்பு. விஷ்ணு பெரிய மனதுடன் ஒத்துக் கொண்டார். மாவேலியின் புறப்பாடும் அவனது தோல்வியும் இறுதியில் வெற்றிக்கு இட்டுச் சென்றன; தனது முந்தைய குடிமக்களின் இருதயங்களையும் மனங்களையும் ஆள்பவனானான்-அவர்களது அன்பும் மதிப்பும் இன்றளவும் நீடிக்கிறது. அவனுக்கு நித்தியத்துவத்தை வழங்க மறுதலித்த கடவுளரின் சதி, அவனை அமரத்துவனாக்குவதாகவே முடிந்தது. இவ்வளவு காலமாக ஒவ்வோராண்டும் மலையாளியின் மனப்பரப்பில் கண்ணியமான இந்த பிரும்மாண்ட வீரன் நடைபோட்டு வரும் பொருட்டு, பசுமையான கேரள மக்கள் சிவப்பு கம்பளம் விரித்து மாவேலிக்காகக் காத்திருக்கின்றனர். பவித்திரமான, உற்சாகமான மாவேலி, பரவசமிக்க வரவேற்புடன் வருகை புரிவது, வர இருக்கின்ற சமத்துவ சமூக அமைப்புக்கான வாக்குறுதியாகும். கடந்த காலத்தே சொர்க்கம் நிலவியிருந்தது என்னும் கதை, எதிர்காலச் சொர்க்கத்தை கனவு காணுமாறு மக்களுக்கு ஆற்றலளிக்கின்றது. கண்ணியமிக்க மன்னனுக்கான வரவேற்பில் தாவரங்களும் விருட்சங்களும் மாபெரும் கடலும் கூட (பின்னர் அரபிக்கடல் என அறியப்படுவது) சேர்ந்து கொள்வதாகக் கூறப்படுகிறது.

கடந்த கால நிகழ்வொன்றை திருப்பி நிகழ்த்துவதாக நினைவு கூர்வதற்கான அழைப்பாக பண்டிகைகள் பெரிதும் செயல்படுகின்றன. ஏற்கனவே நிகழ்ந்தவொன்றைக் கொண்டாடுகின்றன. ஓணம் சற்று வித்தியாசமானது. இழந்துவிட்ட கடந்தகாலத்தின் ஞாபகப்படுத்தலாக இருப்பினும், தற்கால ஆசைகள் மற்றும் எதிர்காலச் சாத்தியங்களின் குறியீடாகவும் உள்ளது. மலையாளிகளைப் பொறுத்தமட்டில், ஓணம் என்னவாக இருந்திருக்கும் மற்றும் அதே வேளையில் என்னவாக இருக்கும் என்பதன் திருவிழா. கிராமங்களிலும் நகரங்களிலும் பெரு நகரங்களிலும் வீட்டிலும் புலம்பெயர்ந்த நாட்டிலும் இவ்வறுவடைத் திருவிழா கூட்டு ஞாபகத்தை எழுப்பிவிடுகிறது. மலையாள மாதம் சிங்கத்தில் (ஆகஸ்ட்-செப்டம்பர்) ஓணம் வருகிறது. முந்தைய மாதம் கார்கிடகம் பற்றாக்குறைகளைக் கொண்டிருக்கும். இருப்பினும், எதிர்பார்ப்புக்கான ஆயத்தமும் பரபரப்பும் புலப்படும் கார்கிடகத்திற்குப் பின் களஞ்சியங்கள் நிரம்பி, மக்களுக்கு விடுமுறை கிடைத்திருக்கும். கொச்சிக் கருகிலுள்ள திருப்புனித் துறாவில் அத்த நட்சத்திர ஊர்வலத்தின் போது அத்த நட்சத்திரம் தென்படுவது, ஓணத்திற்குப் பத்து நாட்களே இருப்பதை அடையாளப்படுத்தும். மாநிலத்தின் வேறுசில பகுதிகளில், அத்தத்தை அடுத்துவரும் நாட்களிலான அடங்கிய கொண்டாட்டம், திருவோணத்தன்று உச்சத்தை எட்டும் (திரு-ஓணம்; புனித-ஓணம்) சிராவண நட்சத்திரத்தன்று பிரதான கொண்டாட்டங்கள் நிகழும். ஓணம் எனும் சொல் சிராவணம் என்பதிலிருந்து வந்திருக்கலாம்.

கேரளத்தில் பண்பாட்டு ஞாபகம் ஓர் இழப்புணர்வுடன் இணைந்திருக்கிறது. கடந்த தசாப்தங்களில் மக்கள் தொகையின் பெரும் பிரிவினர் நல்ல வாய்ப்புகளைத் தேடி நாட்டின் உலகத்தின் பிறபகுதிகளுக்கு சென்றுள்ளனர். இந்நிகழ்வு மலையாளியின் அடையாளத்தைச் சித்தரிப்பதாக ஆகியுள்ளது. அப்படியானால் ஓணம் வீடு திரும்பும் உணர்வை அடையாளப்படுத்துகிறது. உலகெங்கிலும் சிதறிக் கிடக்கின்ற இயல்பற்ற நிலையில், சிலவேளைகளில் ஓணம், எங்கிருந்தாலும் கேரளாவுக்குள் இருப்பதான வழிமுறையாக ஆகிறது. முடிந்தால் தாயகத்தில் உங்கள் வீடு திரும்பிடும் நேரமாக ஆக்குகிறது. புத்தாடைகள், அன்பளிப்புகள், நாட்டார் நடனங்கள், விளையாட்டுகள், நட்பார்ந்த மல்யுத்தங்கள், பாம்புப்படகுப் பந்தயங்களுக்கான வேளையாக ஆக்குகிறது. மரபார்ந்த வழியில், குடும்பத்திலுள்ள பெரியவர்கள்

இளைஞர்களுக்கு அன்பளிப்புத் தருவார்கள் என்ற எதிர்பார்ப்பு இருக்கும். பிரமாதமான விருந்து தயாரிக்கப்படும், சாத்யா 'விருந்து' மையமானதாயிருக்கும். 1960-இல் முதல்வர் பட்டம் தானுபிள்ளை ஓணத்தை கேரளாவின் தேசியத் திருவிழாவாக அறிவித்தார். சமீப ஆண்டுகளில் மலையாளி ஓணத்தை கொண்டாடாத ஒரே சமயம் 2018-இல் தான். - பலதினங்கள் நீடித்த நாசகரமான பெருவெள்ளம், கணக்கிட முடியாத மானுட-விலங்கு உயிரிழப்பிலும் பயிர்கள், வீடுகள் மற்றும் இதர சமூக முதலீட்டு இழப்பிலும் முடிந்தது. மக்கள் பெருமளவிலான மீட்பு நடவடிக்கைகளை மேற்கொண்டனர். மாநிலம் தெரிவு செய்திருந்த வளர்ச்சிப் பாதையை மறு சிந்தனை செய்யுமாறு மக்கள் நிர்பந்திக்கப்பட்டனர். சமூகத்தைப் புதிதாக ஒழுங்கமைக்கும் வழிமுறை திரும்பவும் முன்னணிக்கு வந்தது.

கடந்த காலத்தில் ஓணம், இன்று நாம் அறிந்துள்ள கேரளத்துடன் வெறுமனே கட்டுண்டிருக்கவில்லை. பொது சகாப்தம் ஏழாம் நூற்றாண்டில் தென்னிந்தியாவின் பல்வேறு பகுதிகளிலுள்ள மக்கள் ஓணம் கொண்டாடுவது வழமையாயிருந்தது. மக்கள் செல்வாக்குள்ள ஓணப்பாட்டிலுள்ள மலையாளத்தின் நேர்த்திமிக்க எளிமையை வைத்துப் பார்த்தால், வரலாற்றில் நீண்ட தூரம் செல்லாததாக இப்பண்டிகை இருக்கிறது. உணவு தாவர உணவாகவே இருக்கிறது, ஆனால் வடக்கு கேரளத்தில் சாத்யாவுக்கு மாமிச உணவு தயாரிக்கப்படுகிறது. எனவே இதனை உயர்சாதிப் பண்டிகையாக குறிப்பிடுவது அறிவற்றதாகும். தாவர உணவுண்ணல் முற்ற முழுக்க உயர்சாதி வாழ்க்கை முறையும் இல்லை.

உண்மைக்கான கடப்பாட்டிற்காக அதிக விலை செலுத்தி, தன் வாக்கிலிருந்து வழுவாதிருந்த கருணைமிக்க எதிர் கடவுளுக்கு இழைக்கப்பட்ட அநீதிக்கு, ஓணத்தின் படாடோபமும் அமளியும் திட்டமிட்ட வகையில் முரணானது. ஓணம் பண்டிகைக்கு தற்போது தரப்படும் சமத்துவப் பண்பு, இல்லாதிருந்த ஒரு காலம் உண்டு. கொடுமையான பிராமணியத்தின் அடையாளமிகுந்திருந்த நிலபிரபுத்துவ காலங்களில், அது நிலபிரபுக்களின் விழாவாயிருந்தது, வாரதார விவசாயிகள் காய்கறிகளையும் பழங்களையும் நிலப்பிரபுக்களின் இல்லங்களுக்கு எடுத்துச் சென்றனர். 1970-இல் நிலவாரமுறை ஒழிக்கப்பட்டு, நிலபிரபுத்துவ உறவுகள் வீழ்ச்சியுறவும், இத்தகைய நடைமுறைகள் தேய்ந்து வந்தன. இதற்கு முன்னரேகூட, வாரதாரர்கள் தங்களைப் பிணைத்திருந்த தலைகளை

உதறியெறிந்து, சமமான மானுடர் என்னும் தம்மிடத்தை கோரி, பல தசாப்தங்களாக போராட்டங்களை நடத்தி வந்திருக்கின்றனர். ஆனால் ஓணத்தின் சிறப்புரிமை உயர்சாதிகளிடம் இருந்து வந்தது. காலனித்துவப்படுத்தும் பிராமணர்களால் ஆலயங்கள் கட்டுப்படுத்தப்பட, ஆலய நிதிகள் பூணூலணிந்த பூசாரிகளுக்கு பண்டிகை விருந்து படைக்க பயன்படுத்தப்பட்டது. பிராமணர்களுக்கு உணவளிக்க கோயில்களுக்கு நிலமானியம் தரப்பட்டதை திருக்காக்கரா ஆவணங்கள் எடுத்துக் காட்டுகின்றன. இப்போதுகூட பண்டிகையின் நிலபிரபுத்துவ-பிராமணியச் சார்புகள் வெளிப்படையானவை.

மதுரை காஞ்சி போன்ற சங்க இலக்கியங்களில் ஓணம் குறிப்பிடப்படுகிறது. 1776-க்கும் 1789-க்கும் இடையே இந்தியாவினூடே பயணித்த ஆஸ்திரிய இறைப்பணி ஊழியர் பவ்லினோடா ஸான் பார்த்தலோமியோ-வின் *A Voyage to the East Indies* நூலில் இப்பண்டிகை பற்றியக் குறிப்புகள் உள்ளன. ஆரியர் வருகையால் விஷ்ணுவாகிய திராவிடக் கடவுள் மாயனைக் கொண்டாடும் பண்டிகையில் விருந்து இடம்பெற்றது-இதில் மாமிசம் விலக்கப்படவில்லை. 1584-1631-இல் கேரளாவில் வாழ்ந்த போர்த்துகீசிய இறைப்பணி ஊழியர் ஜேகப் ஃபெனிஸியோ, மலையாளம் கற்று சம்பிரதாயங்களுடனும் சடங்குகளுடனும் பரிச்சயப்படுத்திக் கொண்டார். மகாபலிக்காகக் கொண்டாடப்படும் ஓணம் திருவிழாவை அவரும் பதிவு செய்தார். விஷ்ணு மாவேலியைத் துரத்தியடித்தார், விண்ணகத்தின் வாயில் காப்பாளனாக நியமித்தார், ஆண்டுக்கு ஒருமுறை தன் மக்களைப் பார்த்துவர அனுமதித்தார் என மக்கள் நம்பியதாக அவர் பதிவு செய்தார். மாவேலியின் கற்பனாவாத ஆட்சியின் கொண்டாட்டமே இத்திருவிழா என்றார். மக்கள் புத்தாடை உடுத்தி அறுசுவை உணவு சமைத்தனர். ஃபெனிஸியோ சபரிமலை அய்யப்பனின் நெருங்கிய நண்பராயிருந்ததை பின்னர் பார்க்கப் போகிறோம். அந்த ஆண்டில் இன்னொரு திருவிழா கொண்டாடப்பட்டது. ஏராளமான விளக்குகள் ஏற்றப்படும். பாதாளச் சிறையில் தவித்துக் கொண்டிருந்த மாவேலியை வாசுதேவனின் மனைவி லட்சுமி விடுவித்ததை அடையாளப்படுத்தும். புராணங்களில் இந்நாள் தீபப் பிரதானம் எனப்படுகிறது-அப்போது மகாபலியை மகிழ வைக்கும் பொருட்டு, பாதாள உலகம் ஒளியாலும் பூக்களாலும் அலங்கரிக்கப்படும். வட இந்தியப் பண்டிகை தீபாவளி/திவாளியுடன் பொருந்திப் போகிறது தீபப் பிரதானம். மாவேலிப்

பண்டிகையின் உருமாற்றப்பட்ட வடிவம்தான் திவாளியா, யாரே சொல்லக்கூடும்?

பழைய காலங்களில் தென்னிந்தியாவின் இதர பகுதிகளிலும் ஓணத்தின் செல்வாக்கு மறுக்கமுடியாததாயிருந்தது. தமிழகத்தில் அது ஏழு நாள் கொண்டாட்டமாயிருந்தது. சில தமிழ்க் காவியங்கள் ஓணத்தைக் குறிப்பிடுகின்றன. தமிழ்நாட்டிலுள்ள மகாபலிபுரம் குடியானவர்களின் மாபெரும் மன்னன் பெயர் கொண்டது என்பது வெளிப்படை. எனினும், இக்கடந்த காலத்தை துடைத்தழிக்கும், பிராமணியப்படுத்தும் முயற்சிகள் அப்பட்டமாயுள்ளன. மகாபலி குரூரமான கொடுங்கோன்மையான மன்னன், விஷ்ணுவால் கொல்லப்பட்டான்; இதன் 'உண்மை'ப்பெயர் மாமல்லபுரம் பல்லவர்களால் இடப்பட்டது என்கிறது மகாபலிபுரம் சுற்றுலாத்துறை இணையதளம். மாவேலி தொடர்புடைய பண்டிகைகள் ஒருகாலத்தில் கர்நாடகத்திலும் தக்காண மண்டலங்களிலும் செல்வாக்குப் பெற்றிருந்தன.

இச் செல்வாக்கிற்கான காரணம், இப் பண்டிகையின் உலகியல் தன்மையில் இருக்கக்கூடும். அறுவடைத் திருவிழாவான ஓணம், மற்றும் அதனுடன் தொடர்புடைய கொண்டாட்டங்கள், நிலவுகின்ற அறுவடை கொண்டாட்டங்களாக ஒன்று கலந்திருக்க வேண்டும் அல்லது ஒன்று திரண்டிருக்க வேண்டும். இது தீர்மானகரமாக கிராமத்திலிருந்து தோன்றியிருக்க வேண்டும். துணிமணிகளும் உணவும் போல வண்ணமயமான மலர்கள் இதனின்றும் பிரிக்க முடியாதவை. மரபார்ந்த மலர்தரை விரிப்பை தயாரிக்கும் பொருட்டு மலர்களைப் பறிக்க சிறுவர்-சிறுமியர் உற்சாகமாயும் ஆனந்தமாயும் காட்டுக்குள் அலைந்து திரிந்த காலமுண்டு. பெஞ்சமின் வார்ட், பீட்டர் கான்னர், வில்லியம் லோகன் நூல்களில் மலர் அலங்காரம் குறிப்பிடப்படுகிறது. நிறைய தானிய மகசூல் மற்றும் அதிக செல்வம் திரட்டல் என மக்களின் நல்வாழ்வை நோக்கமாகக் கொண்டுள்ள வளப்பச் சடங்கில் வேர்கொண்டது இப்பண்டிகை என்றெண்ணுகின்றனர் சிலர்.

இப்போது ஓணத்தைச் சுற்றிக் கிடப்பவற்றை ஆழமாகத் தோண்டிப் பார்த்தால், அது அடித்தள மக்கள் பண்பாட்டின் பகுதியாயிருப்பது தெளிவாகும். புலையர் ஓணம் பாடல்களில் சில சீற்றம்-பழிவாங்கலின் உரத்த வெளிப்பாடாய் உள்ளன. வட மலபாரில் மாவேலி ஓணேஸ்வரனாக, ஓணப்பொத்தனாகவும் வருகின்றனர். பழங்குடி சார்ந்த மலையாளிச் சமுதாயம், பத்து

நாட்கள் கடும் விரதமிருந்து, நான்கு நாள் திருவிழாவின் முதலிரு தினங்களில், ஓணப்பொத்தனின் பாத்திரத்தை நடித்துக் காட்டும் உரிமையைப் பாதுகாத்து வைத்திருக்கிறது. தாடியுடன் வண்ணம் பூசிய முகம், வண்ணமயமான தாழங்குடை சகிதம் தன் வருகையை மணி அடித்துத் தெரிவித்து ஓணப்போத்தன் வீடுதோறும் சென்று அரிசியும் நெல்லும் பெற்று, ஆசீர்வாதங்கள் புரிவார். தென் கேரளத்தின் ஆரண்மூலா, பம்பையில் பாம்புப்படகு பந்தயத்தை நடத்தும்.

கேரளாவின் மைய நகரம் திருச்சூர், இஸ்லாமியத் தொடர்பை உணர்த்தி, விழாவின் திரையை உயர்த்துகிறது. ஓணத்தின் நான்காம் நாளன்று-இறுதி நாளன்று-சுற்றுப்புற பகுதிகளிலிருந்து வரும் இளைஞர் அணிகள், புலிகளாக சிறுத்தைகளாக வேடமேற்று, நகரின் மையத்திலிருந்து நடனமாடி வருவர். புலிக்களி (புலி நடனம்) எனச் சரியாக அழைக்கப்படும், சைகை மொழியிலான ஆவேச நடனம் அமளி ஆர்ப்பாட்டமாக நிகழும். ஒரு காலத்தில் மொஹரம் பண்டிகையின் அம்சமாயிருந்த இதனை, முஸ்லீம்கள் தமிழகத்திலிருந்து திருச்சூருக்குக் கொண்டு வந்ததாக நம்பப்படுகிறது. ஜோதி ராவ் புலேயின் தேர்ந்தெடுத்த பகுதிகள் நூலில் ஜோதிராவ் புலேவுக்கும் தோண்டிபாவுக்கும் இடையிலான உரையாடலில், மொஹரத்தின் போது முஸ்லீம்கள் புலிகளாகத் தம்மை வண்ணம் பூசிக் கொள்வது பற்றிய குறிப்புகள் உள்ளன. எனினும் சமீபகாலத்தில், அதிகச் செலவு பிடிப்பதும் நிதிவசதிக் குறைபாடும் மாநில சுற்றுலாத் துறையின் அலட்சியப் போக்கும் சேர்ந்து, சதய நாளன்று ஆடும் புலிக்களியின் தெரு நடனத்திலிருந்து பல அணிகளை விலகிக் கொள்ளுமாறு செய்துள்ளது.

நூற்றாண்டுகளின் போக்கில், வேத மரபின் கொடுங்கோன்மை வலுப்பட்டுவரினும், துணைக்கண்ட மெங்கிலும் பலி-வழிபாட்டுப் பண்பாடு பரவிவருகின்றது. மண்டலத்திற்கு மண்டலம் விவரணங்களிலும் நுணுக்கங்களிலும் சிறு சிறு வேறுபாடுகளுடன் இத் தொன்மத்தின் வெவ்வேறு சாயங்கள் காணப்படுகின்றன. மராட்டியத்தில் பலியின் தொன்மம், ஜோதிராவ் புலேயின் மறுவிவரிப்பால் தொகுத்துரைக்கப்பட்டது-இதிலே பலியரசு பிராமணியத்தால் நாசமாக்கப்பட்ட கடந்தகால கற்பனாவாத உலகமாகச் சித்தரிக்கப்பட்டது. பிளவுபடுத்தும் சாத்தியம், அர்த்தமற்ற சடங்குகள், வேதமதத்தின் மூட நம்பிக்கைகளுக்கு எதிராக எழுந்த சமணம் கூட பலியைக் கொண்டிருக்கிறது. பொதுச் சகாப்தத்திற்கு முன்னர் ஆறாம்

நூற்றாண்டில் பிராமணிய இந்து மதத்திற்கு வலுவான சவாலை முன்னிறுத்திய கடவுளற்ற இன்னொரு நம்பிக்கைப் பிரிவான பௌத்தத்தைப் போலின்றி, சமணம் இந்துத் தொன்மங்களை முற்ற முழுதாக நிராகரிக்கவில்லை. மிகவும் வசீகரமான ஆரியமல்லாத தொன்மத்துடன், பூக்கள், ஓணேஸ்வரன் தெய்யம், புலிக்களி, படகுப்பந்தயம், ஓணத்தள்ளு (ஓணம் மல்யுத்தப் போட்டி) என்னும் சமயச் சார்பற்ற நிகழ்வுகள் சேர்ந்து, மலையாளியின் ஓணம், ஒரு சமயச் சார்பற்ற அடித்தள மக்கள் திருவிழா என்பதை நிரூபணம் செய்வதற்கு போதுமான ஆதாரங்களை முன்வைக்கின்றன.

மகாபலியின் தலைநகரம்

மூன்றுலகங்களின் கட்டுப்பாட்டினைப் பெற மகாபலி தன் இறுதி வேள்வியை நடத்திய திருக்காக்கரை அவரது தலைநகரம் என நம்பப்படுகிறது. திருக்காக்கரை ஆலயத்தில் அமர்ந்திருப்பது வாமனன் ஆயினும், அங்கே திருவோணம் மகாபலியின் தினமே. பண்பாட்டு நிகழ்ச்சிகளுடன், ஆயிரக் கணக்கானோருக்கு அன்னதானம் வழங்கப்படுகிறது. நாட்டார் மரபு மகாபலியைத் தொடர்ந்து வணங்கி வருகிறது-பல அடித்தள மக்களின் தெய்வங்களில் நிகழ்ந்தது போலவே, பிராமணத் தொன்மங்களுக்குள் கடத்திவரப்படும் முன்னர், அவர் ஆரியரல்லாதவரின் கடவுளாகவே விளங்கினார். பிராமண காலனித்துவவாதிகள் பௌத்த ஆட்சியாளர் ஒருவரை ஆட்சியிலிருந்து இறக்கி, விகாரையைத் தகர்த்து, திருக்காக்கரையில் ஆலயம் எழுப்பியதாக நம்பப்படுகிறது. ஆண்டின் மிக முக்கிய விழாவான, ஆரியரல்லாதாரின் அறுவடைத் திருவிழா, புதிய ஆலயத்தின் விழாக்களுடன் பொருந்திப் போகுமாறு ஆரியர்கள் பார்த்துக் கொண்டனர்.

ஓணத்தின் போது இல்லங்களின் முற்றங்களில் களிமண்ணாலான ‘திருக்காக்கரை தெய்வங்கள்’ எனப்படும் ‘திருக்காக்கரப்பன்களை’ பார்க்கலாம். திருக்காக்கரை முதலில் திருக்கால்-கரையாக-வாமனனின் மூன்று புனித பாதங்களின் நாடு-இருந்தது என்கிறார் கே.டி.ரவிவர்மா *(2001)*.

இங்குள்ள ஆலயம் எட்டாம் நூற்றாண்டில் வைணவரால் நிர்மாணிக்கப்படவும் சாத்தியமுண்டு. வைணவ சம்பிரதாயத்தினை

முன்னெடுத்துச் சென்றதில் இந்த ஆலயத்தின் பங்கு பாரியது என்பதற்கு வரலாறு சான்று பகருகிறது. இரண்டாம் சேரப் பேரரசு காலத்தில் (பொதுச் சகாப்தம் சுமார் 5-ஆம் நூற்றாண்டில்) ஆளும் குலசேகரர்கள் திருக்காக்கரையில் பெரிய அளவில் 28 தினங்கள் ஓணம் கொண்டாடுவதுண்டு. சேரச் சக்கரவர்த்தியும் நடுவாழிகள் எனப்படும் உள்ளூர் தளபதிகளும் கொண்டாட்டங்களில் கலந்து கொள்வதுண்டு. சேர மன்னருக்கு ஓணம் ஒரு பண்டிகை என்பதை விடவும், பேரரசுக்கான தொடர்ச்சியான விசுவாசத்தையும் ஆதரவையும் உத்தரவாதப்படுத்தும் விதத்தில், உள்ளூர் தளபதிகளுடன் தொடர்பை பராமரித்து வருவதற்கான சந்தர்ப்பமாயிருந்தது. 2017-இல், திருக்காக்கரை ஆலயத்தை நிர்வகித்துவரும் திருவாங்கூர் தேவஸ்வம் குழு, ஆலயத்தின் அருகே மகாபலியின் வெண்கலச் சிலையை நிறுவ முடிவுசெய்தது. வலது சாரி இந்து அய்க்கிய வேதி எதிர்த்தது, ஆனால் குழுத்தலைவர் தன் பாதத்தை மிதித்தார். தொன்மத்தை இந்து மதப்படுத்த முற்பட்டார்; மாவேலி அசுரனாயிருந்தபோதும், விஷ்ணுவின் பக்தராயிருந்தார் என்று அவர் அறிவித்தார். இந்து அய்க்கிய வேதி தலைவர் அரைமனதுடன் ஏற்றுக் கொண்டார். ஆனால் பதிலளிக்கப்படாத கேள்வி ஒன்று இருக்கவே செய்கிறது: மாவேலி விஷ்ணு பக்தனாக இருந்திருப்பின், வாமன அவதாரம் நிகழ்ந்திருக்குமா? கொள்கைமிக்க இழப்பாளர், போருக்குப் பின் கொள்கையற்ற வெற்றியாளரின் அடிமையாக இருக்கலானார் என்று கோருவது வஞ்சனை மிக்கதாக உள்ளது.

மற்ற இந்திய நகரங்களில் பணியாற்றும் மலையாளிகள் ஓணம் கொண்டாடுவதில் சளைத்தவரில்லை. வீடு திரும்ப வசதி வாய்ப்புகள் அற்றவர்கள், வசதியான ஒரு தினத்தன்று வசதியான இடத்தில் பண்டிகைக்கும் விருந்துக்கும் ஏற்பாடு செய்கின்றனர்- வேலை நாளில் திருவோணம் வந்தால், அடுத்த விடுமுறை நாளில் கொண்டாடுகின்றனர். இப் புலம்பெயர்வுச் சமுதாயம், கேரளத்தில் உள்ளவரை விடவும் அசுர மன்னனுக்கு உற்சாகமிக்க வரவேற்பை நல்குவதில் நாட்டம் மிகுந்துள்ளது. மாவேலியின் நாட்கள் மற்றும் தாயகம் திரும்புதல் என்னும் இரட்டை ஏக்கத்துடன் அவர்கள் உழைக்கின்றனர். தீவிர இடது சாரியினர் கோட்டையும் அரும்பிவரும் படித்த வர்க்கத்தின் இல்லமும் ஆன ஜவஹர்லால் நேரு பல்கலைக் கழக வளாகம் உள்ளிட்ட டெல்லியின் பல்வேறு இடங்களில் மலையாளி அமைப்புகள் பெரும் அளவிலே தம் பண்பாட்டு விழாக்களுக்கு ஏற்பாடு செய்கின்றன. மரபார்ந்த ஓணம்

விருந்து தயாரிப்பதில் பேராசிரியர்கள் மாணவர்களுடன் சேர்ந்து கொள்கின்றனர்.

எட்டு-ஒன்பதாம் நூற்றாண்டில், பௌத்த-சமண சரிவின்போது, வைணவம் எழுந்த சூழலில், வாமனன் கடவுள் நிலைக்கு உயர்த்தப்பட்டான். வைணவத் துறவியர், பக்திப் பாடல்கள் சேர்ந்த பஜனைகளால் திருவிழாவைக் கொண்டாடுவர். அதே காலத்தில் வாழ்ந்து வந்த தமிழ் வைணவக் கவிஞர்-பரப்புரையாளர் பெரியாழ்வார், மகாபலி மீதான வாமனனின் வெற்றியை ஓணம் திருவிழா என்று எழுதுகிறார். வாமன ஜெயந்தி கோட்பாட்டை முன்வைத்து, பண்பாட்டுச் செல்வமாக அடித்தள மக்களிடம் இருந்து வந்ததை பிராமணியம் கொள்ளையிட முற்படுகிறது.

கேரளத்திலும் மக்கள் மனங்களிலிருந்து மகாபலியை அகற்றி வாமனனை நிறுத்தி, இத் திருவிழாவிற்கு பிராமணிய அடித்தளம் கொண்ட முகப்பை அளித்திடும் முயற்சிகள் இருந்துள்ளன. *கேரள சம்ஸ்கிருத சாஹித்ய சரித்திரத்தின்* வடக்கும்கூர் ராஜராஜவர்மா போன்ற இந்து சார்பாளர்கள், இத்திருவிழா வாமனனின் பிறந்த நாள் கொண்டாட்டம் என்று கூறிவந்துள்ளனர். தேவர்களுக்குரிய நிலத்தை அசுரர் மன்னன் 'அபகரித்தமை'க்கான வெகுமதியாக, மகாபலியை பாதாள உலகம் அனுப்பிய வாமனனின் நடவடிக்கையை அவர் நியாயப்படுத்தினார். தம் கடவுளரின் பகைவனை வரவேற்றிடும் தர்மசங்கடத்திலிருந்து தப்பிப்பதற்கான முயற்சியின் பகுதியே இதுவெல்லாம். கேரள பண்பாட்டு வாழ்விலிருந்து 'கீழ்ப்படியாத' இவ்வம்சத்தை அகற்றி, இந்து தேசியவாதத்தை நிர்மாணித்திட அவர்கள் விரும்பினார்கள். எனினும், 'தர்ம'த்தைக் காத்திட விஷ்ணு வாமனனாக அவதரித்தார் என்னும் மேட்டுக்குடிக் கொள்கையை மலையாளி எப்போதும் வெறுத்து தள்ளியுள்ளான்.

பலித் தொன்மம் சார்ந்த தெளிவற்ற முதலாவது குறிப்பு, பொதுச் சகாப்தத்திற்கு முன்னர் சுமார் 1500-இல் உருவாக்கப்பட, நான்கு வேதங்களில் ஆரம்ப நிலையிலுள்ளதான ரிக்வேதத்தில் தென்படுகிறது. எனினும் ரிவேதத்தில் வாமனனுமில்லை பலியும் இல்லை. இந்திரனின் ஆப்த நண்பனான விஷ்ணு மூன்று பாரிய காலடிகள் எடுத்துவைத்து, மூன்று உலகங்களை உருவாக்குகிறார்- மக்கள்தொகை பெருகி, மேய்ச்சலுக்கு புல்வெளிகளும் வசிப்பதற்கு இடமும் தேவைப்பட்டதால், இவ்வாறு அவரது நடவடிக்கையின் நோக்கம் மக்களின் நல்வாழ்வும் செழிப்பும்தானே

தவிர, அசுரர்களை வெளியேற்றுவதல்ல. தேவர்களுக்கும் அசுரர்களுக்குமிடையிலான புகழ்வாய்ந்த பகைமை இன்னும் தொலைவில் இருந்தது. அவர் எடுத்துவைத்த மூன்றடிகளால் விஷ்ணுவுக்கு திரிவிக்கிரமன் என்னும் பெயர் வந்தது. பிற்பாடு பிரம்மாணங்களில் (பொதுச்சகாப்தத்திற்கு முன்னர் 1000-600) குள்ளன் அறிமுகப்படுத்தப்படுகிறான்-ஆனால் அவன் மாறுவேடத்திலுள்ள விஷ்ணுவே தவிர, அவதாரமில்லை. இங்கே, வாமனன் மூன்றடிகள் எடுத்துவைத்து, அசுரரை தோற்கடித்து, கடவுளருக்காக நிலத்தை கைப்பற்றுகிறான்-திரும்பவும் பலி பற்றிய குறிப்பில்லை. மகாபாரதத்தில்தான் முதல்முறையாக விஷ்ணுவின் குள்ள அவதாரம், அசுரர் சக்கரவர்த்தியின் அரசை அபகரிப்பதற்காக, திரிவிக்கிரம நடவடிக்கையை மேற்கொள்கிறது.

அவதாரங்கள்

விஷ்ணுவின் அவதாரங்களை மேலோட்டமாக நோட்டமிடலாம். குறிப்பிட்ட நோக்கத்தை நிறைவேற்றிட மாபெரும் ஆற்றல் கீழான வடிவத்தை மேற்கொள்வதை சமஸ்கிருதச் சொல் ‘அவதார்’ சுட்டிக்காட்டுகிறது. விஷ்ணுவின் ஒவ்வொரு அவதாரமும், தீயோரைக் கொன்று, நல்லோரை காத்து, தர்மத்தை நிலைநாட்டிடும் நோக்கத்தைக் கொண்டிருக்கிறது என்பதை குருச்சேத்திரயுத்தகளத்தில் அர்ச்சுனனுக்கு தேரோட்டி கிருஷ்ணன் கூறும்போது அறிந்து கொள்கிறோம். அசுரருக்கும் தேவருக்கும் இடையில் நிகழ்ந்த வழமையான யுத்தங்களின் சூழலில் அவதாரங்கள் எழுந்தன-அவை நன்மைக்கும் தீமைக்கும் இடையிலான மோதலாக சித்தரிக்கப்பட்டுள்ளன; ஆனால் உண்மையில் அவை சாதியை அங்கீகரித்த பிராமணிய இந்து மதத்திற்கும் மக்களைச் சார்ந்த சிராமண பண்பாட்டிற்கும் இடையிலான போராட்டமே. பௌத்தம்-சமணத்திலிருந்து இந்து மதம் எதிர்கொண்ட சவால்களில் ஒன்றுக்கான பதிலே அவதாரங்கள். பகவத்கீதையில் காணப்படும் அவதாரக்கொள்கை, பிராமண மேலாண்மையை நிறுவுவதற்கான ஆற்றல்மிக்க வழிமுறையாகும்; அத்துடன் வைணவத்திற்கு அதன் விசித்திர அதிகாரத்தை வழங்கிற்று. நவீனயுகத்தில், டார்வினது பரிணாமக் கொள்கையை பத்து அவதாரங்களும் எப்படி எதிர்நோக்கின என கட்டற்ற கூற்றுகள் முன்வைக்கப் படுகின்றன.

அவதாரக் கதைகளின் ஒருபாதி, ஆரியருக்கு முந்தைய தொன்மங்களிலிருந்து கிடைத்தது. விஷ்ணுவின் முதல் நான்கு அவதாரங்கள் கிருத யுகத்தைச் சார்ந்தவை; வாமன, ராம, பரசுராம அவதாரங்கள் திரேதா யுகத்திற்குரியவை; கிருஷ்ண, பலராம அவதாரங்கள் துவாபர யுகத்திற்குரியவை. இறுதிக் கல்பத்தின் முடிவில் (படைப்பின் தனியொரு சுழற்சியின் நீளம் மற்றும் பிரபஞ்சத்தின் அழிவு) தூங்கி விழுந்த பிரம்மாவின் கரங்களிலிருந்த வேதங்களை ஹயகிரிவர் திருடி, விண்ணகப் பெருங்கடலில் மறைத்துவைத்தார். மீனாக அவதரித்த விஷ்ணு, குதிரைத்தலை அசுரனைக் கொன்று, வேதங்களை மீட்டுவந்தார். இரண்டாவது அவதாரத்தில் அமரத்துவமளிக்கும் அமுதத்தைப் பெறுவதற்காக, தேவர்களாலும் அசுரர்களாலும் கடல் கடையப்பட்டபோது, ஆமைகளின் மன்னன் மந்தார மலைக்கான அச்சாக தன் முதுகைத் தந்தார். வராக (பன்றி) அவதாரம், வேதங்களைத் திருடிய ஹிரண்யாட்சன் என்ற அசுரனைக் கொன்று, கடலின் அடியாழத்திலிருந்து பூமியையும் வேதங்களையும் மீட்டது. அசுரர் மூதாதை ஹிரண்யகசிபு, தன் மகன் பிரகலாதன் அழுத்தமான விஷ்ணு அடிமையாயிருப்பது கண்டு, ஆவேசமுற்றான். ஒரு தூணைச் சுட்டிக்காட்டி, ‘உன் பிரபு இதில் இருக்கின்றானா?’ என்று வினவ, அவன் தலையாட்டினான். மூத்த அசுரன் தூணைத் தாக்கவும் நரசிம்மன்- (பாதி மனிதன், பாதி சிங்கம்) – வெளிப்பட்டான். மனிதராகவோ விலங்காகவோ, பகலிலோ இரவிலோ, வீட்டுக்கு உள்ளேயோ வெளியேயோ, பூமியிலோ காற்றிலோ கொல்லப்பட முடியாத வரம்பெற்றிருந்த ஹிரண்ய-கசிவு, மனிதனுமல்லாத விலங்குமல்லாத, மனித உடலும் சிங்க முகமும் கொண்ட ஒருவனால், அந்திவேளையில் தனது மடியில் கிடத்தி வாயிற்படியில் தன் கூர் நகங்களால் குடல் உருவப்பட்ட கோர முடிவை அடைந்தான். அய்ந்தாவது அவதாரம் வாமனன், ஆறாவது பரசுராமன். இவ்விரண்டைப் பற்றி விரிவாக பின்னர் பேசப்படும்.

ஏழாவது அவதாரமான ராமன், தன் மனைவி சீதையை அபகரித்துச் சென்ற ராவணனைக் கொன்றான். ராமனுக்கு அடுத்தது கிருஷ்ணாவதாரம். கைக் குழந்தையாக ரகசியமாக எடுத்துச் சென்று, சில்மிஷம் பண்ணும் சிறுவனாக வளர்ந்து, அர்ச்சுனனின் நெருங்கிய நண்பனாயிருந்தவன் அவன். தன் உயிர்பறிக்கும் பல முயற்சிகளிலிருந்து தப்பிய அவன், பயங்கரமான காளியனை யமுனையில் அடக்கினான், தாய்மாமனைக் கொன்றான். ஒன்பதாவது அவதாரம் பலராமன்; கிருஷ்ணனின் அண்ணன்; கௌரவ இளவரசன் துரியோதனனுக்குத் தண்டாயுதத்தைப்

பிரயோகிப்பதில் குரு; குருச்சேத்திர யுத்த களத்தில், சங்கொலிகள் கேட்கும் முன்னரே யாத்திரை கிளம்பத் தீர்மானித்தான். வர இருக்கின்ற, இறுதியும் பத்தாவதுமான கல்கி அவதாரம், கலியுகத்தில் காட்டுமிராண்டிகளையும் நாத்திகர்களையும் ஒழிப்பதற்காக, வெள்ளைக் குதிரையில் சவாரி செய்துவரும்.

ஹிரண்ய கசிபுவைக் கொன்ற பிறகு நரசிம்மன் கொல்லப்பட்ட அசுரனின், கடவுளுக்கு பயந்த மகன் பிரகலாதனை மன்னனாக்கினான். பிரகலாதனுக்குப் பிறகு அவனது மகன் விரோசனன் ஆட்சியில் அமர்ந்தான்; அவனுக்குப் பிறகு அவனது மகன் பலி மன்னன் ஆனான்-விஷ்ணுவால் பாதாளலோகத்திற்கு அனுப்பப்படும்வரை ஆட்சி புரிந்தான். வேதகால இந்துமதம் பிற்பாடு புத்தரை விஷ்ணுவின் அவதாரமாக்கியது. இதன்பொருட்டு தசாவதாரங்களிலிருந்து பலராமர் நீக்கப்பட்டார்.

வாமன தொன்மத்தை மக்கள் பலவாறாக விளக்கியுள்ளனர். குள்ள உருவம் ஏமாற்றுத்தனமானது என்பது ஒன்று. மேற்கு பஞ்சாபிலிருந்து கங்கைச் சமவெளிக்கு ஆரியர் புலம்பெயர்ந்து வந்ததுடன் இக்கதை தொடர்பு கொண்டிருக்கலாம். இயற்கை நிகழ்வுடனும் இத்தொன்மம் தொடர்புபடுத்தப்பட்டுள்ளது. பகவத்கீதையை ஆதரித்து எழுதியவரும், மராத்தியிலிருந்து வந்த தேசிய இயக்கத் தலைவர்களில் ஒருவருமான பாலகங்காதர திலகரைப் பொறுத்தவரை, விஷ்ணுவின் மூன்று காலடிகள், சூரியனின் வருடாந்திர இயக்கத்தை அடையாளப்படுத்துகின்றன. குள்ளமான வாமனன் உருவத்தில் வளர்வது, இதமான காலைச் சூரியன், பகல் முன்னேறிவர, இருளை விளக்குவதுடன் முழுமையாகப் பிரகாசித்து பூமியை வெப்பப்படுத்துகிறது. வளர்வதற்கு அளப்பரும் ஆற்றலுடைய சிறியதொரு கருவினையும் அது குறிப்பதாகக் கூறப்பட்டது.

வாழ்க்கை மீதான இந்திய அணுகுமுறை ஆன்மிகத்தைவிடவும் உலகியல் சார்ந்ததே என்பதை நிரூபிக்க விரும்பும் சில அறிஞர்கள், இந்நாட்டின் திருவிழாக்களைச் சுட்டிக் காட்டுகின்றனர். திருவிழாக்களில் ஆன்மிகம் மதம் சார்ந்ததாக ஏதும் இருப்பது அரிது. உண்மையில் உலகியல் வளத்திற்கும் திருவிழாக்களுக்கும் இடையே பரிவர்த்தனை உள்ளது; அபரிமிதமான அறுவடையை அடுத்துவரும் திவாளி, தசரா, நவராத்திரி, ஓணம் மக்களை நெருக்கமாக்கிவிடும் சூழலை ஏற்படுத்தி, சமூக-பொருளாதார கலந்துறவாடலுக்கான நிலைமையை உருவாக்குகின்றன.

ஓணம், மக்கள் திருவிழாவாக இருந்தபோதும், பெருந்திரள் கலாசாரத்தில் எளிதாக சரக்குமயமாக்கப்படுகிறது. நாட்டார் கலை கீழிருந்து வளர்வதாயிருக்க, பெருந்திரள் பண்பாடு மேலிருந்து திணிக்கப்படுகிறது. திருவிழாவின் மிகுதியான உலகியல் முக்கியத்துவம், முதலாளித்துவ-நுகர்வு அபகரிப்புக்கு வழிவகுக்கிறது-அது தவிர்க்க முடியாதபடி நம் புலன்களையும் உலகின் மீதான நம் அணுகுமுறையையும் தொற்றிக்கொள்கிறது. ஓணம் கடந்தகாலத்தில் வாக்குறுதி தந்ததுபோல, சுதந்திரத்தை நோக்கிய பறத்தலாக இருப்பதில்லை. பலசமயங்களில் அதீதமான மதுவிற்பனை மூலம் கணிசமான ஆதாயமடைவதற்கான நொண்டிச்சாக்காக ஆகிவிடுகிறது.

கேரளத்தில் வலுவாக உள்ள வணிக வர்க்கத்திற்கு, ஓணம் கடவுள் தந்த பரிசுதான். துணிமணிகள், விருந்துகள் சேர்ந்த ஓணம் கொண்டாட்டம் என்ற கருத்தே வியாபாரியின் மனதில் தோன்றியிருக்கவேண்டும். ஓணத்தைக் கொண்டாடும் பொருட்டு மலையாளிகள் நிலத்தைக்கூட விற்றுவிடுவார்கள் என்று எதிர்பார்க்கப்படுகிறது. மகாபலியின் சமிக்ஞை திரும்பத் திரும்ப நிகழ்வது மிகவும் நிஜமானதாகிறது. கடந்த சில தசாப்தங்களில் குடியானவர் திருவிழாவில் சந்தை தன் பிடிமானத்தை வலுப்படுத்தியிருக்கிறது. சிறுவர்கள் சுற்றித் திரிந்து பூக்களைப் பறித்து, ஒவ்வொரு வீட்டின்/நிறுவனத்தின் முன்னே அழகிய கோலங்களைத் தீட்டிய நாட்களெல்லாம் போய்விட்டன. இப்போது பூக்கள் கடைகளில் வாங்கவேண்டிய சரக்குகளாகிவிட்டன. வணிக நட்பார்ந்த ஊடகத் துணையுடன் மோட்டார் வாகனங்கள் இருசக்கர வண்டிகள், மடிக்கணினிகள், அலைபேசிகள், உடைகள், ஆபரணங்கள், உணவுப் பொருட்கள் என விற்றுவிடும் மாவேலியிடம் பயனுள்ள அடையாளத்தை சந்தை கண்டுகொள்கிறது-கனவுகாண முடிகின்ற எதையும், நாம் சிக்கிக்கொண்டுள்ள அதிகார உறவுகளின் பெருக்கத்தை பிரச்சனைக்குரியதாக ஆக்குவதிலிருந்து திசைதிருப்பி நம்மை ஈடுபடுத்திக் கொள்கின்றவற்றை விற்றுவிட. சாதாரண மக்களின் விருப்பத்திற்குரியவரும் நீதியின் நாயகரும் ஆனவர் வண்ணமிகு விளம்பரங்களில், கடந்தகால கூட்டுக் குடும்பத்தின் கொழுத்த, தொப்பை விழுந்த மூதாதையாகக் காட்சி தருகிறார். இது அரசு அலுவலர்கள் பண்டிகை முன்பணம் பெறுகின்ற, விளம்பரங்கள் ததும்பி வழியும் வாரஇதழ்கள் சிறப்பு மலர்கள் வெளியிடுகின்ற, துணிகளுக்கும் இதர நுகர்பொருள்களுக்கும் கவர்ச்சிகரமான தள்ளுபடிகள் குவிகின்ற காலமுமாகும்.

ஓணத்தை ஒட்டி மலையாளியின் சமையலறை மும்முரமாய் காணப்படும். ஓணஸ்ஸாத்யா (ஓண விருந்து)வில் பரிமாற, அனைவரும் ரசிக்கும்படியான உணவைத் தயாரிக்க மணிக்கணக்கில் உழைத்து ஆயத்தங்கள் செய்யவேண்டும். கூட்டுக் குடும்பம் சிதறிப்போய்விட, குடும்பத்தில் பழைய பாலினம் சார்ந்த அதிகார இயங்காற்றல் மிரட்டலுக்குள்ளாகியுள்ளது; ஆனால் சந்தையின் புலப்படாத கரம், தொலைகாட்சி அலைவரிசைகள் வாயிலாக சமையலறையிலும் வரவேற்பறையிலும் நுழைந்துவிட, நுகர்வின் வெறியாட்டமாக ஓணம் குறைத்துச் சுருக்கப்பட்டுள்ளது-பழைய உறவுகள் பாதிக்கப்படாமல் பராமரிக்கப்படும் நிலையில். கேரளத்தில் வேளாண்மை மரணப்படுக்கையில் இருப்பதால், அண்டையிலுள்ள தமிழ்நாட்டில் விளையும் காய்கறிகளுக்காக மக்கள் காத்திருக்கின்றனர்-வசதியுள்ளவர்கள் சாம்பார், அவியல், பொறியலுக்காக உணவகங்களிலிருந்தும் சமையல் முகவர்களிடமிருந்தும் வருவதற்காகக் காத்திருப்பது போல.

இருந்தபோதும், ஓணம் ஒவ்வொரு மலையாளியினது இனிப்புக் கிண்ணமல்ல. 1599-ஜூனில் உதயம் பேரூரில் நிகழ்ந்த கிறித்தவ சமய குருக்கள் கூட்டம், கேரள கிறித்தவரின் தூய்மையைக் காக்கும் விதத்தில், ஓணத்தை இந்துக்கள் பண்டிகையாக அறிவித்து, கிறித்துவ விசுவாசிகள் அதில் பங்கேற்பதைத் தடுத்தது. இதே காரணத்தின் பொருட்டு, இஸ்லாமிய அடிப்படைவாதிகளின் சிறியதொரு குழு, ஓணம் கொண்டாட்டத்திலிருந்து முஸ்லீம்கள் விலகி நிற்கவேண்டும் என வற்புறுத்தியது. மாவேலி தொன்மத்தை பல்வேறு நோக்குநிலைகளிலிருந்து விளக்க முடியும். இதனைக் கொண்டாடுவதில் தலித்துகள் வேறுபட்ட நிலை கொண்டுள்ளனர். மாபெரும் ஏமாற்றத்தை, மேல்சாதியினரால் தமது அரசன் படுகொலை செய்யப்பட்டதை சொல்லும் கதையினையுடைய பண்டிகையை கோடிக்கணக்கில் செலவு செய்து கொண்டாடுவதற்காக, அவர்களில் ஒருபிரிவினர் அரசாங்கத்தையும் பண்பாட்டு அமைப்புகளையும் நிந்திக்கின்றனர். இதன் காரணமாக, இந்திய தலித் கூட்டமைப்பு, ஓணத்தின் போது உண்ணா நோன்பு போராட்டங்கள் நடத்தியுள்ளது. மாவேலியிடத்தே ஆரியரிடம் தோற்றுப்போன திராவிட அடையாளத்தைப் பார்க்கலாம்; மற்றும் இதுபோன்ற தீவிர நடவடிக்கை குழுக்கள், உயர்-நடுத்தர வர்க்கங்களின் பொய்யான கொண்டாட்டங்களை விடவும், ஓணம் உணர்வுக்கு உண்மையாயிருப்பதைக் காணலாம்.

2

புராதன கம்யூனிசத்திலிருந்து நிலபிரபுத்துவம் வரை

மாவேலி நாட்டின் சமூக வாழ்வின் பரிணாமத்தைப் புரிந்துகொள்ள பல முயற்சிகள் மேற்கொள்ளப்பட்டுள்ளன. உலகின் வரலாற்றியல் பொருள்வாத புரிதலின் தாக்கத்தில் இ.எம்.எஸ். நம்பூதிரிப்பாடிடமிருந்து (2010) ஒரு கோட்பாடு வந்தது: [பூர்வீக பழங்குடி] சமூகம், சாதிகள், சமுதாயங்கள் அல்லது வர்க்கங்கள் மீதமைந்த எந்த ஏற்றத்தாழ்வையும் அறியாது, ஆணுக்கும் பெண்ணுக்கும் இடையே உயர்வு-தாழ்வுள்ள எந்தவொரு உறவையும் கொண்டிருந்ததில்லை. இத்தகைய சமூகம் கேரள வாய்மொழி இலக்கியத்தில் மாவேலி அரசாக இன்னும் வாழ்ந்து கொண்டிருக்கிறது... இத்தகைய வரலாற்றுக்கு முந்தைய சமூகம் உலகம் எங்கிலும் இருந்துள்ளதாக அறியப்படுகிறது, மார்க்ஸிய மொழியில் அது “புராதன கம்யூனிசம்” என அறியப்படுகிறது. இவ்விதத்தில் சமூகத்தைப் புரிந்துகொள்வது, உற்பத்தி நிகழ்வுப் போக்கிலிருந்து மனிதர் அந்நியப்படாத அல்லது உயிரோட்டமான சமூக வாழ்விலிருந்தும் அந்நியப்படாதவாறு அசலான சமூகம் சாத்தியமானது மற்றும் இருந்திருக்கக் கூடியது என்று சொல்லப்படக் கூடியது என்னும் நம்பிக்கையில் ஆசாரவாத மார்க்ஸியம் அனுமானிக்கப்பட்டது. இயற்கையின் எளிய தொடர்ச்சியாக, உயிரோட்டமான பண்புநலனை மனித வாழ்வுக்கு வழங்கிய புனிதம் இது. இயற்கையே இணக்கம்-சமநிலையிலிருந்ததாக கருதப்பட்டது. ஒடுக்குமுறையின் வெவ்வேறு வடிவங்கள் தனித்தனியே வேர்கொள்ள, சமூகத்தின் இயங்காற்றலை சிக்கலானதாகக் கண்ட கோட்பாடுகளால்

இத்தகைய குறைத்துச் சுருக்கும்வாதம் பிற்பாடு சவாலுக்குள்ளானது. எடுத்துக்காட்டாக, சரத் பாடில், ஏங்கல்ஸின் புராதன கம்யூனிஸக் கருத்து இந்தியாவுக்குப் பொருந்தாது-இங்கே ஜினோகிரஸி என்னும் பெண்களின் அரசியல் மேன்மை கடந்த காலத்தில் நிலவியிருந்தது என்பதால்-என்று வாதிட்டார் (2012). அடித்தள மக்கள் மற்றும் பாலின நோக்கிற்கு மார்க்ஸியப் பார்வை குறுகிய இடமே அளித்தது எனப்படுகிறது. பொருள் முதல்வாதத்தின் காரண காரிய கண்ணிக்குள்ளே வாமனனை நிறுத்தி, கேரளத்தின் பிராமண எதிர்ப்பு பிரக்ஞை உருக்கொள்வதை இ.எம்.எஸ். நம்பூதிரிப்பாட் தடுத்து விட்டாரா?

மாவேலி போன்ற தொன்மங்களும் 'புராதன கம்யூனிஸம்' போன்ற கருத்துகளும் ஒத்த நோக்கத்தையே நிறைவேற்றுகின்றன என்று கவனத்தில் கொள்ளவேண்டியது முக்கியமானது. கடந்தகாலக் கதையைச் சொல்லும்போது, அவை, சமூகம் எப்படி அமைக்கப்படவேண்டும் என்று கருதுகின்றனர் என்னும் அடிப்படை நெறிகளை காட்டிக் கொடுக்கின்றன அல்லது ரகசியமாக வெளியிடுகின்றன. எனவே, வரலாற்றின் குறிப்பான தருணங்களை, கம்யூனிஸத்தின் சமத்துவ கனவிலான தருணங்களாக அடையாளப்படுத்திடும், அடுத்து வரும் மார்க்ஸிய அறிஞர்களின் நீண்ட வரலாறு உள்ளது. வேதகால இந்துமதம் கம்யூனிஸத்தின் சுருக்கமான தொகுப்பே என்று கூறிக்கொண்ட நூலை எஸ்.ஏ.டாங்கே பரிந்துரைத்தது போலச் சிலர் தர்மசங்கடத்திற்கு உள்ளாக்கிடும் அதீத நிலைக்குச் சென்றுவிடுகின்றனர். இந்தியாவில் கம்யூனிஸ வாழ்வு பெருகியதைக் கண்ணுற்றது பௌத்தரின் காலமே எனச் சிலர் குறிப்பிடுகின்றனர். ஏனெனில், சாராம்சத்தில் கூட்டு முடிவெடுக்கும் நிகழ்வுப் போக்கு இருந்தமையால், அரசென்று ஒன்று நிலவியிருந்தால், எதேச்சதிகாரத்திற்கு தொலைவில் இருந்திருக்கும் என்கின்றனர். உற்பத்தி சாதனங்கள் புராதனமாயிருந்தன ஆனால் ஜனநாயகமும் சுதந்திரமும் செழித்தோங்கின. கடந்த காலத்திற்குள்ளே இத்தகைய நிலை நிறுத்தல்கள் மேற்கொள்ளப்படுகையில், திசைவிலகி, பெரும் பொதுமைப் படுத்தல்களுக்கு இட்டுச் சென்றுவிடும்: 'பாலின பாகுபாடு இருந்ததில்லை... சுரண்டல் இருந்ததில்லை... அனைவரும் ஆனந்தமாயிருந்தனர்' என்பதற்காக. இத்தகு உண்மைகளை உறுதிப்படுத்துவது கடினம் என்பது மட்டுமின்றி, இவை உண்மையற்றவை என்பதை உறுதியாக முன்வைக்கவும் முடியும். இருப்பினும், வர்க்க உறவுகளை

வரலாற்றிற்குட்படுத்துவதன் மூலம் மார்க்ஸ் சொல்ல முற்படுவது, உபரி உற்பத்தியின் எழுச்சியை அடையாளம் காண்பதே. ஒரு புறத்தே, தம் உடனடித் தேவைகளுக்குப் போதுமான அளவே உற்பத்தி செய்யமுடிந்த, மிகவும் கடந்தகாலச் சமுதாயங்களால் சரக்குகள் உபரியாக உற்பத்தி செய்யப்படவில்லை என்பது மறுக்க முடியாத உண்மையாகும். சரக்குகளிலிருந்து உபரி மதிப்பின் ஒவ்வோர் அவுன்ஸையும் வடித்து தன்னை மறு உற்பத்தி செய்திடும் மூலதனத்தின் தேவை, காலப்போக்கில் உருக்கொண்ட போக்காகும் மற்றும் அது சுரண்டல்மிக்கதாக, அவசியமற்றதாக இருந்தது. வரலாற்றின் அவ்வப்போதைய தேவையை வெளிப்படுத்தி இந்த இயங்காற்றலை மாற்றுவதே, அது அவசியமானது என நம் கற்பனையில் உள்ள அதன் பிடிப்பை விளக்குவதே விஷயமாகும். இத்தகு மறு சிந்தனைப் பயிற்சிக்கு, உலகின் உறவுநிலைகளும் கடந்தகாலத்தின் மறுசிந்தனையும் கூட அவசியமாகின்றன. ஒருவிதத்தில், தொன்மங்களும் வெளிப்படுத்துகின்றன, வரலாற்று ரீதியில் சுரண்டப்பட்ட மக்களின் பிரக்ஞையை வலுப்படுத்துவதற்கான கருவிகளாக இருக்கின்றன-இவ்வாறு வரவிருக்கின்ற உலகிற்கான அழைப்பை விடுக்கின்றன.

ஒருவித சமத்துவ வாழ்வின் காட்சிகளைத் தரும் தொன்ம எடுத்துக் காட்டுகள் வெறுக்கப்படலாம், ஆனால் அவை ஒதுக்கித்தள்ள இயலாதவை. ஏனெனில் அதிருப்தி கொண்ட வேறுபட்ட பொதுமக்கள் பிரக்ஞைக்கு வடிவமைப்பதில் துணைபுரியும் ஆற்றல் மிக்கவை.

மௌரியர் சகாப்தத்தில் கேரளத்தில் செழித்தோங்கிய 'மன்றங்கள்' அல்லது சிறிய கிராமச் சமுதாயங்கள், இப்படி இழந்த சமத்துவ நிலைக்கு எடுத்துக்காட்டாகும். ஒவ்வொரு 'மன்ற'மும் புனிதமான மரத்தை ஒட்டி பிணைந்துள்ள தனியொரு குளத்தின் இல்லமாயிருந்தது. இம்மரம் குலச் சின்னமாய் கருதப்பட்டது. இதனை வெட்டுவது எண்ணிப்பார்க்க முடியாதது. உயிர்த்திருத்தலுக்காகப் பகிர்ந்து கொள்ளப்படும். உள்ளுணர்வான, இயற்கைக்கெதிரானது எனத் தமது பகிர்ந்து கொள்ளப்பட்ட போராட்டத்தின் காரணமாக சமமாக, கிராமத்தினர் இம்மரத்தின் கீழ் பாடுபட்டனர். மன்றத்தில், சிக்கலான, இறுக்கமான சுரண்டல் தன்மையிலான சமூகக் கட்டுமானங்களை நிர்மாணித்து, நேரத்தைப் போக்கிட வழிவகை இல்லை; செய்வதற்கு வேலை இருந்தது. இந்தியா குறித்து தனது வரலாற்றுப் பதிவுகளில் மார்க்ஸ் குறிப்பிடும், சுயச்சார்புள்ள கிராம சமுதாயங்களை

அவை ஒத்திருந்தன. சமுதாய உற்பத்தியும் சமுதாய நுகர்வும் மேலோங்கி இருந்தன. உலோகம் கிடைத்தாலும் வாழ்தலுக்கான மைய ஆதாரம், வேளாண்மையாக இல்லாது, விலங்குகளை வளர்ப்பதாயிருந்தது. வேளாண் பொருளாதாரம் அரிதாக வளர்ந்திருந்தது-கௌடில்யரின் அர்த்த சாத்திரம் கேரளத்திலிருந்து வரும் தங்கம், ஆபரணங்கள், முத்துக்களைக் குறிப்பிடுகிறதே ஒழிய, வேளாண் பொருள்களையல்ல.

இன்னும் முடியாட்சியாக மாறுதலடைந்திராத, ஒருவித பழங்குடிக் குடியரசே மன்றம். கூட்டாக முடிவெடுக்கும் பொருட்டு, ஒட்டுமொத்த குலமும் கூடியுள்ள கூட்டங்களில், தனிப்பட்ட விவகாரங்கள் உள்ளிட்ட முக்கிய விஷயங்கள் விவாதிக்கப்படுவது வழமை. ஒவ்வொரு குடும்பமும் உற்சாகத்துடன் பங்கேற்றிடும் மன்றக் கூட்டங்களை குடும்ப மூத்தவர்கள் கட்டுப்படுத்தினர். இத்தகு பழங்குடி குலங்கள் கோத்திரங்கள் எனப்பட்டன, கோத்திரங்கள் கணங்களாக ஒன்றிணைந்தன; கோத்திரம் என்பது பிற்பாடு சாதி சித்தாந்த நுழைவால் விளைந்ததா அல்லது நிலவுகின்ற பண்பாட்டிலிருந்து பிராமணியம் அபகரித்துக் கொண்டதா என்று உறுதிப்படுத்துவது சிரமமானது. இருப்பினும், ஒழுங்குபடுத்தும் அமைப்பும் இறுக்கமான பாலின நெறிகளும் இன்னும் வராதிருந்தன; குடும்பப் பாத்திரங்கள் நிலையானவையாக இல்லை. இடைக்காலத்து நடைமுறையான ‘சூனியக்காரி வேட்டை’யின் அய்ரோப்பிய வரலாற்றினைப் பார்த்தால் போதும்-மருத்துவர்கள் மற்றும் ஆன்மிக ஆசிரியர்கள் என்ற வகையிலான பெண்களின் அதிகாரம், வலிமை பெற்றுவரும் முடியாட்சியால் பறித்தெடுக்கப்பட்டது-அவர்களை அடிமைப்படுத்தி, அமைப்பை நிலைநிறுத்துவதற்காக. முன்-பிராமணிய சமூகத்திலும் பெண்களைக் குறித்து இதுபோன்றதொரு விவரிப்பைத் தரமுடியும்.

இத்தகு வாழ்க்கை விரைவிலேயே பல மிரட்டல்களால் பாதிப்புற்றது. உற்பத்தி சக்திகளிலான மாற்றம், சமத்துவமின்மை, எதேச்சதிகாரம், அந்நிய ஆக்கிரமிப்பு பெருகிட, வளமான நிலமாயிருக்கிறது. அப்போது வாமனனின் முதல் மூன்று காலடிகள், இந்தியாவில் புராதன மூலதனத்திரட்சியை அடையாளப் படுத்துகின்றன-இது சமுதாயத்திற்குரிய சொத்தினை சிலருக்கு ஆதாயகரமாக அபகரித்திடும் செயலாகும். நாம் கற்பிதம் செய்யவிரும்பும் புராதான, சமத்துவ சமூகம், வெளிப்புறத் தாக்குதல் இல்லாத வேளையில் தாக்குப் பிடித்திருக்குமா என்பது சந்தேகத்திற்குரியது. அவ்வகை முரண்பாடுகள் அதன் மடியில்

கிடந்திட முடியாதவாறு பெரியவை என்பது உண்மையாகவே இருந்திருக்கும். எனினும், மாவேலி வகைமாதிரியின் வீழ்ச்சியில் மையமாயிருந்தது வெளிப்புற சக்தியே- அது சமூக மறு ஒழுங்கமைவுக்கு இட்டுச் செல்வது; உருக்கொண்ட அடிமை நிலையின் குறிப்பிட்ட அம்சங்கள், பிராமணிய மேலாதிக்கம் மற்றும் சாதிப் படிமுறையின் இப்படையெடுக்கும் சக்திக்கு மறுக்கமுடியாதபடி கற்பிக்கக் கூடியவை. எளிமையான உற்பத்தி முறைகள் பெருமளவிலான பகைமை முறைக்கு இடந்தந்துவிட்ட மாத்திரத்தில், சிறியதொரு சிறுபான்மை உற்பத்தி சாதனங்களையும் கருவிகளையும் உரிமையாக்கி, கட்டுப்படுத்துவதாகியது. தம்மைத் தக்கவைத்துக் கொள்ளும் பொருட்டு, தாம் விற்குமாறு கட்டாயப்படுத்தப்பட்ட, உடல்-மனம் சார்ந்த தம் உழைப்பு சக்தி தவிர்த்து, எந்தவித சாதனங்களையும் பெரும்பான்மையினர் உரிமை கொண்டாடுவது நின்று போனது.

வரலாற்றுப் பொருள்முதல்வாதத்தின் ஆசாரவாத கோட்பாட்டுப்படி, புராதன கம்யூனிஸம் அடிமைமுறை, நிலபிரபுத்துவம், முதலாளித்துவம், சோஷலிஸம், இறுதியில் கம்யூனிஸத்தால் பின்தொடரப்படுகிறது. எனினும், இந்தியாவில் புராதன கம்யூனிஸம் ஆசிய உற்பத்தி முறைக்கு வழிவிட்டதாக மார்க்ஸ் கோட்பாடாக்குவார்-உலகின் பல்வேறான பொருள்வகை வளர்ச்சிகளைக் குறித்த மார்க்ஸிய பேரகராதியில் ஒரு வெற்று குறிப்பானே ஆசிய உற்பத்தி முறை. நான்கு வர்ணத்தால் வலுப்படுத்தப்பட்ட புதிய சமூக அமைப்புக்கான பண்பாட்டு அடித்தளத்தை ரிக்வேதமும் பிற பனுவல்களும் முன்வைத்தன. பிற்பாடு நிலபிரபுத்துவ சாதியமைப்பு வர்ண முறைமையை இடப்பெயர்ச்சி செய்தது.

கேரளம் அடிமை முறைக்கு அந்நியமானதுமல்ல. கிழக்கிந்தியக் கம்பெனியும் மலபாரில் அடிமைகளை வைத்திருந்தது. 1819-இல் வடகேரளத்தில், பெரிதும் புலையரும் செருமான்களுமான அடிமைகளின் எண்ணிக்கை சுமார் ஒரு லட்சமாக மதிப்பிடப்பட்டது. 19-ஆம் நூற்றாண்டிலேயே திருவாங்கூரில் மிருகத்தனமான சாதி அடிமைமுறை நிலவிற்று. நில வர்த்தகங்களில் அடிமைகள் இலவசமாக பரிமாறிக் கொள்ளப்பட்டனர். அன்பளிப்புகள்-வரதட்சணையாக அளிக்கப்பட்டனர், கடனைத் தீர்க்கவும் தரப்பட்டனர். பிள்ளைகளிடமிருந்து பெற்றோரும், கணவனிடமிருந்து மனைவியும் பிரிகையிலும் அடிமை வணிகம் நடந்தது; தடயமின்றியோ வம்சாவளியின்றியோ குடும்பங்கள்

பிரிக்கப்பட்டன. 1836-இல் திருவாங்கூர் மகாராஜாவுக்கு கிறித்தவ இறைப்பணி ஊழியர்களால் சமர்ப்பிக்கப்பட்ட அறிக்கை, அப்பிரதேசத்தின் மக்கள் தொகையில் அடிமைகள் பத்து சதம் என்றது. சாதியுடன் பின்னிப் பிணைந்திருந்த அடிமைமுறை கடுமையாயும் காட்டுமிராண்டித் தனமாயும் இருந்தது. சமூக நியதிகளை/தடைகளை மீறியோரும் தன்னியல்பாக அடிமைகளாக்கப்பட்டனர். சிறுசிறு தவறுகளுக்குக்கூட கால்-கை துண்டிப்பு போன்ற தண்டனைகள் சாதாரணமாயிருந்தன. தம் அடிமைகளைக் கொல்லும் உரிமை உரிமையாளர்களுக்கு இருந்தது, அடிமையின் குழந்தை பிறப்பிலிருந்தே அடிமையாயிருந்தது. பிராமணிய ஆலயங்களுக்கான கொடைகளில் தலித் அடிமைகள் பெரிதும் இடம்பெற்றனர். சாதிய முறைக்கு எதிரான போராளி பொய்கையில் அப்பச்சனின் கவிதைகள் இச்சூழலில் பிறந்தவை. பிற்பாடு பொய்கையில் அப்பச்சனாக அறியப்பட்ட பொய்கையில் யோகண்ணன் 1879-இல் பிறந்து, தனது தலித் சமூக முன்னேற்றத்திற்குப் போராடி, பல சட்ட ரீதியிலான சீர்திருத்தங்களை முன்னெடுத்தார். அவரது கவிதைகள் இன்றளவும் நினைவு கூறப்படுகின்றன-குறிப்பாக கடந்த காலத்தை நிராகரித்து, பல எதிர்காலங்களை கற்பிதம் செய்வதற்காக.

ஒரேயொரு எழுத்து காணப்படவில்லை
என் முகத்தில்
பல வரலாறுகள் தெரிகின்றன
பல முகங்களில்

ஒட்டுமொத்த உலகவரலாறுகளை
ஆராயுங்கள் ஒவ்வொன்றாக
ஒரு எழுத்தும் காணப்படவில்லை
என் முகத்தில்

யாரும் இருக்கவில்லை இப்பூமியில்
பழைய காலங்களில் என் முகத்தில்
வரலாற்றினை எழுதிட
எத்தகைய பரிதாபம்!

அதை எண்ணிப் பார்க்கையில்
வருத்தம் நிரம்புகிறது உள்ளே
ஒன்றைக் கூற விடுங்கள்
எனது இனிய பாடலிலே

கேரளத்தில் வாழ்ந்த மக்களின்
கதையை
தொல் காலத்திலிருந்தே
எவ்விதம் அவர்கள் அரக்கர்கள் ஆனார்கள் என்று

வெட்கமில்லை எனக்கு
என் சாதியின் தவறுகளைக் கூறுவதில்
பூமிக்கு வந்த சபிக்கப்பட்ட பிள்ளையென
என்னை எல்லாரும் குற்றங்கூறினும்

எப்படி இது சாத்தியமாகிறது
அனைவரும் குற்றங்கூறுகின்றனர் எம்மை
பூமியின் வானத்தின்
இறுதி மட்டும்

ஒவ்வொன்றையும் உருவமைத்த
கடவுள் எப்படி
இது நிகழ அனுமதிக்கிறார்
பூமியில் இன்று ?

(அஜய் சேகரின் மொழிபெயர்ப்பு)

1855-இல் அடிமை வணிகம் தடைசெய்யப்படும் வரை, கேரளத்து நஞ்சை நெல் சாகுபடிக்கு புலையரும் பறையரும் முதுகெலும்பாக விளங்கினர். புலையர்கள் நவீனக் கல்விபெற முடிந்தால், வயல்களில் உழைக்க யாரும் கிடைக்க மாட்டார்கள் என உயர்சாதி விவசாயிகள் அஞ்சினர். இக்காரணத்திற்காகவே, வட கேரள மன்னர் கோலாத்திரி, 1507-இல் போர்த்துகீசிய அரசரிடம், தீய்யா

கள் இறக்குவோரையும் மரக்கான் மீனவரையும் கிறித்தவத்திற்கு மாற்றவேண்டாம் என்று கேட்டுக் கொண்டார்.

கேரளாவின் அடிமைமுறை குறித்த சணல் மோகனின் பகுப்பாய்வு, காலனிய ஆண்டுகளின் சமூக அமைப்பு மீது வெளிச்சம் பாய்ச்சுகிறது (மோகன் 2015). பிரதானமாக வேளாண் பொருளாதாரத்தில் இலவச உழைப்புச் சக்தியைத் தோற்றுவிப்பதற்காக வரலாற்று ரீதியில் அடிமைமுறை நிறுவப்பட்டது. காலனியப்படுத்தும் மேற்கினால் ஆப்பிரிக்க சமுதாயம் அடிமைப்படுத்தப்பட்டது போலன்றி, கேரளத்தில் இந்நிகழ்வு சாதிய அமைப்புடன் பிணைந்திருந்தது-ஆப்பிரிக்க முறை நவீன நிகழ்வாயிருந்தது. அடிமை முறைக்கு எதிராக அபிப்பிராயம் திரட்டிய கிறித்தவ இறைப்பணியாளர்கள், இந்து மதத்தால் நியாயப்படுத்தப்பட்ட அடிமை முறை மற்றும் சாதிய அமைப்பின் உயிரோட்டமான தொடர்ச்சிக்குள் ஆழமாகச் செல்லவில்லை-அத்தகைய பிணைப்பிருந்ததை அவர்கள் சுட்டிக்காட்டிய போதும். காலனிய நாயகர்கள் தம் நலன்களுக்குப் பொருந்தும் வகையில், வேளாண்மையை மாற்றியமைக்கும்வரை, உற்பத்திமுறையும் பெரிதும் மாறாமலேயே இருந்தது. ஆதலின், 1855-இல் அடிமைமுறை அரச கட்டளையால் ஒழிக்கப்பட்ட பிறகும், திருவாங்கூரில் தீண்டத்தகாத அடிமைகள் அடிமைகளாகவே நீடித்தனர். சுதந்திரமான பின்னரும் அவர்கள் நிலத்தை உரிமையாகக் கொள்ள முடியவில்லை. ஏனெனில் பிரச்சனையின் ஆணிவேர் தொடப்படாமலேயே இருந்தது.

பிராமணர் நுழைவு

விஷ்ணுவின் ஆறாவது அவதாரம் பார்கவராமன், பிராமணன் ஜமதக்கினிக்கும் அவனது சத்திரிய மனைவி ரேணுகாவுக்கும் பிறந்து, சூதுவாதுகளில் வாமனனை விஞ்சுபவனாக இருந்தான். பரசு (கோடரி)வை ஆயுதமாகக் கொண்டுள்ளதால் பரசுராமன் என்று நன்கறியப்பட்டுள்ள பார்கவராமன், நாட்டின் தென்கோடி முனை கன்னியாகுமரியில் நின்று, வடபுலத்திலுள்ள கோகர்ணத்தை நோக்கி மேற்குக் கடற்கரை வழியே தன் கோடரியை எறிந்தான். கடல் பின்வாங்க, கோடரியால் வளைக்கப்பட்ட நிலத்தையெல்லாம் பரசுராமன் மீட்டு, பிராமணர்க்கெல்லாம் தானமாக வழங்கினான்.

அவதாரங்களின் கதையில், வரலாற்றுத் தொடர்ச்சியைக் காணும் போக்கு நிலவுகிறது. புராணத்தின்படி, ஆறாவது அவதாரம் பரசுராமனால் கடலிலிருந்து நிலம் உருவாக்கப்பட்டால், மாவேலி எப்படி கேரளத்தை ஆளமுடியும் மற்றும் அய்ந்தாவது அவதாரம் வாமனனால் தூக்கி எறியப்பட முடியும்? மற்ற முரண்களும் உண்டு. கிருஷ்ணனும் பலராமனும் எப்படி விஷ்ணுவின் அவதாரங்களாகவும் உடன்நிகழ்காலத்தவர்களாகவும் இருக்க முடியும்? ராமாயணத்தில் மன்னர் சனகரின் வில்லை ராமன் முறித்தபோது, ராமனுடன் பரசுராமன் மோதுகிறான், இரு ராமன்களும் விஷ்ணுவின் அவதாரங்கள்!

பரசுராமன் சிவனின் தீவிர பக்தனும்கூட. துரோணர், பீஷ்மர், கர்ணன் போன்ற மகாபாரத விற்பன்னர்களுக்கு வழிகாட்டியாயிருந்தது இந்த அவதாரம். பிராமணருக்கு அவன் நிலம் வழங்கியது தன் பாவங்களுக்கு பரிகாரம் தேடியதாக இருந்தது. அவனது பாவங்கள் பீதியூட்டும் விதத்தில் அப்பட்டமானவை. எடுத்துக்காட்டாக, தாய்க்கொலை இருந்தது: ரேணுகாவின் கற்பினைச் சந்தேகித்து, வெளிறிப்போன ஜமதக்கினி அவளைக் கொல்லுமாறு தன் பிள்ளைகளுக்குக் கட்டளையிட, பரசுராமன் தவிர்த்து மற்றவர்களெல்லாம் மறுதலித்தனர். கீழ்ப்படியாத நான்கு மகன்களை கற்களாக மாற்றினார். புத்திசாலியான பரசுராமன் தந்தையிடமிருந்து சில வரங்களைப் பெற்றுவிட்டான்-அவற்றில் ஒன்று தன் தாய்க்கும் நான்கு சகோதரர்களுக்கும் புதுவாழ்வு பெறுவது. கடமையுணர்வுள்ள மகனின் கோரிக்கைக்கு ஜமதக்கினி இணங்கினார்.

பிராமணருக்கு பரசுராமன் நிலக்கொடை அளித்த கதை *கேரளோல்பத்தி*-யில் உள்ளது- கேரளத்து வரலாற்றைக் கூறும் பாவனையில், நம்பூதிரிகளின் மேலாதிக்கத்தை விதந்தோதும், 15-ஆம் நூற்றாண்டு மலையாளப் பிரதியான அது, வரலாற்று மதிப்பு அற்றது. எனினும் பரசுராமன் புராணம், சமூகத்தின் மாற்றங்களினுடைய உலகியல் ஆதரவுகளை வெளிப்படுத்தும். நூற்றாண்டுகளாக வேளாண் பொருளாதாரத்தில் பெரிதும் சவாலுக்குள்ளாகாதிருந்த, நில உரிமையுள்ள பிராமணனுக்கு இக் கட்டுக்கதை தெய்வீக மணத்தைத் தந்தது. அய்ந்தாம் நூற்றாண்டிலிருந்து ஒன்பதாம் நூற்றாண்டுவரை, இப்போது வங்காளம், அஸ்ஸாம், ஒரிஸ்ஸா, குஜராத், மகாராஷ்ட்ரா என்றுள்ள மண்டலங்களுக்கு, பெருமளவிலான ஆரிய புலப் பெயர்வு நடந்தது. சமஸ்கிருதம்-பிராகிருதம் பேசுவோர் வட

இந்தியாவிலிருந்து மேற்குகரை வழியே தெற்கிற்குச் சென்ற வெளியேற்றமும் நடந்தது (ஜோஸப் 2019). பௌத்தரும் சமணரும் உள்ளிட்ட முதலாவது ஆரியர் பிரிவு கடல்வழியாயும் நிலவழியாயும் பொதுச்சகாப்தத்திற்கு முன்னே மூன்றாம் நூற்றாண்டில் வந்தது. உடலுழைப்பை ஏளனமாகப் பார்த்த பிராமணர், நிலத்தில் வேலை செய்ய சூத்திர தொழிலாளர் கூட்டங்களைக் கொண்டு வந்தனர். சங்க இலக்கியமான *அகநானூறில்* மதுரை மருதன் இளநாகனார், வட கேரளத்திலுள்ள இப்போதைய *தளிப்பறம்பா*வான செல்லூர், வருவாய்க்கும் புதிய கடவுளருக்குமான புதிய தோற்றுவாய்களைக் கண்டது என்கிறார். தொழிலாளர்கள், கலப்பை, வேதகால இந்துமத வருகையினையே இக்குறிப்பு சுட்டுகிறது என்பது வெளிப்படை. கூட்டு ஞாபகத்தில் வலுவாயிருந்த பரசுராமன் தொன்மம், சங்க காலத்தின்போது வரலாறாக ஏற்கப்படலாயிற்று. இன்னும் பழங்குடி நிலையிலிருந்து விடுபட்டிராத சமூகத்தில், ஆரியர் முன்னெப்போதும் கண்டிராத வேளாண் உத்திகளை அறிமுகப்படுத்தினர். இதன் விளைவாக, வேளாண்மையில் ஊக்கம் பிறக்கவே, பிராமணர் படிப்படியாக ஆற்றல்மிக்க சமூக-பொருளாதார சக்தியாகினர். ஆரியர் 64 கிராமங்களில் குடியமர்ந்தனர்-பம்பா, பேரார், பெரியார், பாரதப்புழா நதிக்கரைகளின் மீதுள்ள வளமான நிலப்பகுதிகளில் 32 கிராமங்கள் மற்றும் தெற்கு கனரா மண்டலத்தில் அதே எண்ணிக்கை. பொதுச் சகாப்தம் எட்டாம் நூற்றாண்டில் நகரக் குடியமர்வுகள் நிகழ்ந்தன. புலம் பெயர்ந்து வந்த ஆரியர், கலப்பையினையும் புதிய வேளாண்முறைகளையும் மட்டுமின்றி, சாதிய அமைப்பையும் கொண்டுவந்தனர்-சடங்குகள் நிறைந்த கோயில் பண்பாட்டையும் சாதியிலிருந்து பிறந்த ஆணாதிக்கத்தையும் கேரளாவுக்குக் கொண்டுவந்தனர்.

பிராமணர் குடியமர்வு சந்தர்ப்பவசத்தால் அல்லாமல், திட்டமிட்டே நிகழ்ந்தது. வடக்கில், கங்கைச் சமவெளியில் பிறந்த உயரிய பொருள்வகைப் பண்பாடு எனத் தாம் நம்பியதைப் பரவச் செய்தல் என்னும் பிரக்ஞைபூர்வ கொள்கையை மௌரியர் பின்பற்றினர். சந்திரகுப்த மௌரியரின் அமைச்சரும் அர்த்தசாத்திரத்தின் ஆசிரியருமான கௌடில்யர், புலம்பெயர்தல் திட்டத்தின் விவரணங்களை முன்வைக்கிறார். ஆரியர்கள் முதலில் விதர்ப்பாவுக்கு வந்தனர்; அங்கிருந்து அகத்தியர், விதர்ப்ப மன்னனுடன் ஒரு பிராமண கூட்டத்தைச் சேர்த்துக்கொண்டு, இப்போதைய தமிழ்நாட்டை அடைந்தனர். கேரளத்துப் பிராமணர்

பரசுராமன் பெயரால் வாக்குறுதி செய்ய, தமிழ்நாட்டில் செல்வாக்குள்ள திருவுரு அகத்தியர். டிசம்பர் 17, 1960 அன்று குஜராத் பல்கலைகழக சமூக அறிவியல் பள்ளி மாணவர்-ஆசிரியர் கூட்டத்தில், சங்பரிவாரத்தின் சித்தாந்தி எம்.எஸ். கோல்வால்கர் உள்ளூர் இந்துக்களின் பரம்பரையை மேம்படுத்திட, வடஇந்தியர்கள் கேரளத்திற்கு அனுப்பப்பட்டனர் என்னும் அடாவடித்தனமிக்க வாசகத்தை முன்வைத்தார்! (இஸ்லாம் 2015).

மகோதயபுரத்தைத் தலைநகராகக் கொண்ட சேரமான் பெருமாள்களின் அரசின் சகாப்தமான, பொதுச் சகாப்தம் ஒன்பதாம் நூற்றாண்டிலிருந்து பன்னிரண்டாம் நூற்றாண்டின் ஆரம்ப தசாப்தங்கள், பிராமணிய அதிகாரம் மற்றும் மேலாதிக்கத்தை நிலைப்படுத்தின. வலுவான நிர்வாக அமைப்பும் ராணுவமும் இல்லாத நிலையில், உள்ளூர் தலைவர்களின் மீதான சேர அரசின் கட்டுப்பாடு வரம்புக்குட்பட்டதாயிருந்தது; உள்ளூர்த் தலைவர்கள் பாண்டிய-சோழர்களின் போக்கிற்கேற்ப இயங்கினர். பல சந்தர்ப்பங்களில் சேரமான் மன்னர்கள் பிராமணர் ஆலோசனைப்படி நடந்து கொண்டனர்-அவர்களைப் புண்படுத்தினால்கூட மன்னிப்புக் கேட்டுக் கொள்ளும் அளவுக்கு.

மன்னர்களும் உள்ளூர் தலைவர்களும் பிராமணர்களுக்கு வரிவிதிக்கக்கூடாது என எதிர்பார்க்கப்பட்டனர். கடுமையான குற்றம் இழைத்த பிராமணனும் தண்டிக்கக் கூடாது என சங்க காலத்தின் பிற்பகுதியில்கூட பிராமணரைப் பாதுகாத்தல் ஆட்சியாளரின் பொறுப்பாகக் கருதப்பட்டது. பிராமணனையோ பசுவையோ கொன்றவனுக்கு மரண தண்டனை விதிக்கப்பட்டது. எடப்பில்லி மற்றும் செம்பகச்சேரி ஆட்சியாளர்களே பிராமணர்களாயிருந்தனர். பொதுசகாப்தம் 1124-இல் சேர அரசு வீழ்ச்சியுற்றதைத் தொடர்ந்து, குடியிருப்புகள் மேலும் மேலும் செல்வத்தைக் குவித்தன; சமூக-அரசியல் வாழ்வில் பெரும் செல்வாக்கு செலுத்தின. சேர அரசின் வீழ்ச்சி நூற்றுக்கணக்கிலான உள்ளூர் தலைவர்களுக்கு சுதந்திரமாயிருந்தது.

கோயில்கள், நிலம்

தமிழகத்தின் பொற்காலமான சங்க காலத்தின் முதல் பாதியில், சாதி மிருக பலம் கொண்டிருக்கவில்லை. எடுத்துக்காட்டாக,

வர்ண/பாலின பேதமின்றி ஒவ்வொரு தனிநபரும் கல்வியைத் தேடிப் பெறும் உரிமை பெற்றிருந்தார். பெண்கள் தாம் விரும்பிய வேலையைச் செய்ய முடிந்தது. சேர மன்னர்கள் தம் அரசவைகளில் பாணர்களை அனுமதித்தனர். இச்சமூகத்தைச் சார்ந்த கபிலர், பரணர், அவ்வையார் போன்றவர்கள் பிராமணரை விட உயர்வாக மதிக்கப்பட்டனர், அரசவைகளில் உயர்நிலைகளை வகித்தனர். பல்வேறான கைவினைத் தொழில்களில் ஈடுபட்டிருந்தோரையும் வயல்களில் கடுமையாக உழைத்தோரையும் மன்னர்களும் உள்ளூர் தலைவர்களும் மதிப்புமிக்க பரிசுப் பொருள்கள் வழங்கி கண்ணியப்படுத்தினர். சதுர் வர்ணத்தின் பேரில் உறுதிமொழி எடுத்துக்கொண்ட புதிய ஆரிய மன்னர்கள், ஆரியருக்கு முன் நிலவிய அனைவருக்குமான கல்விக்கு முடிவுகட்டினர். மக்களில் பல்வேறு பிரிவினர், வாரதாரர் மற்றும் சேவகர்களாக குடியிருப்புகளின் சேவையில் அமர்த்தப்பட்டனர். ஒன்பதாம் நூற்றாண்டிலிருந்து பன்னிரண்டாம் நூற்றாண்டு வரை பிராமணர் அல்லாதாரின் நிலம் பிராமணருக்குத் தானமாக வழங்கப்பட்டது. பிராமணரல்லாதார் மற்றும் இந்துக்களல்லாதாரிடமிருந்து வசூலிக்கப்பட்ட வரி-அபராதத் தொகையின் ஒருபகுதி, திருவிழாக்களுக்கு வாரியிறைக்கப்பட்டது, பிராமணருக்குப் பரிசளிக்கப்பட்டது. பிராமணருக்கு வரிவிதிக்கப்படாததால், சாதாரண மக்களிடமிருந்து வசூலிக்கப்பட்ட வரியினையே அரசு சார்ந்திருந்தது. இயற்கையாகவே உழைக்கும் மக்களின் பொருளாதாரத் தகுதிநிலையில் சீரான சரிவு இருந்தது.

வடபுலத்திலிருந்து பிராமணர் இங்கு நுழையும்வரை, மக்களிடம் முறையான மதமிருந்ததில்லை. பெரியவர்கள், மூதாதையர், நாயகர்கள், எதிர்நாயகர்கள் வழிபாடே அவர்தம் ஆன்மிகத் தேவைகளை நிறைவேற்றிற்று. பிராமணர் ஆன்மிகத்தை மர்மமிக்கதாக்கினர். ஒன்பதாம் நூற்றாண்டிலிருந்து பதினெட்டாம் நூற்றாண்டுவரை, கோயில்கள் ஆற்றல் வாய்ந்த பொருளாதார, அரசியல் சக்தியாக இருந்தன. பொருளாதாரத்தின் மையமாக இருந்த அவை, நிலத்தில் உழைத்தவர்களை காட்டுத்தனமாய் சுரண்டின. பொதுமக்கள் கோயில்களிடமிருந்து அந்நியப்படுத்தப்பட்டனர். குடிபுகுந்தோர் யாகபலி செய்து, மந்திரங்கள் உச்சரித்து, வேள்விகளும் யாகங்களும் செய்வதை கண்கொட்டாமல் பார்த்தனர். ஆரியரிடையே வழிபாட்டு மொழியாக சமஸ்கிருதம் இருந்தது. புலம்பெயர்ந்தோர் மத்தியிலிருந்த அறிஞர்களும் படிப்பறிவு மிக்கோரும், நீண்ட

ஆயுளுக்காகவும் வளத்திற்காகவும் யாகங்கள்/வேள்விகள் செய்யுமாறு பிராமணரல்லாதாரை வற்புறுத்தினர். 1960-கள் 1970-களில் வேதங்கள், அவற்றை ஓதுதல், யாகம் குறித்து பலநூல்கள் (மற்றும் ஓர் ஆவணப்படம்) உருவாக்கிய அறிஞர் ஃப்ரிட்ஸ் ஸ்டாலின் செல்வாக்கு மிக்க புத்தகம், நம்பூதிரிகளுடன் அவர் கலந்துறவாடியதிலிருந்து கிடைத்தது. கேரளத்து பிராமணர் வேதகால ஆரிய மரபை தூய்மையுடன் எடுத்து வருபவராக கருதப்பட்டனர் (ஸ்டால் 1961).

அடுத்துவந்த காலம் கோயிலை மையமிட்ட பிராமணியப் பண்பாடு மலர்ந்ததைக் கண்ணுற்றது. பௌத்த விகாரைகளும் ஆரியருக்கு முந்தைய காவுகளும் கோயில்களாக மாற்றப்பட்டன. சுசீந்திரம், திருவனந்தபுரம், திருவாஞ்சியூர், எட்டுமானூர், திருச்சூர் போன்ற ஊர்களிலுள்ள பிரம்மாண்டமான ஆலயங்கள் எட்டாம் நூற்றாண்டில் நிர்மாணிக்கப்பட்டன. நில உரிமையாளர்களும் பொதுமக்களும் இக்கட்டுமானங்களுக்கு நிதிதந்தனர்; ஆனால் அவற்றின் நிர்வாகமோ பெரிதும் பிராமண நிலபிரபுக்களைக் கொண்ட குழுக்களிடம் இருந்தது. பிராமணர் மட்டுமே தெய்வங்களைப் பிரதிட்டை செய்யவும் பூசை செய்யவும் முடியும். இது அடுத்த பல நூற்றாண்டுகளுக்கு நீடித்தது. ஆலயங்கள் பெரும் பொன் கருவூலங்களைப் பெற்றன. எடுத்துக்காட்டாக தென் கேரளத்திலுள்ள திருவல்லா கோயில் பெருமளவு தங்கத்தைக் கொண்டிருந்தது. ஏராளமான நிலமிருந்தது பற்றிச் சொல்லவே வேண்டியதில்லை. திருச்சூரின் தெற்கிலுள்ள பெருவனம் ஆலயம், கிராமப்புறங்கள்-வனங்களின் பெரும்பகுதியைப் பெற்றிருந்தது.

நம்பூதிரிகளுக்கு உணவளிப்பது உள்ளிட்ட ஆலயப் பயன்பாட்டிற்காக, தொலைதூர சிலோனிலிருந்துகூட பெரும் நன்கொடைகள் வந்து குவிந்தன. கோயில் பல சமூக நடவடிக்கைகளுக்கான மையமாகிற்று. சிற்பம், சுவரோவியம், இதரகலைகள் ஊக்குவிக்கப்பட்டன. மருத்துவமனைகள், நிதிவசதிகள் போன்ற பொதுமக்களுக்கான சேவைகளும் கோயிலால் வழங்கப்பட்டன. வரிவசூலிக்கும் உரிமைகூட ஆலயங்களிடம் ஒப்படைக்கப்பட்டன. வரலாற்றாளர் கேசவன் வெளுத்தட், உற்பத்தி-விநியோகம் என்னும் நடவடிக்கைகள் சூழ்ந்த மையமாக கோயில் வளர்ச்சியுற்றதாக வாதிட்டார்; சாதிய நிறுவனம் உருப்பெற்று திடப்படுத்தப்பட்ட வகைமாதிரியை தீர்மானித்தது கோயிலாக இருந்தது... உள்ளூர் தலைவரின் பிரதேசத்திற்குள்ளாக அரைபாதி தன்னாட்சி அமைப்பு மற்றும் பல்வேறான உள்ளூர்

தலைவர்கள் திரண்ட மையங்களாகவும்கூட, அரசியல் நடவடிக்கை மையமாகவும் ஆலயம் வளர்ந்தது. சுருக்கமாகச் சொல்வதானால், பிராமண குடியிருப்பின் அணுக்கருவாயிருந்த ஆலயம், பொருளாதாரம், சமூகம், அரசியல் அமைப்பு ரீதியில், கேரளாவின் வாழ்க்கை முறையை உருமாற்றிய முகமையாக செயலாற்றியது (வெளுத்தட் 2013). ஒன்பதாம் நூற்றாண்டிலிருந்து பதினெட்டாம் நூற்றாண்டு வரை, அரசியல் முக்கியத்துவத்தில் அரசையும் குறைத்துச் சுருக்கிய அக்காலம் ஆலயங்களின் பொற்காலமாயிருந்தது. பதினெட்டாம் நூற்றாண்டில்தான் திருவாங்கூர் மன்னர் மார்த்தாண்டவர்மாவும் கொச்சி மன்னர் சாக்தன்தம்புரானும் ஆலயங்களைக் கட்டுப்படுத்த முயன்றனர்.

ஆலயங்களின் கட்டுப்பாட்டைப் பெற்றிருந்தது, பிராமணர் பெருமளவிலான நிலத்தைக் கைகொள்ள வழிவகை செய்தது. கோயிலுக்கும் சமுதாயத்திற்குமான நிலத்தை ஒதுக்குவதில் ஒரு குழு, கிராம மன்றமாகவும் செயல்பட்டு, முன்னின்றது. ஆரம்பத்தில், பிராமணர் மற்றும் பிராமணரல்லாதார் இருவரையும் உள்ளடக்கிய இக்குழுக்கள் ஓராண்டுக்கு தேர்ந்தெடுக்கப்பட்டன. இத்தகைய சூழலில் ஊழலும் சந்தர்ப்பவாதமும் எழுந்தது எதிர்பார்க்கப்பட்டதுதான். சில தனிப்பட்ட நிலபிரபுத்துவ குடும்பங்களால் கோயில் மற்றும் குடும்ப சொத்துக்களின் மீதான கட்டுப்பாட்டை இறுக்கிக்கொள்ள முடிந்தது. இப்பொறுப்புக் காலம் சீராக நீட்டிக்கப்பட்டு வர, இறுதியில் நிலபிரபுக்கள் தமக்கென்று பராமரித்திடும் தனிப்பட்ட சொத்தாகியது. இதன் மூலம், ஜனநாயகமென்று அம்மன்றம் பாவனை செய்துவந்ததும் சரிந்தது. மார்த்தாண்ட வர்மாவின் ஆட்சிக்கு சுமார் இருநூற்றாண்டுகளுக்கு முன்னர், திருவனந்தபுரத்தின் சிறி பத்மநாபசுவாமி ஆலயம் ‘எட்டரையோகம்’- எட்டு பிராமணரும் ஒரு நாயரும் கொண்டது-என்னும் அமைப்பால் நிர்வகிக்கப்பட்டது.

சாணக்கியரின் அர்த்தசாத்திரம் பிராமணரை பூதேவர்கள்-பூமியிலுள்ள கடவுள்கள்-என்றது. பிரமதேயம் எனப்படும் நிலக்கொடைகள் பெறும் உரிமை மற்றும் மதத்தின் மீதான கட்டுப்பாடு பிராமணருக்குச் சாதாரணமாயிருந்தன; இச்சிறப்பு உரிமைகளுக்கு சாத்திரங்களின் உத்தேச அனுமதி இருந்தது. கேரளத்தில் நிலம் பல வழிகளில் பிராமணரின் உடைமையானது. நிலக் கொடைகள் குறித்த பரசுராமனின் தொன்மம், சாளுக்கியரும் பல்லவரும் கடம்பரும் பிராமணருக்கு அளித்த பெரிய தோட்டங்களையும் கிராமங்களையும் அடையாளப்படுத்திற்று.

பிராமணனின் ஆசீர்வாதம் தெய்வீக அருளைக் கொண்டுவரும் என்று நம்பிய ஆட்சியாளர்கள், தொலைதூரத்திலிருந்து பிராமணக் குடும்பங்களைத் தருவித்து, வேள்விகள் செய்யும் பொருட்டு, பரந்துபட்ட நிலங்களைத் தானமளித்தனர். ஆணும் பெண்ணுமாகிய பறையர் நிலத்துடன் சேர்ந்து தானமளிக்க வேண்டிய சொத்தாக இருந்தனர்.

நிலத்தைப் பெற்றிட பிராமணர் முறையற்ற வழிகளை மேற்கொண்டனர் என்பதில் வரலாற்றாளர்களிடம் உடன்பாடு உண்டு. பிராமண அறங்காவலர்கள் ஆலயச் சொத்துகளையும் நிதிகளையும் தவறாக நிர்வகித்து, அவற்றின் வருவாய் முழுவதையும் அனுபவித்தனர் என்கிறார் ஏ.சிறிதர மேனன். '11–ஆம் நூற்றாண்டில் சோழ-சேர யுத்தத்தின் சிக்கலான கட்டத்தின்போது, நிலங்களையும் சொத்துகளையும் வைத்திருந்த சாதாரண வாரதாரர் பலர், நம்பூதிரி பிராமணரிடம் அவற்றை கைமாற்றினர்; இப்படி மாற்றப்பட்டவை கோயில்களுக்கும் குடும்பங்களுக்கும் (தேவஸ்வம், பிரம்மஸ்வம்) உரியவை என்று கருதப்பட்டன; இவை எதிரிகளால் நாசமாக்கப் படுவதிலிருந்தும் வரிவிதிப்பிலிருந்தும் தப்பித்தன.' 12-ஆம் நூற்றாண்டில், மக்கள் தொகையில் ஒரு சதம்கூட இருந்திராத பிராமணருக்கு நிலமனைத்தும் உரியதாயிருந்தது என்பது இயல்பானதாக ஒத்துக் கொள்ளப்பட்டது. மக்களின் பல்வேறு பிரிவினரும், வாரதாரர்கள்- சேவர்களாக குடியிருப்புகளுக்குச் சேவை புரியச் சேர்க்கப்பட்டனர். பிராமணரல்லாதார்-இந்துக்களல்லாதாரிடமிருந்து வசூலிக்கப்பட்ட வரி- அபராதத்தின் ஒரு பகுதி திருவிழாக்களுக்கு வாரி இறைக்கப்பட, அது திரும்பவும் பிராமணரால் கைக் கொள்ளப்பட்டது.

சமஸ்கிருதம் மற்றும் சமஸ்கிருத மந்திரங்கள் அறிந்து, நிலத்தின் மீதும் மத வாழ்க்கை மீதும் முழுக்கட்டுப்பாட்டைக் கொண்டிருந்த பிராமணர்களை, சமூக-பொருளாதார வாழ்வின் அனைத்து அம்சங்களின் மீதும் தம் பிடிப்பை நீட்சி கொள்ளுமாறு செய்தது. நம்பூதிரிகளின் நில உரிமையையும் மேலாதிக்கத்தையும் நியாயப்படுத்தி நீட்டிக்கச் செய்திடும், ஒரு சித்தாந்த அமைப்பை நிர்மாணித்திட, பரசுராமன் சாகசக் கதை பயன்படுத்தப்பட்டது. குடியிருப்புகள், அரைபாதி பழங்குடித் தன்மையும் அரைபாதி நாடோடித் தன்மையுமுள்ள சமூகத்தை ஆலயம் சார்ந்ததாக வேளாண்மையை மையமிட்டதாக சாதிய சமூகமாக மாற்றியமைத்தன. இப்படிப் பிறந்தது நிலபிரபுத்துவம்,

வெளுத்தட் எழுதுகிறார்: "பிராமணிய நிலபிரபுத்துவம் எழுந்தது, வரலாற்றுப் பரிணாமத்தின் நிகழ்வுப் போக்கிலான வளர்ச்சிகளின் வரிசையின் உச்சமாகியது. பெரும்பரப்பிலான நிலம், வாரதாரர்கள், சேவகர்கள் மீதான கட்டுப்பாட்டுடன் நிலப் பிரபுக்களாகிய பிராமணரின் நிலை, நிலப்பிரபுத்துவ உரிமைகள் அனைத்துக்கும் உரியவர்களாக்கிற்று. இவற்றுடன் புரோகிதமும் சேர்ந்துகொள்ள, அவர்களை சமூகத்தின் உச்சியில் நிறுத்திற்று, இந்த உயர்வுதான், வரவிருக்கும் ஆண்டுகளில், கேரளாவின் சமூக-பண்பாட்டு வளர்ச்சியின் வகைமாதிரியில் செல்வாக்குச் செலுத்தியது."
(வெளுத்தட் 2013)

தென்னிந்தியாவில் பிராமணர் அதிகாரம் விரிவடைந்தது அகிம்சை வழிகளால் மட்டுமில்லை. கேரளாவைப் பாதுகாக்க 36,000 பிராமணருக்கு பரசுராமன் ஆயுதங்கள் வழங்குவது பற்றிய குறிப்பு கேரளோல்பத்தியில் உள்ளது. பத்து கிராமங்களைச் சேர்ந்த இப் பிராமணர்கள் அர்த்த பிராமணர் மற்றும் சகஸ்திர பிராமணர் எனப்படலாயினர். இவர்கள் வேதம் பயில்வதிலிருந்து விலக்கு பெற்றனர். பொதுசகாப்தம் 999-இல் சோழர் கேரளத்தைத் தாக்கினர், அவர்களுக்கிடையிலும் சேரருடனுமான மோதல் 11-ஆம் நூற்றாண்டில் நீடித்தது. குலசேகரர்கள் போருக்காக நிதியாதாரங்களையெல்லாம் திரட்டினார்கள். 30,000 பிராமணர் பங்கேற்றதாக கேரளோல்பத்தி கூறும் சண்டையில், காந்தளூர் சாலை முக்கிய பங்காற்றியது. இடைக் காலத்தின் ஆரம்ப கட்டத்தின்போது, ஆலயங்களின் ஆதரவுள்ள அமைப்புகள் வாயிலாக தரப்பட்ட ராணுவப் பயிற்சி, சமூக அமைப்பை தீவிரமாக மாற்றியமைத்தது. மக்களின் சமூக-பொருளாதார, மத வாழ்க்கை மீதான அவர்தம் கட்டுப்பாடு விரைவில் முழுமையடைந்தது.

சாதிப் பிரிவினை

பிராமணரை உச்சியிலுடைய நால்வர்ண அமைப்பு, மேய்ச்சலிலிருந்து கலப்பையை அடிப்படையாகவுடைய வேளாண் பொருளாதாரத்திற்கான இடைநிலை மாறுதலில் வேர்கொண்டது. டி.டி.கோசாம்பியைப் பொறுத்தவரை, சிந்துவெளி புரோகிதர்கள் மற்றும் ஆரிய புரோகிதர்களுக்கிடையிலான அணிசேர்க்கை, அகமண முறையுள்ள சதுர்வர்ண அமைப்பின் தோற்றத்தின்

பின்னே இயங்கிற்று. பிற்பாடு இன்னும் கேடான சாதியமைப்பு எழுந்தது. வர்க்கங்களுடன் சேர்ந்து மறைந்து விடக்கூடிய மேல் கட்டுமானத்தின் பகுதியாக கம்யூனிஸ்டுகள் சாதியைக் கருதினர். இது நிலவரத்தை கடுமையான அளவில் தவறாக வாசித்ததாயிற்று. சாதிக்கும் நில உரிமைக்குமிடையிலான பிரிக்க முடியாத பிணைப்பு புறக்கணிக்க முடியாதது. நிலபிரபுத்துவம் சாதி அடிப்படையிலான உற்பத்தி உறவுகளின் மீது நிர்மாணிக்கப்பட்டதே ஒழிய, வேறுவகையில் அல்ல என்று பிரதீபன் பம்பிரிகுன்னு கருதுகிறார். சாதிக்கும் சாதி உரிமைக்குமிடையிலான தொடர்பு புறக்கணிக்கப்பட்டதால், கேரளத்து நிலச்சீர்திருத்தங்கள் தலித்துகளுக்கு எதிராயிருந்தன என தலித் இயக்க சரிதையாளர் சன்னி எம். கப்பிக்காட் வாதிடுகிறார்.

இந்தியாவில் பிராமணிய மேலாதிக்கம் பிரித்தானிய காலனியவாதத்தால் வலுப்படுத்தப்பட்டது. கிழக்கிந்திய கம்பெனி காலத்தில், தலைமை ஆளுனர் வாரன் ஹேஸ்டிங்ஸ், பழமைவாத பண்டிதர்களும் மௌலவிகளும் விளக்கியவாறு, உள்ளூர் மத மரபுகளுக்கு மதிப்பளித்தார். பிரித்தானியர் சாதியை இந்திய சமூகத்தின் அச்சாணியாகக் கருதினர். காலனிய நாயகர்கள், சாத்திரங்கள் அறிந்த பிராமணரை இந்நாட்டில் சிறந்த தரகர்களாக எண்ணினர்; சாதிய படிமுறையின் அடியிலுள்ள காலனியப்படுத்தப்பட்ட இதர பிரிவுகளின் வகைமாதிரியை தகவமைத்துக் கொண்டனர்.

சாதியமைப்பின் பண்பு நலன்களில் ஒன்று, அறிவில் இறுக்கமான உழைப்புப் பிரிவினையாகும். பிரத்யேகமாக அறிவைப் பெற்றிருந்தது, பிராமணர் அதிகாரத்தைக் கைப்பற்றவும் நூற்றாண்டுகளாக மேலாதிக்கத்தை பராமரிக்கவும் வழிவகை செய்தது. பிராமணர் மேலோங்கிய சமூகத்தில், மத விஷயங்களிலும் அறிவைப் பெரும் உரிமையிலும் நம்பூதிரிகள் ஏகபோகத்தை அனுபவித்தனர். அறிவைப் பெறுவதற்கான தாழ்ந்த சாதிகளின் முயற்சிகள் குற்றமாகக் கருதப்பட்டது. சத்திரியர் கூட மேலோட்டமான அறிவு பெறவே அனுமதிக்கப்பட்டனர்; அதனை வளர்த்தெடுப்பது அல்லது பரப்புவதிலிருந்து தடுக்கப்பட்டனர். இவ்வுழைப்புப் பிரிவினை அரசால் சட்டரீதியாக நடைமுறைப்படுத்தப்பட்டது. படிப்பறிவுள்ள சூத்திரன் குடிகாரனாக வெறிகொண்ட மாடாக ஒதுக்கப்பட்டான். இதற்கு நியாயம் கற்பிக்கும் வகையில், சாதியப் படிமுறையின்

சிக்கலான அமைப்பு ஆதிசங்கரரின் அங்கீகாரம் பெற்றது என்றது கேரளோல்பத்தி.

நம்பூதிரிகள் சீக்கிரமே, மதிக்கப்படும் புரோகித சமுதாயமாக வளர்ந்தனர். வாரியர், மரார், பொதுவில் போன்றோர் புரோகிதராக இல்லாவிடிலும் சமூகக் குழுக்களாக கோயில்களுடன் பிணைக்கப்பட்டிருந்தனர். அணுகக்கூடாது என்ற தடையில்லாத நாயர்கள் நம்பூதிரிகளுக்குச் சேவை புரிந்தனர், ஆனால் தொடலாகாது. ஈழவர்கள் நாயர்-நம்பூதிரிகளிடமிருந்து 16 அடி தூரத்தையும், புலையர்கள் ஈழவரிடமிருந்து 32 அடி தூரத்தையும் பராமரிக்க வேண்டும். வடஇந்தியாவின் கும்பமேளாவைப் போல, திருநாவாயில் 12 ஆண்டுகளுக்கு ஒருமுறை நிகழ்ந்து வந்ததைப் போன்ற, ஆடம்பரமான மதத் திருவிழா மகாமகத்தின் அனுமதி பெற்றது இத்தூர விதி.

தீண்டத்தகாதோர் ஆலயங்களுக்கருகிலுள்ள சாலைகளில் செல்ல அனுமதிக்கப்படவில்லை. இவ்விலக்கு இருபதாம் நூற்றாண்டு வரை நீடித்து, இதனால்தான் வைக்கத்திலுள்ள சிவன் கோயிலருகே வரலாற்று முக்கியத்துவம் வாய்ந்த சத்தியாகிரக போராட்டம் நிகழ்ந்தது. ஆலயங்களுக்கு அருகிலுள்ள சாலைகளிலும் பிராமணர் இல்லங்களிலும் 'தாழ்ந்த சாதியினருக்கு அனுமதி இல்லை' என அறிவிப்புகளை அரசாங்கம் நிறுத்தியது. திருச்சூர் பூரம் போன்ற திருவிழாக்களின் போது, சுவாமி சிலையை தூக்கி ஊர்வலம் செல்லும் பிராமணர் மற்றும் இதர உயர் சாதியினரை தீட்டாக்கி விடுவதைத் தவிர்க்கும் வகையில், சாலையோரங்களில் வீடுகளைக் கொண்டுள்ள ஈழவரும் பிற தீண்டத் தகாதோரும், தம் இல்லங்களிலிருந்து வெளியேற வேண்டியிருந்தது. வசதிபடைத்த நன்கு கல்வி கற்ற முன்னணி ஈழவர்களான சி.கிருஷ்ணன், பி. பால்பு, பி. வேலாயுதன், குமாரன் ஆசான் போன்றோர் கூட தம் பகுதியிலுள்ள பல சாலைகளில் பயணிக்க முடியாதிருந்தது.

இரு பிறப்பாளருக்கு கோயில்கள் உணவு வழங்கி வர, மாவேலியின் வீழ்ச்சிக்குப் பிறகு, ஆரியர்கள் மற்றவர்களை விட உயர்ந்த பீடத்தில் தம்மை நிறுத்திக் கொண்டனர். டச்சுக்காரரை இருமுறை மண்டியிட வைத்த, கற்பனைவளமிக்க ஆட்சியாளரான மார்த்தாண்ட வர்மா ஆளுகையில், இலவச உணவகங்கள் காளான்கள் போல பெருகின. கோழிக்கோட்டு ஆட்சியாளர் ஆலயங்களுக்கு நெல்வயல்களை தானமளித்து, உயர்சாதியினருக்கு இலவச உணவு கிடைக்குமாறு செய்தார்.

விசேசமான நிகழ்வுகளிலும் பிராமணருக்கு சாப்பாட்டு கூடங்கள் ஏற்பாடு செய்யப்பட்டன. இக்கொள்கை ஒட்டுண்ணி வர்க்கத்தாரை வளர்த்தெடுக்க, பொதுமக்களில் சில பிரிவினர் பட்டினியுடன் திரிந்தனர்.

திருவனந்தபுரத்தின் மத்தியிலுள்ள பத்மநாபசுவாமி கோயிலின் முறை ஜபம் சடங்கிற்காக தென்னிந்தியாவின் பலபகுதிகளிலிருந்தும் பிராமணர் வரவழைக்கப்படுவதுண்டு. நாளொன்றுக்கு 3 மணி நேரம் வீதம் எட்டு நாட்களில் ஒரு சுற்று முடிவதாக, ரிக்வேதம், யஜுர்வேதம், அதர்வவேதம் ஆகிய மூன்று வேதங்களும் இச்சடங்கில் ஓதப்பட்டன. 1744-இல் தொடங்கப்பட்ட இது, ஆறு ஆண்டுகளுக்கு ஒரு முறை நிகழ்ந்தது. 1750-இல் மட்டும் இதற்கான செலவு, அதிர்ச்சி அளிக்கும் வகையில் இரண்டு லட்சம் ரூபாயாக மதிப்பிடப்பட்டது. 56 நாள் முறை ஜபத்தின்போது பிராமணருக்கு வசதியான உறைவிடமும் உணவும் ஏற்பாடு செய்யப்பட்டது. மருத்துவ வசதி தேவைப்படுகையில் உதவும் வகையில் ஆயுர்வேத மருத்துவர்கள் வரவழைக்கப்பட்டிருந்தனர். ஒட்டுமொத்த நிகழ்வும், தவத்தின் வடிவில் மக்களுக்கு வளம் கிடைப்பதை உறுதிப்படுத்த நடப்பதாகத் தெரிந்தது. அப்பிரும்மாண்டமான கோயிலைச் சுற்றியிருந்த பகுதிகள் தீண்டத்தகாதவர் நெருங்க முடியாததாக இருந்தன. ஒருமுறை அப்படிப் பிடிபட்ட ஈழவ வழக்குரைஞர் தொலை தூரத்திற்கு அனுப்பப்பட்டார். சமூகத்தின் தீமைகளை எதிர்த்து போராட்டம் நடத்திய, பிராமண புரட்சியாளர் வி.டி.ராமன் பட்டத்திரிபாட், சாதாரண மனிதனிடமிருந்து வசூலிக்கப்படும் தொகையால் நடத்தப்படும் இச்சடங்கினை, ஒதுக்கித் தள்ளுமாறு தன் நம்பூதிரி சோதரருக்கு தீவிர வேண்டுகோள் விடுத்தார். ஆட்சியாளர் பிராமணனையும் பறையனையும் ஒரே கண்கொண்டு பார்க்கவேண்டும் என தீப்பொறி வீசும் பத்திரிகை ஆசிரியர் கே. ராமகிருஷ்ண பிள்ளை *ஸ்வதேசாபிமானி*யில் எழுதியபோது, அப்பகுதியிலிருந்து அப்புறப் படுத்தப்பட்டார். இச்சடங்கிற்கு வீணாக்கப்படும் லட்சக்கணக்கிலான தொகை எளியவருக்கு உணவளிக்கப் பயன்படுத்தப்பட வேண்டும் என *மிதவாதி* என்னும் வார இதழ் கோரிற்று.

மார்த்தாண்ட வர்மாவும் சிறிமூலம் திருநாளுடன் முடிவுறும் அவருக்கு அடுத்து வந்த ஆறு ஆட்சியாளர்களும், பிராமணருக்குப் பெருந்தொகைகளை தானமளித்தனர். முடிசூட்டு வைபவத்தின் போது நிகழும் ஹிரண்ய கர்ப்ப தானத்தில், பொன்னாலான

பசுவின் வாய்க்குள் நுழைந்து, அதன் ஆசன வழியாக மன்னன் வெளிவர வேண்டும்-அப்போது பிராமணரின் மந்திர உச்சாடனங்கள் கேட்டுக் கொண்டிருக்கும். பிற்பாடு பொன்னாலான பசு துண்டுகளாக்கப்பட்டு பிராமணருக்கு வழங்கப்படும். அத்துடன், நாயர் குடும்பங்களில் படுத்த படுக்கையாயுள்ள ஆடவரும் பெண்டிரும், சொர்க்கத்திற்கான குறுக்கு வழியாக, பிராமணனுக்கு அலங்கரிக்கப்பட்ட பசுவையோ அதற்குச் சமமான தொகையினையோ அளிக்க வேண்டும்.

நம்பூதிரி இல்லங்கள் காட்டுமிராண்டித்தனமான ஆணாதிக்கக் கோட்டை களாயிருந்தன. பொதுச் சகாப்தத்திற்கு முன்னே சுமார் 200 மற்றும் பொதுச் சகாப்தம் 200-க்கு இடையே எழுதப்பட்ட, அப்பட்டமான ஆணாதிக்க *மனுஸ்மிருதியே*, கேரளாவுக்குள் நுழைந்த பிராமணரின் வாழ்வை நிர்வகித்தது. பதினான்காம்-பதினைந்தாம் நூற்றாண்டுகளுக்கிடையே, நம்பூதிரிகள் *லகுதர்ம பிரகாஷிகா* அல்லது *சாங்கரஸ்மிருதி* என்னும் புதிய நெறிமுறையை வடிவமைத்தனர்- அது மனுஸ்மிருதியை விடவும் கெட்டிதட்டியதாக ஆணாதிக்கமுள்ளதாக இருந்தது. இந்த சம்ஸ்கிருத பனுவலுக்கு பல நூற்றாண்டுகளுக்கு முன்னர் சங்கரர் வாழ்ந்தமையினால், சிலரைப் போல இந்நூலாசிரியராக அத்வைத சித்தாந்தியை கற்பிப்பது சரியல்ல. இதன் ஆசிரியராக, பரசுராமனின் பக்தனான ஒரு பழமைவாத சங்கரன் நம்பூதிரி இருந்திருக்க வேண்டும். சில பிராமணர் சேர்ந்து எழுதிவிட்டு, அதற்கு தெய்வீக மரியாதை ஏற்படுத்தும் பொருட்டு, ஆதிசங்கரரை கற்பித்திருக்க வாய்ப்புண்டு. எது எப்படியாயினும் இந்நூல், இருபதாம் நூற்றாண்டின் முதல் தசாப்தங்கள் வரை, நம்பூதிரியின் அன்றாட வாழ்வை நிர்வகித்தது.

அப்பட்டமான ஆணாதிக்க *சாங்கர ஸ்மிருதியின்* பாரத்தினால், அனைத்துச் சாதிப் பெண்களுமே அறிவைப் பெறுவதிலிருந்து வளர்த்தெடுப்பதிலிருந்து தடுக்கப்பட்டனர். பிராமணரால் உருவாக்கப்பட்ட சமூக அமைப்பில் வதைபட்டவர்களாயிருந்தவர்கள் குறிப்பாகப் பிராமணப் பெண்டிரே. இன்றைக்கும் மணமான பிராமணப் பெண்டிர் *அந்தர் ஜனங்கள்*- அகத்திலுள்ள பெண்கள் எனப்படுகின்றனர். சாங்கர ஸ்மிருதியின் படி அந்தர் ஜனங்கள் தம் ஆயுள் முழுதும் வீட்டுக்குள்ளேயே இருத்தல் வேண்டும். இப்புது நெறிமுறை, தம் சமுதாயப் பெண்கள் மீது ஆண் பிராமணன் செலுத்திய ஆண்மையற்ற அதிகாரத்தின் வெளிப்பாடாயிருந்தது-இதைச்

செய் அல்லது செய்யாதே-அதிகமும் செய்யாதே என்பதன் தொகுப்பாயிருந்தது. அந்நியர், வயது வந்த மருமகன்கள் முன் தோன்ற பெண்கள் அனுமதிக்கப்படவில்லை; வீட்டுக்கு வெளியே சென்று கல்விபெற முடியாது; அந்நியரைச் சந்திக்க இயலாது, வேதம் ஓதுவதைக் கேட்கக் கூடாது; இரவில் வீதிகளில் நடமாட முடியாது; பண்டிகைகளின் போது கோயில்களுக்குப் போக முடியாது; மூக்குத்தி போட்டுக்கொள்ள இயலாது என்றெல்லாம் இருந்தது. கடுமையான பர்தா முறை நடைமுறையிலிருந்து-வெளியே செல்லும்போது தாழங்குடையின் கீழ் தம்மை மறைத்துக் கொள்ள வேண்டும்.

பிராமண ஆண் பெண்ணின் பாலியல் தன்மை மீது இறுக்கமான கட்டுப்பாட்டைச் செலுத்தினான். சமுதாயத்திலுள்ள பெண்டிரை மனுஸ்மிருதி பாலியல் பண்டங்களாகக் கருதிற்று. அப்படியே சாங்கர ஸ்மிருதியும். திருமணமான பெண்களுக்குரிய வேலை பிள்ளைகளைப் பெறுவதும் வளர்த்தெடுப்பதும்தான். திருமணத்திற்குப் பெற்றோர் அனுமதிக்கவில்லையெனில், பிராமண யுவதிகள் தம் கணவரைத் தெரிவு செய்துகொள்ள மனுஸ்மிருதி அனுமதித்தது. *சாங்கரஸ்மிருதி* அந்தச் சுதந்திரத்தையும் அளிக்கவில்லை. அது ஒருதார மணத்தை விதியாக்கியது-தன் மனைவி கருத்தரிக்க முடியாதபோது, நம்பூதிரி இரண்டாவது மணம் செய்துகொள்ள முடியும்-ஆனால் இது பின்பற்றப்படவில்லை. இதனால் குடும்பத்திலுள்ள மூத்த சகோதரன் அதிகமும் மண முடித்தவனாக இருந்தான். அந்தர் ஜனங்களின் வாழ்வை சுவாரசியம் அற்றதாக உற்சாகமற்றதாக சித்தரித்தது சாங்கரஸ்மிருதி; இருளடைந்த காராகிருகங்களுக்குள்ளேயே அவர்கள் புழுங்கிக் கிடக்க வேண்டியிருந்தது. அறிவிழந்த சம்பிரதாயங்களால் பிணைக்கப்பட்டு, உதடுகள் கடவுள் பெயரை உச்சரிக்க, கணவன்மாரின் நீண்ட ஆயுளுக்காகப் பிரார்த்தித்துக் கொண்டிருந்தனர். வயது முதிர்ந்த ஆண்களை மணந்து கொள்ளுமாறு பெண்கள் கட்டாயப்படுத்தப் பட்டமையால், கணவன்மார் சீக்கிரமே இறந்துவிடுவது வழமையாகி, விதவையின் வாழ்வு அப்படியே உறைந்து நின்றது-எஞ்சிய ஆயுளையெல்லாம் ஜெபமாலை உருட்டியே கழிக்கவேண்டும். விதவை மறுமணம் கேள்விப்பட்டிராத ஒன்று. தன் அந்தர்ஜனங்களின் கற்பினை நம்பூதிரி பொறாமையுடன் காவல்காத்தான். அவள் அலைபாய்வதாக லேசான வதந்தி கிளம்பினாலும், குடும்பத்தில் நடக்கும் ரகசிய விசாரணைக்குள்ளாகி, சீக்கிரமே

வெளியேற்றப்பட்டுவிடுவாள். உரூப் (பி.சி.குட்டி கிருஷ்ணன்) எழுதிய சுவாரசியமான மலையாள நாவல் *உம்மாச்சு*-வில் நான்கு மனைவியருடைய மூத்த நம்பூதிரி இருக்கிறார்- இரு மனைவியர், பிள்ளை பெறும் பொருட்டு தன் சமூகத்திலிருந்து வந்தவர்கள், உல்லாசத்திற்காக ஒரு வாரியர் மனைவி, நான்காவது மனைவி, சத்திரிய உறவால் தனக்குக் கிடைக்கும் கவுரவத்தின் பொருட்டு அரச குடும்பத்தைச் சேர்ந்தவள், இதுவன்றி, உயர் சாதியானாலும் தீண்டத்தகாத நாயர் சமூகத்திலிருந்து ஏராளமான தொடர்புகள். அவரது அந்தர்ஜனங்களில் ஒருத்திக்கும் அந்நியன் ஒருவனுக்குமிடையிலான விவகாரம் பரவுகிறது. ஆவேசத்தில் நம்பூதிரி குற்றம் செய்த மனைவியைக் கொன்றுவிட, அவளது காதலனால் நம்பூதிரி கொல்லப்படுகிறான்.

குடும்பத்திலுள்ள இளைய சகோதரர்களுக்கு அதே சமுதாயத்தில் மணமுடித்துக் கொள்ள அனுமதி இல்லை; நாயர்கள்-வாரியர்கள் போன்ற சவர்ண சாதிகளில் சம்பந்தம் என்னும் அருவருப்பான ஏற்பாட்டின்படி மனைவியரைத் தேடிக்கொள்ள வேண்டும். பிராமணரல்லாத மனைவி/பிள்ளைகள் அவனது சொத்தில் உரிமை கோர முடியாதது ஒருபுறமிருக்க, அவனைத் தீட்டுப்படுத்தாமல் அவனைத் தொட முடியாது. அதாவது சொத்துப் பிரிவினை ஆகாமல் இருப்பதற்காக இந்த ஏற்பாடு. (ஆதிபுராணத்தின் *ஸ்மிருதிசந்திரிகா*விலுள்ள விதி, தாழ்ந்த சாதி மனைவியுடன் ஒரு பிராமணன் உண்டால், அவன் தன் சாதியை இழந்து விடுவான் என்கிறது.) சத்திரியக் குடும்பங்களில் பிறந்த யுவதிகளும் நம்பூதிரிகளுக்கு மணமுடிக்கப்படுவதுண்டு. பிராமணனின் வித்தே நல்ல மன்னரை உற்பவிக்கும் என்கிறது *கேரளோல்பத்தி*, எனவே பிரம்மஸ்வம் சொத்திலுள்ள பங்குபற்றி அரச குடும்பத்தினர் கவலைப்படவில்லை. இத்தகைய வெட்ககரமான நெறிமுறைகள் இருந்தும், நாயர் குடும்பங்கள் பிராமணனால் பெற்றெடுக்கப்பட்ட குழந்தைக்காகப் பெருமைப்பட்டதால், அது பிராமணனுக்கு தகுதிநிலை அளிக்கும் அடையாளமாயிருந்தது. பிராமணியம், பிராமணனின் கொடுங்கோன்மையை விடவும் கூடுதலாயிருந்தது. பிராமணர் அல்லாதோரிடத்தே சாதியமைப்பைத் திணிப்பது பிராமணரின் வலிமைக்கு அப்பாற்பட்டதாயிருந்தது என பி.ஆர். அம்பேத்கர் வாதிட்டார்; சாதியக்கேடு இந்து மதத்திற்குள் அடங்கவுமில்லை-செமிடிக் மதங்களுக்குள்ளும் கசிந்திருந்தது; கிறித்தவர்-இஸ்லாமியர் மத்தியிலும் தீண்டத்தகாதவர்களும் பிராமணரும் உள்ளனர். பிராமணியம் எனப்படுவது

பிராமணர்களுடன் மட்டுமே பிணைந்ததாக இல்லை. சுதந்திரம், சமத்துவம், சகோதரத்துவம் எண்ணம் உணர்வை நிராகரிப்பதே பிராமணியம் என்று தனது சாதி ஒழிப்பில் குறிப்பிடுகிறார் அம்பேத்கர். 'பிராமணியம், சத்திரியருக்கு எதிராக பிராமணராலோ சூத்திரருக்கு எதிராக வைசியராலோ தீண்டத்தகாதோருக்கு எதிராக சூத்திரராலோ நடைமுறைப் படுத்தப்படுவது மட்டுமின்றி, நெருங்கமுடியாதவருக்கு எதிராக தீண்டத்தகாதோராலும் காணக்கூடாதவருக்கு எதிராக நெருங்கமுடியாதவராலும் நடைமுறைப்படுத்துவதுமாகும். ஒருவர் எந்தச் சாதியைச் சார்ந்தவராக இருப்பினும், ஒவ்வொருவரிடத்தேயும் பிராமணியத்தின் வீதாச்சாரம் உள்ளது.'

3

மாபெரும் பலியாளர்

சமூக ஞாபகத்தின் திருவுருத்தன்மையதான இடத்திலிருந்து மகாபலியை இறக்கி விடுவதற்கான பிராமணிய இந்து மதத்தின் விடாப்பிடியான முயற்சிகள் தவறாமல் தோன்றின. பல சிறப்புகள் வாய்ந்த மன்னன் மலையாளியின் மணத்தைத் தொடர்ந்து ஈர்த்திருந்தான். பொதுமக்களைப் பொறுத்தவரை ஓணம், சூதுவாதுள்ள குள்ளனான எதிரிக்கு மேலே தலைநிமிர்ந்து நிற்கும் மாபெரும் வீரனுக்கு பரவசமிக்க வரவேற்பளிக்கும் நேரமாகும். பலி, விரோசனின் மகன், பிரகலாதனின் பேரன். பிரகலாதனின் தந்தை இரணியகசிபு விஷ்ணுவின் நான்காம் அவதாரம் நரசிம்மத்தால் கொல்லப்பட்டான். அசுரனின் பிராமண குரு சுக்ராச்சாரியரை ஆலோசகரைக் கொண்ட பலி, மக்கள் மகிழ்ச்சியுடன் வாழ்ந்த வளமிக்க நாடாக மாற்றினான். விஷ்ணுவின் பக்தனாயிருந்தபோதும் பிரகலாதன், மகாபலியின் நாணயத்தையும் நேர்மையையும் பாராட்டினான். மாவேலி, வாமனன் முன் தலைவணங்கியபோது, தர்மம் கேட்டுவரும் ஒவ்வொருவரது ஆசையையும் நிறைவேற்றுவேன் என்னும் தன் வாக்குறுதியின் முன் தலைவணங்கிக் கொண்டிருந்தான். அடக்கமாகத் தோன்றும் பிராமணச் சிறுவன் கள்ளமற்றவனல்ல, மன்னன் வஞ்சனைக்குப் பலியாகிவிடக்கூடாது என்று எச்சரித்த, கடவுளரின் தந்திரத்தைக் கண்டுகொண்ட சுக்ராச்சாரியார் மற்றும் பிரகலாதனின் வார்த்தைகளை விடவும், தான் தெய்வீகமிக்கதாகக் கருதிய அகத் தேவைக்கு செவிமடுத்தான். சுக்ராச்சாரியார் அத்தர்மத்தை முறியடிக்க முயன்றார். ஆனால் மாவேலியின் தயாளம் அவனது அழிவாக முடிந்தது. வாமனனுக்கு அளித்த

வார்த்தையை நிறைவேற்றி, தன் அரசினை இழந்தபோதும், மக்களின் நீடித்த மரியாதையையும் பாசத்தையும் பெற்றுவிட்டான். தனக்கு சாதகமானது என்பதற்காகத் தன் அதிகாரத்தைப் பராமரிப்பதில் ஈடுபடாது, கொள்கையற்ற தன் எதிரியைப் போலின்றி, வெற்றிபெறும் பொருட்டு அறமற்ற வழியில் செல்ல அவ்வுன்னத மன்னன் மறுதலித்துவிட்டான். தனது நோக்கம் நிறைவேறியதும் வாமனன், அசுர வேந்தனின் மாட்சிமையையும் கொடைப் பண்பையும் விதந்தோதினான்.

தீரமிக்க வீரனும் தத்துவவாதி-அரச விற்பன்னருமான மகாபலி, ஆரியருக்கு முந்தைய திராவிடக் கடவுள் சிவனின் பக்தனாக விளங்கியவன். இச்சிராமண வேந்தன் சாதி எதிர்ப்பாளன், ஏழைகளின் பாதுகாவலன். சமூகத்தைப் பிரித்திடும் நால்வண்ண அமைப்பை அவன் விடாது எதிர்த்து வந்தான் என்பதற்கு மகாபாரதம் போதுமான சான்றினைக் கொண்டுள்ளது. உண்மையில், இந்த அசுர மன்னன் மீதான கடவுளரின் விரோதத்திற்கான காரணங்களுள் ஒன்று, தன் நாட்டில் சாதிப்பாகுபாட்டை நடைமுறைப்படுத்த மறுத்தது ஆகும். பிராமணியத்தின் வஞ்சனைகள்-வகை மாதிரியிடத்தே அவன் பொறுமை இழந்தான். சிராமணர்கள் அறிவார்த்த ரீதியில் தாழ்ந்தவர்கள், ஆளத் தகுதியற்றவர்கள். மற்றும் ஆளப்படுவதற்கே தகுதியானவர்கள் என்னும் பிராமணியத்தின் செல்லக் கொள்கையை அவன் நொறுக்கித் தள்ளினான். அதனின்றும் மக்கள் கனவுகாண்பதும் நூற்றாண்டுகளாக ஏங்குவதும் இந்த நாடாகவே இருந்தது. ஓர் ஆட்சியாளனாக, ஜனநாயகமும் மக்களிடத்தே நட்பார்ந்ததுமான அசுரர் விழுமியங்களில் கடப்பாடு மிகுந்திருந்தான். எனவேதான் அவனது அரசில் பறைசாற்றிக் கொள்ளும் சமத்துவம் நிலவிற்று. ஏசு கிறித்து கொண்டுவர விரும்பியதும், அவரது சீடர்கள் விரும்பாததுமான, நீதி, சுதந்திரம், சகோதரத்துவம், தோழமை நிரம்பிய புனித ஆவிக்குரிய அரசுக்கு நெருக்கமாயிருந்தது மாவேலி நாடு. மராட்டியத்தைச் சேர்ந்த சாதி எதிர்ப்பு சிந்தனையாளர் பூலே. மாபெரும் லட்சியத்தின் பொருட்டு தம்மை ஈந்த மாபெரும் மனிதராக, கிறித்துவையும் மகாபலியையும் ஒப்பிட்டார். கேரளா அரசாங்கம் மக்களுக்காக நுகர்பொருள் அங்காடி வரிசையை ஆரம்பிக்க எண்ணியபோது, மிகப் பொருத்தமான வகையில் மாவேலி அங்காடிகள் எனப் பெயரிட்டது.

பிராமணரல்லாத கடவுளர், எதிர்கடவுளர், வீரர், சமூகப் புரட்சியாளர், அடித்தள அறிவுஜீவிகள் என்னும் வல்லமை மிக்க திருஉருக்கள், வல்லமை மிக்க கலகக்காரர்களின் நீண்ட வரிசையில், வரலாற்றுரீதியில் இல்லாவிடினும் தொன்மப்படி மாவேலி, முதலாவதாயிருந்தார். அவர்களைப் போன்றே மாவேலி, ஒத்திசையாததும் எதிர் நிலையிலானதுமான மாற்றுப் பண்பாட்டினை மாவேலி பிரதிநிதித்துவப்படுத்தினார். மாவேலி எப்படி மல்ஹார் என்னும் புகழ்பெற்ற ராகத்தை உருவாக்கி, இசை ரசிகனாய் விளங்கினார் என ஜோதிபா பூலே எழுதினார்.

பாற்கடலைக் கடைந்தபோது மகாபலி, அசுரருக்கு தலைமை தாங்கி நடத்தினார். தேவரும் அசுரரும் சேர்ந்து வெற்றிகரமாக அமுதத்தை வெளிக் கொணர்ந்தபோது, விஷ்ணு கைப்பற்றி விட்டார். தொடர்ந்த சண்டையில் மகாபலி மோசமாகக் காயமடைந்தார். அரண்மனைக்கு எடுத்துச் செல்லப்பட்ட மன்னரை, அகத்தியர் உயிர்ப்பித்தார். ஆச்சரியப்பட வைத்திடும் பல்திறமையும் புலமையும் மிகுந்து, பிரம்மா-இந்திரன் போன்றோரிடமிருந்தும் பாராட்டுதலை பெற்ற இந்த அசுர மன்னன், காயங்கள் பட்டிருந்த வேளையிலும், கர்மாவுக்கும் பலனுக்குமிடையிலான உறவுநிலை குறித்து தன் பிரதான எதிரியிடம் ஆவேசமாகப் பேசினார். மீண்டும், தன் மணிமுடியை இழந்த பிறகு, தனக்கு எதிரான சாதியின் தீவிரத்தை உணர்ந்ததும், வாமனனுடன் முரண்பட்டு நின்று, அறச்சீற்றத்துடன் முழங்கினார்:

'உண்மைக்கும் நீதிக்கும் எதிராக நடந்துள்ளாய். உன்னால் மனிதரையே வீழ்த்த முடியும், கருத்துகளையல்ல. நான் பரப்பியுள்ள கருத்துகள் ஒருபோதும் மங்காது,' தத்துவவாதிகள் அரசர்களாக இருந்தாலொழிய அல்லது மன்னர்களும் இளவரசர்களும் உண்மையான தத்துவவாதிகளாய் இருந்தாலொழிய மானுட சமூகத்திற்கு விடிவில்லை என்னும் குடியரசில் காணும் பிளேட்டோ கருத்தை நடைமுறைகளுக்குக் கொண்டுவந்தார்.

தாழ்ந்த சாதிகள் கேள்வி கேட்காமல் தம் இடத்தை ஏற்றுக் கொள்வதில்லை, அவை சமத்துவம், சகோதரத்துவம் குறித்து கனவு காணவே செய்தன என்பதை ஓணப்பாட்டு உணர்த்துகிறது. மாவேலி அரசு சமூக-பொருளாதார சமத்துவத்திற்கான மந்திர வார்த்தையாயிருந்தது என்கிறது இப்பாடல். பொய்மை இல்லாதிருந்தது, ஏமாற்றுதல் இல்லாதிருந்தது. எங்கு பார்த்தாலும் செழுமை. மக்கள் முழு ஆரோக்கியம் பெற்றிருந்தனர்,

குழந்தை மரணம் கேள்விப்படாததாயிருந்தது. பூசைகளில் உணவு வீணாக்கப்படவில்லை,; யாகங்களில் விலங்குகள் பலியிடப்படவில்லை. மாவேலிக்கு அடுத்துவந்த ஆட்சியாளர் பிராமணருக்கு இலவச உணவுக் கூடங்கள் திறக்கவும், சாதாரண மக்கள் உணவின்றித் தவித்தனர். ஓணப்பாட்டில் பிராமணரைக் குறித்து வரும் சில வரிகள் நீக்கப்பட்டுவிட்டன எனப்படுகிறது. வாமனன் பிரதிநிதித்துவப் படுத்திய சுரண்டல் தன்மையதான அமைப்பு முடிவுறவும் மாவேலி அரசு திரும்பவும் வேண்டி பிரார்த்திப்பதுடன் இப்பாடல் முடியும்.

இம்மன்னனின் அஸ்வமேத யாகக்கூடம் கண்ணுற்றது விழுமியங்களின் மோதலே. மோதலுக்குப் பின், மாவேலி முன்மாதிரி கிழித்தெறியப்பட்டது. மாவேலியின் வீழ்ச்சிக்குப் பின், பிராமணருக்குச் சலுகை காட்டுவது ஆரம்பித்தது என்கிறது ஓணப்பாட்டு. ஒவ்வொருவரும் சமம், யாருக்கும் தனிச் சிறப்பான உரிமை இல்லை என்னும் அரசு மாறி, சாதாரண மக்களுக்கு துயரமே யதார்த்தம் என்ற நிலையுள்ள அரசு வந்துவிட்டது. உண்மையில் வாமனன் தலைமைதாங்கிய ஊடுருவல், உன்னதமாயிருந்த அனைத்துக்கும் முடிவு கட்டியது. விஷ்ணுவின் இதர அவதாரங்களும் அறநெறி பற்றிக் கிஞ்சித்தும் கவலைப்படவில்லை. வேள்விகள் செய்தமைக்காக சம்புகன் என்னும் சூத்திரனை ராமன் கொன்றான்; தனக்குத் தீங்கேதும் இழைக்காத சுக்ரீவனின் சகோதரன் வாலியைக் கொன்றான். குருச்சேத்திரப் போரில், தன் ரதச் சக்கரத்தை மாட்டிக் கொண்டிருந்த நிராயுதபாணியான கர்ணனைக் கொல்லுமாறு கிருஷ்ணன் அர்ச்சுனனுக்கு ஆலோசனை கூறினான். யுத்த நெறிகளை மீறி, பீமன் துரியோதனனின் தொடையைத் தாக்கினான்-கிருஷ்ணனிடமிருந்து சமிக்ஞை கிட்டியதும். அறநெறிகெட்டவர்களின் அறநெறியற்ற செயல்களைத் தூண்டிவிடவே விஷ்ணு திரும்பத் திரும்ப தோன்றுவதாகத் தெரிகின்றது.

அரசன் மகாபலி வல்லமை மிக்கவனாக, வெற்றிகொள்ளப்பட முடியாதவனாக அளப்பரும் அதிகாரம் கொண்டவனாக, சற்று விசித்திரமானவனாக, கேடு செய்ய முடியாதவனாக இருந்தான். வலிமை எனப் பொருள்படும் பலம் என்னும் வார்த்தையிலிருந்து ‘பலி’ பெறப்பட்டிருக்க வேண்டும். இவ்வளவு வல்லமை மிக்க அசுர மன்னனுடன் மோதுவது சிரமமானது என்பதை அசுரர் அல்லாத சக்திகள் நன்றாகவே அறிந்திருந்தன. எனவே பணயம் வைக்கப்படவில்லை. வாமன

அவதாரத்தின் நோக்கம் மகாபலி ஆட்சிக்கு முடிவு காண்பது. தேவர்களின் தாய் அதிதிக்கு ஆயிரமாண்டு கர்ப்பத்தில் வாமனன் பிறந்தான்; மகாபலியிடம் செல்லுமுன் அப்பிராமணச் சிறுவன் நீண்ட நேரம் தியானத்தில் இருக்க வேண்டியிருந்தது-ஒரு சுரனுக்கு அது அவமானகரமாயிருந்திருக்கும்- அசுர மன்னன் முன்னே அவன் பணிவாய் இருக்கவேண்டியிருந்தது. இன்னும் மோசமானது என்னவென்றால், அவன் தந்திரத்தில் ஈடுபடவேண்டியிருந்ததும் அதனை ஆதரித்ததும். பாதாள உலகில் பலி அனைத்து வசதிகளையும் அனுபவிக்க முடியும் என விஷ்ணு உறுதிப்படுத்தினார். அவனுக்குச் சேவகம் செய்ய முன்வருவதாக விஷ்ணு முன்வந்தார்.

அடுத்த பிறவிகளிலும் பலியின் கீர்த்தி மங்கிவிடவில்லை. மகாபாரதத்தில் யுதிஸ்ட்ரரின் கேள்வி ஒன்றுக்குப் பதிலாக, பிதாமகர் பீஷ்மர், பிந்தைய பிறவி ஒன்றில் பலிக்கு என்ன நிகழ்ந்தது என்னும் கதையை எடுத்துரைக்கிறார். மகாபலி வீழ்த்தப்பட்டு, அசுரர் அரசு நொறுக்கப்பட்ட பின்னரும், தேவர்களின் நித்திய எதிரியைத் தேடி, இந்திரன் செல்லவேண்டியிருந்தது. பிரம்மா இட்டுச்சென்ற ஒரு சூழலில், இந்திரன் ஒரு கழுதையை கண்டான்- பலி அவ்விலங்காகப் பிறவி எடுத்திருந்தான். ஒருகாலத்தில் மூவுலகங்களையும் அரசாண்ட நபரின் நிலையைக் கண்ட இந்திரன் தன் ஆனந்தத்தை மறைத்திடவில்லை. அவன் பரிகசிக்க, மகாபலி ஆத்திரப்படாது இருந்தான். தேவர்களின் தலைவன் பலியைப் பரிகசிப்பது சரியன்று என பிரம்மன் இந்திரனைக் கண்டிக்கிறார். காலம் ஒவ்வொருவரையும் முடித்து வைக்கும், இந்திரனையும் விட்டுவைக்காது என்கிறார். தேவர்களின் மன்னன் தன் தவறை உணர்ந்து, ஒருகாலத்தில் தத்துவஞானி-மன்னனாக இருந்த மிருகத்தைப் போற்றுகிறான்.

வயநாட்டு ஆதிவாசிகளிடையேயுள்ள ஒரு தொன்மம், மாவேலியின் பொறுப்பிலிருந்த ஆதி நிலம், தம்பிரான்கள் அதைத் திருடிக் கொள்வது, பூமி உருக்கொள்வது மற்றும் பூமியையும் அதன் மக்களையும் பார்த்துவர ஆண்டுதோறும் அவன் வருவது பற்றியதாகும். தம்புரான்கள் மாவேலியைப் பார்க்க வந்தனர். மன்னன் அவர்களை அமரச் சொல்லிவிட்டு, நீராடி உண்டுவரச் சென்றவேளையில், கடவுளர் திருட்டுத்தனமாக நிலத்தைத் தேடி கண்டுகொண்டனர். மண்ணைத் திருடி கொட்டாங்கச்சிகளில் சிறிது சிறிதாக அடைத்துக் கொண்டனர். கொட்டாங்கச்சிகள்

போதாமல் போனதால், கூடைகளில் மாற்றப்பட்டது. அதுவும் போதாது இருக்கவே, சேமிப்பறைகளுக்கு மாற்றப்பட்டது. பூமியாக உருக்கொள்ளும் மட்டும் இது நடந்து கொண்டிருந்தது. வயநாட்டு குறிச்சியார் புகழ்பெற்ற நாட்டார் பாடலுடன் ஓணத்தைக் கொண்டாடும் மரபைப் பெற்றுள்ளனர். அதில் மாவேலியின் பெயர் *மாவோதி*. கடவுள் தன் பாதத்தை மாவோதி தலையில் வைத்ததும் கடலுக்குள் தள்ளிவிடுகிறார்.

ஓணத்தின் போது கேரள இல்லங்களில் முற்றங்களை மண்ணாலான *திரிகாக்கரப் பன்கள்*- சதுர அடிப்பகுதியும் கூம்பிய மேற்பகுதியும் கொண்டவை-அலங்கரிக்கும்; முளைத்துவரும் வித்தினை அடையாளப்படுத்துவதாகத் தோன்றும். ஓணம் அறுவடைத் திருவிழா என்பதால், திரிகாக்கரப்பன்கள் மண்ணுக்கு நன்றி செலுத்தும் விதமாகும். திரிகாக்கரப்பன் விவசாயியின் உருவம்; அவன் மண்ணையும் உழைப்பையும் இயற்கைத் தாயையும் வழிபடுகிறான். சங்ககாலத் தமிழகத்தின் *வலியோன்*, வேளாண்மைக் கடவுள் மற்றும் மாவேலியின் சந்ததி. விளிம்புநிலை மக்களின் திருவுருவான, மராத்தியத்தின் *பலிராஜா*, கலப்பையை சுமந்து செல்கிறார்.

காசர்கோடிலும் வட கேரளத்தின் இதர பகுதிகளிலும் மாவேலி, பண்ணையின் தெய்வம், மண்ணுக்கும் மனிதனுக்குமிடையிலான ஆன்மிக இணக்கத்தைப் பிரதிநிதித்துவப்படுத்துபவர். மாநிலத்தின் இதர பகுதிகளில் ஓணம் நிறைவுற்று இருமாதங்களுக்குப் பின், தீபாவளியன்று மாவேலிக்கு வரவேற்பு அளிக்கப்படுகிறது; *பொலிச்சந்திரன்* என்றும் அழைக்கப்படுகிறார். இங்கு நிலவும் தொன்மம் மாவேலி பாதாள உலகுக்கு அனுப்பப்பட்டதைக் குறிப்பிடுவதில்லை. சில அறிஞர்கள் மகாபலி-வாமனன் மோதலில் ஒரு 'வரலாற்றுத் தவிர்க்கமுடியாமை'யைக் காண்கின்றனர். வேளாண் பொருளாதாரம் பலவீனமடைவதையும், தனக்கே உரித்தான விழுமிய மதிப்புடைய வணிக வர்க்கத்தின் துரிதமான விரிவாக்கத்தை பிரதிநிதித்துவப்படுத்தி, வாமனன் பிரும்மாண்டமாக வளர்ந்ததையும் மாவேலி பிரதிநிதித்துவம் செய்தார். தேங்கிவிட்ட மதத்தின் மீதான இயங்காற்றலுடைய அறிவியல்-தொழில்நுட்ப வெற்றியாக அதனை விளக்க முடியும். விரிவாக்கமடையும் காலனித்துவ அரசுக்கும் தன்னாட்சி செய்துகொள்ளும் மக்களுக்குமிடையிலானதாகவும் இம் மோதலைப் பார்க்க முடியும். உள்ளார்ந்த மக்கள் கூட்டத்தினர் கொடூரமிக்க அமைப்புக்குள் உள்ளீர்க்கப்பட்டனர்.

இலக்கிய உலகில்

மலையாள ஓவியர்களுக்கும் கவிஞர்களுக்கும் எழுத்தாளர்களுக்கும் மாவேலி-ஓணத்தைப் போல, அவ்வளவு உத்வேகத்தை எந்த தொன்ம உருவமும் திருவிழாவும் வழங்கியிருக்கவில்லை. தொல்காலத்திலிருந்து பின்-நவீன காலம்வரை, அசுர மன்னனின் கருணை மிக்க ஆட்சியை ஏக்கத்துடன் எழுதியுள்ள கவிஞர்கள் ஏராளம். எழுத்தாளர்களும் அறிஞர்களும் கதையை கடுமையான விமர்சனபூர்வ பகுப்பாய்வுக்கு உட்படுத்தும் பல்வேறு வழிகளில் அஞ்சலிகள் செலுத்தப்படுகின்றன. பால்ய ஏக்கம், சந்தோஷம், பரிவுணர்வு, அனுதாபம், அவநம்பிக்கை என ஒவ்வொரு மனித உணர்வோட்டத்திற்கும் சமூக நிலைமைக்கும், மாவேலி-கேரளாவுக்கு அவர் ஆண்டுதோறும் வருகை புரிவதைச் சூழ்ந்துள்ள இலக்கிய உலகில் இடமுண்டு.

மாவேலியையும் ஓணத்தையும் புறக்கணித்துள்ள மலையாளக் கவியே இல்லை. மாவேலியின் ஆட்சியில், நீதிக்கும் சமத்துவத்திற்குமான உயிர்ப்புள்ள உருவகத்தைக் காணும் நவீன மலையாளக் கவிஞர்களில் பி. குஞ்சிராமன் நாயரும் கே. சச்சிதானந்தனும் வைலோபிள்ளி சிறிதர மேனனும் அடங்குவர். மாவேலி மீதும் ஓணம் மீதும் குஞ்சிராமன் நாயரை விடவும் அதிகம் எழுதியுள்ளவர் யாருமில்லை; மலையாள அரசவைக் கவிஞர் எண்ணுமளவுக்குப் பாராட்டப்பட்டுள்ளார். மாவேலியின் காலத்தின் மீது அவ்வளவு ஏக்கம் கொண்டுள்ளார். அசுர மன்னனின் தலைநகரம் திருகாக்கரா செல்லும் வழியைத் தேடி எப்போதும் திரிந்து கொண்டிருக்கிறார்-அது அவரது கண்களில் மாவேலி நாடாக உள்ளது-ஏற்றத்தாழ்வற்ற, சுரண்டலற்ற, நேர்மையின்மையற்றதாக, சுதந்திரமும் நேசமுமுள்ள லட்சிய நாடாக உள்ளது. மலையாளியின் துணைத் தேசியத்தின் பண்பாட்டு அடையாளமாக குஞ்சிராமன் நாயர் ஓணத்தைப் பார்க்கிறார்.

நன்கறியப்பட்ட தலித் தொழிலாளி கொரான் (இஸ்லாமியரின் புனித நூலல்ல) ஓணம் அல்லது ஆண் குழந்தை பிறக்கும்போது, மற்றவர் விருந்துண்ண, ஒரு கரண்டி அரசிக் கஞ்சியுடன் திருப்தி அடைய வேண்டியது என்னும் நிலை உண்மையே, *ஓணசத்யாவில்* வள்ளத்தோல் நாராயண மேனன் ஏழையர் எப்போதும் ஓணம் இல்லாமலேயே இருந்து வந்துள்ளனர் என்று வருந்துகிறார். கடத்தநாட்டு மாதவி அம்மாவின் *மாவேலிதம்புரான்*, வறுமைப்பட்ட பெண்ணின் குடிலுக்கு மாவேலி வருவதைப்

பற்றி விவரிக்கிறது. எனினும், வாய்மொழிப்பாடல் மூலம் ஓணத்தின் போதான தம் உலகை தலித்துகள் மறுஉருவாக்கம் செய்து வருகின்றனர். பெரும்பாலான ஓணம் பாடல்களுக்கான பாராட்டுரை அடித்தளச் சமுதாயங்களுக்குச் சேரவேண்டும்.

உயர்வான எதிர்காலம் குறித்த மக்களின் நம்பிக்கையை ஓணம் பிரதிநிதித்துவப்படுத்துவதாக அக்கிதம் (அச்சுதன் நம்பூதிரி) கருதுகிறார். *மதவாருடெ கிடப்பரா* என்னும் தீவிரமிக்க கவிதையில் ஒளப்பாமண்ணா, ஓணம் சரக்குமயப்படுத்தப்படுவது குறித்த பல கவிஞர்களது கவலையைப் பகிர்ந்து கொள்கிறார். இதன் மிக இயல்பான அடையாளம், விழாவின் புனிதச் சிலை மதேவர், மரத்தில் செய்யப்பட்டு கடையில் வாங்கப்பட்டு, வரவிருக்கும் ஓணத்திற்காக வைக்கப்படுவதாகும். முன்பெல்லாம் மதேவர்கள் ஒவ்வோராண்டும் களிமண்ணால் செய்யப்படும் மதேவர் கடைகளில் கிடைப்பதால், மண்ணுடனான தொடர்பு அறுந்து போகிறது. *இடிஞ்சு போலிஞ்ச லோகத்தில்* ஒளப்பாமண்ணா நல்வாழ்வு அரசு சிதைந்ததைக் குறித்து வருந்துகிறார். வைலோபிள்ளி சிறிதர மேனனின் கவிதை *தொழிலாளியில்* உழைக்கும் வர்க்கத்தின் மூதாதையரான ஆதாமும் ஏவாளும் கடவுளின் கட்டளையை மீறியமைக்காக சொர்க்கத்திலிருந்து வெளியேற்றப் பட்டவர்கள். பழிவாங்கும் வகையில், முதலாவது துரோகிகளின் சந்ததியர் தம் வியர்வையால் பூமியில் இன்னொரு சொர்க்கத்தை நிர்மாணித்தனர். ஓணம் மலையாளியின் இன்னுணர்வு மற்றும் மாவேலி அவர்களது மரியாதைக்குரிய விருந்தினர் என்கிறார் வைலோபிள்ளி.

நம் இலக்கியத்திலுள்ள மிக முக்கிய கலக இயக்கம்-சில வேளைகளில் கவிழ்ப்பு இயக்கம்-இவ்விளவரசனை, அடித்தளத்து மகாபலியை பேசியுள்ளது என்று சச்சிதானந்தன் கூறுவது சரியே. கவிஞர் குறிப்பிடுவதுபோல, மாவேலி, கேரள மக்களுக்கு மாபெரும் இளவரசர்களுள் ஒருவர்-ஒருவகையில் ஓர் எதிர் அரசன், ஏனெனில், அசுர மன்னனான அவர், விஷ்ணுவின் பிராமண அவதாரம் வாமனனால், பாதாள உலகத்திற்குள் தள்ளப்பட்டவர்-அவரது நியாயாட்சி மற்றும் மக்களின் அன்பைப் பெற்றிருந்தது குறித்து கடவுளர் பொறாமை கொண்டிருந்தனர் (சச்சிதானந்தன் 2011). சமத்துவ சமூகத்தின் அடித்தள கனவினுடைய ஒருவித மூல முதல் தலைமைப் பாத்திரமும் பலி ஆவார்-அவரைக் குறித்த பாடல்களெல்லாம், ஒட்டுமொத்த சமுதாயத்திலும் நீதியும் சமத்துவமும் நிறைந்திருந்த காலத்தைப் பேசுகின்றன. கடந்த

காலத்திற்குள் முன்னிறுத்தப்பட்ட நமது எதிர்காலக் கனவாய் இருக்கக்கூடும். நம் பண்பாட்டு அனுபவத்தின் வெவ்வேறு காலங்களில் திரும்பத்திரும்ப கேரளப் பண்பாடு, கலை, இலக்கியத்திற்குத் திரும்ப திரும்ப வந்து கொண்டுள்ளார் இந்த மகாபலி.

ஞானபீட விருதாளர் ஜி. சங்கர குரூப்பின் நாடகமொன்றில் இந்த அசுர மன்னன் அடித்தள மக்களின் காப்பாளராகத் தோன்றுகிறார். அதிலே அவர் பிரகடனம் செய்கிறார்: ‘லட்சியப்படுத்தப்பட்ட உலகின் கருத்து நான். அது அடிமைகளும் தம்புரான்களும் இல்லாத உலகம். பாதாள உலகத்தில் அல்லாமல் மக்களின் இருதயத்தில் சிறைப்பட்டிருக்கிறேன். தயவுசெய்து என்னை விடுவியுங்கள்: புதிய உலகத்திற்கு வாக்குறுதி தருகிறேன். அங்கே மதம் கடவுளின் இருதயத்தில் குத்தாது; அங்கே கலை வாழ்க்கையைக் கடத்திப் போய் இருண்ட காட்டுமிராண்டித் தனத்தில் தள்ளாது. அங்கே எங்கு பார்த்தாலும் வெளிச்சம் பிரகாசிக்கும்; எங்கு பார்த்தாலும் ஓணமாக இருக்கும்.’ தெற்கு கேரளத்தின் கொண்டாட்ட வடிவமான ஓணக்களியில் ஒடுக்கப்பட்டோர், 19-ஆம் நூற்றாண்டு தலித் தலைவர் பண்டிட் கருப்பணின் சாதியமைப்புக்கு எதிரான பதிலடியான *சாதிக்கும்மியைப்* பாடுவர். இன்னும் சொல்லப்போனால் ஆனந்த் நீலகண்டனின் புனைவு *அசுராவில்* வாமனனின் பணி, பிராமணிய அறிவு முறையின் விரிவாக்கமாய் உள்ளது. அசுரரின் தலைநகர் முசிரிஸில் பிராமணிய கற்றல் மையத்தை நிறுவும் பொருட்டு அவன் மூன்றடி நிலம் கேட்கிறான். கோரிக்கை ஏற்கப்படுகிறது. முதலில் பிரும்மாண்டமான இறைப்பணி மையமாகி அப்புறம் சூதும் சாதியம் மண்டிய அபாய நிறுவனமாகிறது. (நீலகண்டன் 2012). படிமுறையிலான பிராமணிய மதம் அசுரப் பேரரசை அடித்துப் போகிறது.

ஒவ்வொருவரும் இத் தொன்மத்தை இப்படியே பார்ப்பதில்லை ஆனால் மையக் கரு, ஏமாற்றி நிலம் பறிப்பதே. கேரள மறுமலர்ச்சியின் உந்துவிசையான ஈழவத்தலைவர் பி. பால்பு, இத்தொன்மத்திற்குள் யானைக்கால் வியாதியையும் சூனியத்தையும் கொண்டுவந்தார் (குமார் 2004). மகாபலியை வெறுத்த பிராமணர், தனக்குத் தற்காலிக யானைக்கால் வியாதியை வரவழைத்துக் கொள்ளும் தந்திரமறிந்த ஒரு குள்ளனைத் தம் சமுதாயத்திலிருந்து அனுப்பினர் என்பதுதான் கதையின் சுவையான அம்சம். தானொரு கடவுளை பிரதிநிதித்துவப்படுத்துவதாக அக்குள்ளன் அனுமானித்துக் கொண்டான். இக்குள்ளன் அசுர மன்னனிடம்

சென்று மூன்றடி நிலத்தை பிராமணருக்கு வேண்டினான். மகாபலி மகிழ்ச்சியுடன் ஒத்துக் கொண்டார். குள்ளன் ஒரு மேடையில் ஏறி தந்திரத்தால் தன் பெரிய பாதத்தால் நாடு முழுவதையும் இன்னும் உள்ளதையும் அளந்து விட்டான். மேலும் அளந்திட ஏதுமில்லாததால், தான் வாக்குத் தந்ததின்படி தன் தலையைத் தந்தான், பிராமணன் தன் பாரிய பாதத்தை தலைமீது வைத்து, படாவியாவுக்கோ அல்லது நேர் எதிரானதாகக் கருதப்பட்ட வேறொரு தீவுக்கோ நாடு கடத்தப்பட்டான்.

உதய குமார் சுட்டிக் காட்டுகின்றவாறு, பால்புவின் கதையில், பிரமாண்டமாக அண்டத்தை நிரப்பி நிற்கும் வாமனனின் உருமாற்றம், அதன் புராண ஒளிவட்டம் அகற்றப்பட்டு, புரிந்து கொள்ளக்கூடிய தந்திரம் என வெளிப்படுத்தப்படுகிறது. 'மாயத்தால் உண்டு பண்ணப்படும் மயக்கம், கேரள கடற்கரையின் பல பகுதிகளில் சாதாரணமாயுள்ள ஒரு நோயின் அறிவியல் விவரிப்பாகத் தோன்றுவதனுடன் அடையாளப்படுத்தப்படுகிறது. எனினும் புனைவுக்கேற்ப, யானைக்கால் பாதம் அறிவியல் சாத்தியத்தைத் தாண்டியும் மிகைப்படுத்தப்பட வேண்டியுள்ளது.' தொன்மம் ஏற்க முடியாத மிகைப்படுத்தலைச் சார்ந்துள்ளது எனில், மாற்று வடிவமும் அப்படியே. இந்தியாவில் கடந்த காலம், மிகைப்படுத்தப்பட்ட வடிவிலே பதியப்படுவதுண்டு. யதார்த்த ரீதியிலான வரலாற்றுப் பதிவு ஆரம்ப கட்டத்தில் பௌத்த-சமண நூல்களில் உள்ளது.

ஆனந்தின் சிறுகதை *பிம்பங்களில்*, ஓணம் நாள் ஒன்றில், மாவேலி விடுப்பு எடுத்துக்கொண்டு தன் தாத்தா பிரகலாதனுடன் உலகைச் சுற்றி வருகிறார்; சவர்ணர்களிடம் தோற்கவேண்டியிருந்த ராவணன் போன்றவர்களைப் பற்றி அவரிடம் கூறுகிறார். நரசிம்மனால் தன் தந்தை இரண்யகசிபு கொல்லப்பட்ட பின் ஆட்சிக்கு வரும், விஷ்ணு பக்தனான பிரகலாதன், நெறியற்ற வெற்றியாளர்களும் நெறிகொண்ட தோல்வியாளர்களுமாக உலகம் பிரிக்கப்பட்டுள்ளது எனத்தான் பேரனிடம் கூறுகிறான். நெறியற்றவரின் சூதினை நெறிமிக்கவரால்கண்டறிய முடியவில்லை. ஒரு காலத்தில் தனக்கு எதிரியாகவிருந்தவன் திருக்காக்கரா ஆலயத்தில் வழிபடப்படுவது குறித்த தன் வருத்தத்தை மாவேலி விவரிப்பதுடன் கதை முடிகிறது.

ஒடுக்கப்பட்ட வயநாட்டு ஆதிவாசி தம்பதியரின் துயரங்களையும் துன்பங்களையும் விவரிக்கின்ற *மாவேலிமன்றம்* என்னும்

கே.ஜே.பேபி யின் ஆற்றல்மிக்க நாவல் உள்ளது. ஆதிவாசிகளின் ஆரம்பகட்ட உலகம், சமத்துவ-ஜனநாயக விழுமியங்கள் நிலவிய அழகிய உலகமாயிருந்தது. அவர்கள் கனிகளைப் பறித்தனர், விதைகளை விதைத்தனர், நிலத்தைச் சாகுபடி செய்தனர், அறுவடை செய்தனர், தானியத்தைச் சமமாகப் பகிர்ந்துகொண்டனர். அப்போது உயர்சாதியினர் வந்து மிரட்டினர்; தாக்கப்பட்டாலும் ஆதிவாசிகள் அடிபணியவில்லை. அப்போது வந்தேறிகள், விராட புருடனின் கீழ்ப்பகுதிகளிலிருந்து சிலர் பிறந்தது, மற்றவர்கள் தலை, தோள்கள், இடுப்பிலிருந்து பிறந்தது குறித்த பழமையான கதையை புராணங்களிலிருந்து எடுத்துக்காட்டுகின்றனர் (ரிக் வேதத்திலுள்ள இடைச்செருகலான புருஷ சூக்தத்தை ஞாபகப்படுத்திக் கொள்ளுங்கள்-சாதியமைப்பையும் பிராமணிய மேலாதிக்கத்தையும் நியாயப்படுத்தும் முயற்சி இது எனப்படுகிறது?) ஆதிவாசிகள் இன்னும் தம் நிலத்தில் நிற்கின்றனர். அப்போது குருதி சிந்தும் வாள் தாங்கிய, உயர்சாதிக் கடவுள் வருகிறார். இதைப் பார்த்து நடுங்கும் ஆதிவாசிகள் பின்வாங்குகின்றனர்.

சமவெளிகளிலிருந்து புலம்பெயர்ந்து வந்து குடியேறியவர்களிடம், மதம் பயங்கரமான ஆயுதமாக விளங்கி, ஏற்றத்தாழ்வுள்ள சமூக அமைப்புக்கு ஆதிவாசிகளிடம் ஒப்புதலைப் பெற்றுவிடுவதில் மையமாயிருந்தது. சுரண்டப்பட்ட வர்க்கங்கள் தம் நிலையுடன் இணக்கங் காண்பதற்காக, மதத்தின் சித்தாந்தவாத அரசு சாதனத்தை சுரண்டுவோர் பயன்படுத்திக் கொண்டனர்; தமது நிலை தெய்வத்தால் விதிக்கப்பட்டது என ஆதிவாசிகள் நம்புமாறு செய்யப்பட்டது. மக்களிடையே பொய்யான பிரக்ஞையை ஏற்படுத்தி, அவர்களை எதிர்ப்புத் தெரிவிக்காத அமைதியான குடிமக்களாக ஆக்குவதற்கான சாதனமாய் அது இருந்தது.

தம்புரானால் வாங்கப்பட்டு எருமைகள் போல் நடத்தப்பட்ட அடிமைகள், கடுமையாக உழைத்தனர். தம்புரான் தான் விரும்பியபடி அவர்களை பண்டமாற்று செய்து கொள்ளலாம், அவர்களின் பிள்ளைகளுக்குப் பெயரும் சூட்டலாம். இந்தத் தம்புரான்கள் பிரித்தானியருக்கு விசுவாசமாயிருந்தனர்-காலனியவாதிகளுடன் போரிட்ட பழாசிராஜா விடத்தே ஆதிவாசிகள் விசுவாசமாயிருந்தனர். அற்பத்தொகையான எட்டு ரூபாய்க்கு அடமானம் வைக்கப்பட்டிருந்த கைப்பாடன் என்ற அடிமை, அடிமை நிலையிலிருந்து விடுபட்டு, சுதந்திரமும் நீதியும் நிலவும் நாட்டுக்குச் சென்றிடத் துணிந்தான்- அதற்குப் பொருத்தமாக மாவேலிமன்றம் என்ற பெயரிட்டான்.

மாவேலிமன்றத்திற்கு முன்னுரை தந்துள்ள சச்சிதானந்தன் குறிப்பிட்டுள்ளபடி, மாவேலி அரசை முன்மாதிரியாகக் கொண்டுள்ள இது, கனவுகளுக்குத் தளைகள் போடப்படும் தம்புரான் உலகம் போன்றதில்லை. ஒடுக்கப்பட்டவரின் கனவுகள் திருடப்பட்டிருக்கின்றன. கனவுகளின்றி, வாழ்க்கை மிருகத்தனமாகிறது. கனவு காணக்கூடியவனே சுதந்திரத்தையும் சமத்துவத்தையும் உணரமுடியும். எதேச்சதிகார அரசு கனவு காண்போரைக் கண்டு அஞ்சுசிறது' கனவுகாண இயலாத நபர்களும் சமூகங்களுமே அதற்குத் தேவை. ஒருவாறு கைப்பாடன்கள் இப்போது நம் விதியின் நாயகர்களாக உள்ளனர்.

அடிமைகளின் விடுதலைக்காக பொய்கையில் அப்பச்சனால் ஆரம்பிக்கப்பட்ட *பிரத்யட்ச ரட்ச தெய்வ சபை* தனக்கேயுரிய வழியில் அடித்தள மக்கள் வரலாற்றுக்கு கொள்கைப்படுத்த முயன்றது. இதன்படி ஆதி திராவிடர் என மறுபெயரிடப்பட்டுள்ள பூர்வ குடியினர் சிந்துவெளி நாகரிகம்/தொன்மையான தமிழகத்திற்குரியவர்களாகக் கூறப்படுகின்றனர். அவர்கள் ஆட்சி செய்திருந்த நிலம் கேரளத்தின் புவியியல் பிரதேசமாக சில பாடல்களில் அடையாளம் காணப்படுகிறது. அடிமைப்படுத்தலுக்கு முன்னர் கலை, கைவினைத் தொழில், அறிவியல், அரசியல் நிர்வாகம், அரசாட்சி, கவிதை, தத்துவம் எனப் பண்பாட்டு பங்களிப்பு செய்துள்ளோர் தம் மூதாதையராக கணிசமாயிருந்தனர் என்பதை நினைவுகூர்கின்றனர். சிந்துவெளி நாகரிக அகழ்வாய்க்கு முன்னரே, இச்சபையின் நிறுவனர், திராவிட நாகரிகத்தின் இருப்பையும் அதன் மறைவையும் குறித்துப் பேசியிருந்ததை சடங்கு-சம்பிரதாயங்கள் நினைவுகூர்கின்றன. ஆதிதிராவிடர் நிலை, நயவஞ்சகமிக்க ஆரியர்கள் காரணமாக, வரலாற்றுக் கீர்த்தியிலிருந்து வீழ்ச்சியுற்றது. அடிமைகள் நிலைக்கு குறைத்துச் சுருக்கப்பட்டனர். தமிழகத்தின் ஆதிதிராவிடர், வர்க்க/வர்ண/சாதிப்பாகுபாடற்ற, பெரிதும் முன்னேறிய சமூக வாழ்வு நடத்தினர்.

மகாபலி வரலாற்று நபரா? பொதுச் சகாப்தத்திற்கு முன்னர் 273-232 வரை 41 ஆண்டுகள் வடபுலத்தை ஆட்சி புரிந்த மௌரிய சக்கரவர்த்தி அசோகருக்கும் பலிக்குமிடையே ஆச்சரியகரமான ஒத்த தன்மைகள் உண்டு. அசோகரும் மகாபலியும் சிராமண மரபைச் சேர்ந்தவர்கள்; இருவரும் நால்வர்ண அமைப்பை நிராகரித்து, புரோகித வகுப்பின் வெறுப்பை ஈட்டினர். இந்தியாவில் மௌரியர் மட்டுமே ஆளும் உயர்நிலைகளை எட்டிய ஒரே சூத்திர வகுப்பினர் என்பதை அம்பேத்கர் புரிந்திருந்தார்.

இந்திய வரலாற்றில் அவர்களுடையது மட்டுமே சுதந்திரமும் கீர்த்தியுமுள்ள காலகட்டமாகும். மற்ற காலங்களில் மக்களின் துயரமே பொதுவாயிருந்தது, நால்வர்ணம் செழித்தோங்க வீழ்ச்சியும் இருளும்தான் நிலவிற்று.புஷ்யமித்ரசுங்கன் என்னும் பிராமணத் தளபதியின் சூழ்ச்சிகளால் இவ்வம்சம் வீழ்த்தப்பட்டு, பிராமணியப் புதுப்பித்தல் காலம் வரவழைக்கப்பட்டது.

மராத்தியத்தின் பலிராஜா

பலியின் தொன்மம் கேரளத்திற்கு வெளியிலும் அடித்தள சமூக ஞாபகத்தில் ஆழமாக உள்ளது. மராத்தியப் பகுதியில், மலையாளியின் மாவேலி, பலி/பலிராஜா. ஒடுக்குமுறையுள்ள பிராமணியத்திற்கு எதிரான போராளி ஜோதிராவ் கோவிந்தராவ் பூலே(1827-90)வை விடவும் பலித் தொன்மத்தின் விடுதலையாற்றலைத் திரட்டி, பயன்படுத்தியவர்கள் யாருமில்லை- அவர் சத்யசோடக்சமாஜத்தை (உண்மையைத் தேடுவோரின் சங்கம்) நிறுவினார். பூலேயின் பார்வையில், பலிராஜாவே மராத்தியத்தின் மன்னராக இருந்தார்; கண்டோபா, ஜோதிபா, நைக்பா மற்றும் இதர கடவுளரை உதவியாளர்களுக்காகக் கொண்டு, சாதியற்ற நாட்டினை அரசாட்சி புரிந்தார்.

தனது செவ்வியல் பனுவல் *குலாம்கிரி*யில் பூலே, பிராமணியத்தின் பண்பாட்டு வார்ப்பச்சினை அழித்தொழிக்க முற்படுகிறார். பாலின சமத்துவத்தையும் முன்னெடுத்தார். வஞ்சக பிராமணனின் மூலமுதலாக வாமனன் இருக்க, ராட்சசரும் அசுரரும் மக்களின் நாயகர்களாக விளங்கினர். இந்துஸ்தானத்திற்கு பளிஸ்தான் என்று பெயரிடப்படவேண்டுமென்று பூலே கூறினார். பூலேயின் கோரிக்கையை நிறைவேற்றுவதில் மலையாளி நெருக்கமாக வந்துள்ளார். வடபுலத்தவர் ராமராஜ்யத்தை எடுத்துரைக்க, கேரளத்தவர், சமத்துவ சமூகம் செழித்தோங்கியதாக நம்பப்படும் மாவேலி நாட்டினை புனைவு செய்து பார்க்கின்றனர். கேரளத்தின் மாவேலி நாடு, தீவிர பக்தி ஞானியான ரவிதாஸால் புனைவு செய்யப்பட, துயரற்ற நகரான *பேகம்புரா* ஆகும். காந்தியின் கனவுகளுக்குரிய கற்பனாவாத கிராமிய ராமராஜ்யத்தைப் போலன்றி, வர்க்கமின்றி சாதியின்றி நகரமையமாயுள்ள பேகம்புராவில் வரிகலில்லை இம்சை இல்லை.

பூலே அவதாரப்புராணத்தை வரலாற்றிற்குள் நிறுத்தினார்; ஆரியர்கள் வென்றவர்கள்; விஷ்ணுவின் அவதாரங்கள், ஆரியரின் இந்தியப் படையெடுப்பிலான பல்வேறு கட்டங்களை பிரதிநிதித்துவப்படுத்துகின்றன என்றார். வாமனன் பலியை பாதாள உலகத்திற்கு மிதித்துத் தள்ளினார் என்னும் புராணக் கதையை அவர் ஒதுக்கித் தள்ளினார். பூலேயின் வாதம் மிகவும் மண்சார்ந்தது: இந்தியாவின் பண்பாட்டு, சமூக, பொருளாதார வாழ்வில் பெரும் தழும்புகளை விட்டுச் சென்ற, ஏராளமான காலனிய சக்திகளுக்கு முன்னோடியாக இருந்தவன் வாமனன். பூலேயைப் பொறுத்தவரை பலிராஜா அரசில், மராட்டியம் கொங்கணத்தின் சில பகுதிகள், மால்வால் மண்டலங்கள், இலங்கையை ஒட்டிய பிரதேசங்கள் அடங்கும். சூத்ராதிசூத்ர ஆட்சியாளரான பலி, இந்தியாவின் பூர்வ மக்களான திராவிடர்களுக்குத் தலைமை வகித்தவர். விப்ரர்களின் தலைவனாயிருந்தவன் வாமனன்; பிடிவாதம், விடாப்பிடித்தனத்துடன் கண்டபடி இருந்தவன். அவனுக்கு பலியின் சக்தி அதிகரித்து வருவது பிடிக்கவில்லை. எனவே, அவனது அரசை வெற்றிகொள்ளும் பொருட்டு, ரகசியமாகப் படைதிரட்டி, பலியரசின் எல்லைகளை நாடினான்... வாமனன் தன் படைகளைத் திரட்டி பலியின் அரசு மீது படையெடுத்து, மக்களை வதைத்து, பலியின் தலைநகரை அடைந்தான். பலியின் படைவீரர்கள் நாட்டின் பல்வேறு பகுதிகளிலிருந்தும் வந்துசேராத நிலையில், சண்டையிடுவது தவிர்த்து பலிக்கு வேறு வழியில்லை' (பூலே 2002). நீட்டித்த போரில் பலி கொல்லப்பட்டான். அவனது அரசி விந்தியவதி உடன்கட்டை ஏறினாள். மகன் பாணாசுரன் தொடர்ந்து போரிட்டாலும் இறுதியில் தப்பியோடினான்.

வாமனன்-பலி மோதலின் ஞாபகம் மராட்டியத்தில் பிராமணர்-அடித்தள மக்கள் இருவரையும் தொடர்ந்து அலைக்கழித்து வருகிறது. பிராமண இல்லங்களில் பலிராஜா தொடர்ந்து தீவினையாகக் கருதப்படுகிறான். பலியை வீழ்த்திவிட்டு வாமனன் வீடுதிரும்பியதும், அவனது மனைவி கோதுமை மாவில்தான் பிசைந்து வைத்த அசுர மன்னன் உருவைக் காண்பித்தாள். 'உங்களுடன் சண்டையிட பலி வந்துள்ளதைப் பாருங்கள்' என்று தாமஸ் பண்ணினாள். வாமனன் அசுர மன்னனின் உருவை உதைத்தான். தசராவின் போது மனைவியரால் தானியத்தில்/மாவில் செய்யப்பட்ட பலியின் உருவங்களை உதைப்பது என்னும் சடங்கு மராத்தியப் பிராமண இல்லங்களில் நிகழ்வதன் தோற்றம் இதுதான் என்கிறார் பூலே. வாமனன் இறந்தபின்,

பாணாசுரன் தன் தந்தையின் சகாக்களின் ஒத்துழைப்புடன் மீண்டும் நாட்டைக் கைப்பற்றினான். பாணாசுரனின் வீரர்கள், தம் இல்லங்களுக்குத் திரும்பியதும் தட்டில் ஏற்றிவைத்த தீபங்களால் மனைவியரால் வரவேற்கப்பட்டு, பலியின் அரசு மீண்டும் நிறுவப்பட பிரார்த்திக்கப்பட்டது. ஆகவே ஒவ்வோராண்டும் தசரா நாளில் சூத்ராதிசூத்ர இல்லங்கள் இச்சம்பவத்தின் மறு நிகழ்வைக் காணும்: சுமி விருட்சத்தை வணங்கிவிட்டு வீடு திரும்பும் ஆடவரை அவர்தம் மனைவியரும் சகோதரியரும் பிரார்த்தனையுடன் வாழ்த்துவர்: துன்பங்களும் துயரங்களும் விலகட்டும், பலியின் அரசு வரட்டும். மராத்தியத்தில் பலி பிரத்யேகமாக அடித்தள மக்களின் திருவுரு. மராத்தியத்தின் தலித் சார்பாளர்கள், வாமனன் வஞ்சக ஆரியரை பிரதிநிதித்துவப்படுத்த, பலி இந்தியப் பொதுமக்களை பிரதிநிதித்துவப்படுத்துவதாக வாதிடுவார்கள்.

குலாம்கிரியின் பிற்பகுதிகளில் பூலே, ஏசு கிறித்துவை இரண்டாம் பலிராஜா, குடியானவர் மன்னரின் மனச்சாட்சி என விவரிக்கிறார். ‘சர்வ வல்லமையானவர், எமது தந்தையும் கர்த்தருமானவர், உண்மையானதும் புனிதமானதுமான அறிவை எமக்கு வழங்கி, அதன்பால் சம உரிமை அளித்துள்ளார் என்பதை அவர் (ஏசு) உணர்ந்து கொண்டார். இவ்வறிவு அனைவராலும் ஒன்றேபோல் பகிர்ந்து கொள்ளப்படட்டும் என தெய்வீக விருப்புறுதியை அளந்தறிந்தார். ஆதலின் பிராமணரைப் போன்ற வஞ்சனையும் கொடூரமுமிக்க வேட்டைக்காரர்களின் அடிமைப் பிடியிலிருந்து ஒடுக்கப்பட்ட ஏழை எளியவரை விடுவித்திடும் பணியை அவர் மேற்கொண்டார்; விண்ணக அரசை பூமியில் நிறுவ முற்பட்டார். ஒருநாளில் பலியின் அரசு மீண்டும் பூமியில் நிறுவப்படும் என்னும் தொல்காலப் பெண்டிரின் வாக்குறுதி ஓரளவுக்கு நிறைவேற்றப்படுகிறது. அய்ரோப்பாவில் லட்சக் கணக்கானவர்கள் இப்பலி ராஜாவைப் பின்பற்றுபவர்கள் ஆயினர்... பூமியில் கடவுளின் அரசை நிறுவிடும் உன்னதப் பணிக்காக அவர்களெல்லாம் ஓயாது உழைக்கத் தொடங்கினார்கள்.’ பிராமணரிடத்தேயான பூலேயின் பகைமை ஆழமானதாகையில், அய்ரோப்பாவில்கூட ஒடுக்குமுறையினை இழைப்பவர்களாக அவர்களைக் காண்கிறார். தாமஸ் பெய்ன் போன்ற அறிஞர்களின் மூதாதையர்கள் பலிராஜாவைப் பின்பற்றுவோருடன் இணைந்து கொண்டனர் என்கிறார்.

‘சத்ரியா’ என்னும் சொல் வயல்/நிலம் எனப் பொருள்படும் ‘சேத்ரா’விலிருந்து வந்தது என அவர் வாதிட்டார். சத்ரியர்கள் நிலங்களில் உழைத்தவர்கள். அவர்தம் சந்ததிகளான தீண்டத்தகாதோர், ஆரியப் படையெடுப்பால் மிகவும் பாதிக்கப்பட்டனர். (பரசுராமன் சத்திரியரை அழித்தொழிக்க வில்லையா?). சூத்திரர்கள் பூர்வீகத்தில், மூன்று வர்ண அமைப்பில், சத்திரியர்கள், அவர்களுக்கும் பிராமணருக்கும் இடையே மோதல் நிலவிற்று என அம்பேத்கரும் முன்மொழிந்தார். பூலேயைப் பொறுத்தவரை, பலி, சத்திரியர்களுக்குத் தலைமை தாங்கினார். சாதி நிலவியிருந்தது, உற்பத்தி சார்ந்த நிகழ்வுப் போக்கில் ஒரு வகைமையாக செயல்பட்டதுடன், பிராமணர்கள் அமைப்பில் மேலோங்கியிருப்பதை சாத்தியப்படுத்திற்று. எனவே அது அடித்தளத்தின் பகுதியாயும் மேல்கட்டுமானத்தின் பகுதியாகவும்கூட இருந்தது. சூத்ராதிசூத்திரர்கள் சமூகப் புரட்சியின் தலையாய முகமையினை உருவாக்க இருந்தனர்.

மற்ற அவதாரங்கள் குறித்த பூலேயின் விவரிப்புகள் சுவையானவை. ஆரியத்துருப்புகளில் அதிக எண்ணிக்கையிலானவர்கள், ஈரானிலிருந்து கடல்வழியே இந்தியாவுக்கு வந்தவர்கள். கடலில் துரிதமாய்ச் செல்ல பயன்படுத்தப்படும் சிறு படகுகளில் அவர்கள் வந்தனர். எனவேதான் அக்கூட்டத் தலைவன் ‘மத்ஸ்யா’ (மீன்) எனப்பட்டான். மத்ஸ்யா,. சங்காசுரா எனப்படும் அசுரனைக் கொன்று, அவனது நாட்டை விழுங்கிவிட்டது. மத்ஸ்யாவின் இறப்புக்குப் பின் இன்னொரு கூட்டம் படகுகளில் வந்தது. அவர்கள் மெதுவாக வந்தமையால், அவர்களின் தலைவன் கச்சன் (ஆமை) எனப்பட்டான். களத்திலிருந்து கச்சன் வெளியேறியதும், வராகம்... ‘அவன் பன்றியைப் போல படையெடுத்து வந்து, வென்றான். அம்முட்டாள் தனமான பெயர் வராகம் அவனுக்கு சத்திரியர்களால் தரப்பட்டிருக்க வேண்டும்-அவன் மீதான மரியாதையின்மையின் அடையாளமாக, இரண்யாட்சன், இரண்யகசிபு போன்ற திறல்மிகு வீரர்களின் மண்டலங்களில் வசித்தவர்களால்.’

பூலேவைப் பொறுத்தவரை, பூர்வீக ஆட்சியாளர்களுக்கு எதிராக ஆரியர்களை நடத்திச் சென்ற பிந்தைய அவதாரங்கள், அடிப்படையில் கைகளில் குருதி கொட்டிய, பிறரைத் துன்புறுத்தி மகிழ்ந்த கொடுங்கோலர்கள். நரசிம்மன் திடமான உடல்வாகும் வலிமையும் நிரம்பிய, பேராசைமிக்க, நயவஞ்சக, தந்திரமுள்ள, கொடுங்கோன்மையான, சூதுள்ள, மிருகத்தனமான,

ஈவிரக்கமற்றவன். இரணியகசிபுவை அவன் சூழ்ச்சியால் ரத்தகளரி ஏற்படுத்தி வென்றான். 'பரசுராமன் அடாவடித்தனமான, கேடு நிரம்பிய, காட்டுமிராண்டி. தன் தாய் ரேணுகாவின் தலையைத் துண்டிக்கத் தயங்காதவன். தேர்ந்த வில்லாளி.'

சாதி எதிர்ப்பு போராளியான அவர், புதியதும் சமத்துவம் நிரம்பியதுமான அமைப்பு எழும் வகையில், பிராமணிய கருத்துக்கள்-நம்பிக்கைகளின் அமைப்பை செயல் துடிப்புடன் கீழறுப்பு செய்து கொண்டிருந்தார். சூத்ராதிசூத்திரராக வரலாற்றை மறு எழுத்தாக்கம் செய்து கொண்டிருந்தார். அது அறிவியல் பூர்வமானதல்ல என்றாலும் கலகத்தன்மையிலானது. அதுவே அதன் நோக்கம்-கீழறுப்பும் அழிப்பும். பிராமணியத் தெய்வங்கள் மற்றும் ஆரிய இன வரலாறு குறித்த அவரது எழுத்துகள், அவற்றின் நோக்கத்தினை வைத்து புரிந்து கொள்ளப்பட வேண்டியவை. ஆரியர்கள் ஓர் இனத்தவரா அல்லது ஈரானிலிருந்து வந்தவர்களா அல்லது வேறெங்கிலுமிருந்து வந்தவர்களா என்பது விஷயமே இல்லை. பூலே வரலாற்றை எழுதவில்லை. சூத்ராதிசூத்திரரின் நோக்கு நிலையிலிருந்து அவர் பிராமணிய 'வரலாற்றை' மறு எழுத்தாக்கம் செய்து கொண்டிருந்தார். ஆச்சரியப்படும் விதத்தில், ராமன், கிருஷ்ணன் போன்ற பிந்தைய அவதாரங்களிடத்தே அவர் அவ்வளவாகக் கவனம் செலுத்தவில்லை.

சிவாஜி பாவடா என்னும் கதைப்பாடலில் பூலே, சிவாஜிக்கும் பலிராஜாவுக்கும் இடையே இணை அம்சங்களைக் காண்கிறார். அசுர மன்னனைப் போலவே, சிவாஜி சூத்திர மன்னனாக இருந்தார். சிவாஜி சத்திரியனல்லாதவர் என்பதால், மராத்தியப் பிராமணர் அவருக்கு சத்திரபதியாக முடிசூட்ட மறுதலித்தனர். எனவே சிவாஜி காசியிலிருந்து ஒரு புரோகிதரை வரவழைத்து, பூணூல் போட்டுக் கொண்டு முடிசூட்டிக் கொண்டார்-அச்சடங்கின் பொருட்டு கணிசமான தொகையை புரோகிதர் பெற்றுக் கொண்டார். சூதுவாதுள்ள வாமனனால் பலிராஜா ஏமாற்றப்பட்டால், சிவாஜியின் வாரிசுகள், நயவஞ்சகமான பேஸ்வா பிராமண ஆட்சியாளர்களால் பாதிக்கப்பட்டனர்.

மராத்தியத்தின் மக்கள்திரள் இயக்கங்கள் பலவற்றிற்கு பலிராஜாதான் திருஉரு. கடைசி நூற்றாண்டில், மராத்தியத்தின் விவசாயிகள் சங்கமான சேத்காரி சங்கத்தானாவின் சரத் ஜோஸி, பலிராஜா அரசினை நீட்டித்த வளர்ச்சியுடன் அடையாளப்படுத்தினார்-மக்கள் தேவைகளை நிறைவேற்றி,

உற்பத்தியின் அடித்தளங்களைக் கச்சிதமாகப் பராமரிப்பது என்பது அதன் பொருள். தெற்கு மராத்தியத்தின் குடியானவர்கள் 1990-இல் பலிராஜா நினைவு அணையைக் கட்டினார்கள். 1989-இல் நடந்த சேத்காரி சங்கத்தானாவின் நான்டெட் மாநாடு, துன்பங்களும் துயரங்களும் நீங்கி, பலிராஜா அரசு வரும் என்று நம்பியது. நகரங்களின் சுரண்டல்காரர்களுக்கு எதிராக கிராமத்தினரையும், கனரகத் தொழில்வளர்ச்சிக்கு எதிராக வேளாண்மையை மையமிட்ட வளர்ச்சியையும் சங்கத்தானா நிறுத்திற்று. சமூகப் பொருளாதார சுரண்டலுக்கு எதிராக அனைத்திந்திய போராட்டத்திற்கான பண்பாட்டுச் சூழலை ஆயத்தப்படுத்தும் பொருட்டு, எழுத்தாளர் கெய்ல் ஓம்வெட்டும் நண்பர்களும் சேர்ந்து பலிராஜா பண்பாட்டு இயக்கத்தையும் ஆரம்பித்தனர்.

4

மகாபலியின் பழங்குடி

மகாபலி ஓர் அரசன். அசுரர்கள் யார்? ராட்சசர்களும் ராட்சசிகளும் யார்? புராணங்களில் இப்படி விவரிக்கப்படுகின்றவர்கள், அருவருப்பான தோற்றத்தில் கொடியவர்களாக உள்ளனர். பிராமணிய இந்து மதத்தின் தலைமைப் பாத்திரங்கள் பிரதிநிதித்துவப்படுத்தும் 'நல்'லியல்புக்குத் தேவையான எதிர் அம்சமாக அவர்களைக் காணுமாறு கேட்டுக் கொள்ளப்படுகிறோம். புராணங்களிலிருந்து நாம் எதிர்பார்க்கவுள்ள காலங்காலமான மூலமுதல் எதிர் இணைக்குள் இது வசதியாக வந்துவிடுகிறது. ஆனால் இவ்வெளிமை, நீதியற்ற ஆக்கிரமிப்பாளனின் போராடும் ஆற்றலால், குறிப்பிட்ட மக்களுடைய காலனியமாக்கம் மற்றும் பழிப்பின் வரலாற்றினை மறைத்து விடுகிறது.

புராணப்படி, தேவரும் அசுரரும், வேதங்களை உருவாக்கியவரும் பாதுகாத்தவருமான பிரஜாபதி காஸ்யபரின் பிள்ளைகள்- அதிதிக்குப் பிறந்தவர்கள் தேவர்கள், திதிக்குப் பிறந்தவர்கள் அசுரர்கள். குழந்தைப் பருவத்திலிருந்தே தேவருக்கும் அசுரருக்கும் இடையிலான மோதல் மூண்டு நாளடைவில் வளர்ந்தது. பிரஜாபதிக்கு தேவர்களிடத்தே அபிமானம் இருந்தது. அசுரருக்கும் தேவருக்குமிடையேயான உறவுநிலை பல அடுக்குகள் கொண்டதாக இருந்துள்ளது. ரிக் வேதம், அசுரரையும் தேவரையும் எப்போதும் மோதிக் கொள்கின்றவர்களாக காட்டுவதில்லை; அசுரர்கள் பெரிதும் மரியாதையுடன் குறிப்பிடப்படுகின்றனர். அப்போது அவர்கள் வெறுமனே தீய பிசாசுகளாகப் பார்க்கப்படவில்லை. யுத்தம் மற்றும் கடலின் தெய்வங்களான இந்திரனும் வருணனும், கருத்த நிறமுள்ள கிருஷ்ணனைப் போலவே அசுரர்களாகக் குறிக்கப்பட்டனர்;

நாளடைவில் கிருஷ்ணன் விஷ்ணுவின் அவதாரமாக, தலைமை தெய்வமாக புராணங்களில் இடம்பெற்றான்.

அப்புறம் அசுரர்களுக்கு எதிராக இந்து தெய்வங்களின் சார்பாக, சமூக, பண்பாட்டு, பொருளாதார ரீதியில் விடாப்பிடியான பரப்புரை முடுக்கிவிடப்பட்டது. அசுரர் குருதி வடிக்கப்பட்டபோதெல்லாம் அகமகிழ்ந்த தேவர்கள் மலர்மாரி பொழிந்தனர். சிவனால் வழங்கப்பட்ட ஆயுதங்களைப் பயன்படுத்தி பரசுராமன் அசுரரை வீழ்த்திய கதை இருக்கிறது. தேவர்களின் நடவடிக்கையில் வெறி இருந்தது. ஒவ்வொரு புதரின் பின்பும் மோசமான ஒவ்வொன்றின் பின்பும் அவர்கள் அசுரனைக் கண்டனர். சித்திர கூடத்தில் சீதையின் மடியில் தலைவைத்து ராமன் ஓய்வெடுத்துக் கொண்டிருந்தான். ஒரு காகம் பறந்து வந்து சீதையின் நெஞ்சில் கொட்டியது; இது அசுரனைத் தவிர வேறு யாருடைய செயலாகவும் இருக்கமுடியாதென்று ராமன் கருதினான். ஒரு புல்லிதழைக் கிள்ளி அம்பு செய்து அப்பறவை மீது எறிந்தான். காகாசுரன் என்னும் அப்பறவை அயோத்தி இளவரசனின் காலடியில் ஒரேயொருமுறை அபயம் நாடிற்று, அப்போதும் கூட அதன் ஒருகண் போயிருந்தது.

குருச்சேத்திர யுத்தத்தில் பீமனின் மகன் கடோத்கஜன் மற்றும் பல அசுரர்கள் பாண்டவர் பக்கம் நின்று சாகும்வரை போராடினார்கள். என்ன இருந்தாலும் கடோத்கஜன் ஓர் அசுரன், எனவே மரணம் தன் மகனுக்கு நேர்ந்தாலும் கண்ணீர் வடிக்கத் தக்கதல்ல என மனமுடைந்த தந்தையை ஈவிரக்கமில்லாத கிருஷ்ணன் ஆறுதல்படுத்துகிறான்.

அசுரர், தேவர், ராட்சசர், ராட்சசியர், கந்தர்வர் எல்லாம் சாதாரண மக்களே என்கிறார் பி.ஆர். அம்பேத்கர். பண்பாட்டு மேலாதிக்கத்தை பராமரிக்கும் பொருட்டு, வழக்கத்திற்கு மாறான குணங்களைச் சேர்த்து, அவர்களை விசித்திரமானவர் களாக்கியவர்கள் பிராமணர்களே. உயர் சாதிகளின் சூத்திர எதிரிகள், கொடூரமானவர்களாக கோரைப் பல்லுடைய ராட்சசர்களாக, அசுரர்களாக புராணங்களில் காட்டப்படுகின்றனர். பொதுச் சகாப்தம் எட்டாம் நூற்றாண்டு தொட்டு, ஆலயச் சிற்பங்கள், சுவரோவியங்களிலிருந்து, மக்கள் செல்வாக்குள்ள சித்திரக் கதைகள் அமர்சித்ர கதா மற்றும் பிரும்மாண்டமான பாகுபலி திரைப்படம் வரை, இத்தகைய வகைமாதிரிகள் வலுப்படுத்தப்படுகின்றன.

மகாபாரதத்தின் பகாசுரன் பெருந்தீனிக்குப் பிரசித்தம், அவன் நீண்டகாலம் அம்மண்டல மக்களை பீதிக்குள்ளாக்கி வந்திருந்தான் என்கிறது கதை. தீராத அவனது பசியைத் தீர்க்கும் பொறுப்பு அண்டையிலுள்ள கிராமங்களினுடையதாயிருந்தது. இதில் மோசமானது, அசுரர் தலைவன் உணவுடன் உணவைக் கொண்டு வந்தவர்களையும் தின்று தீர்த்ததுதான். அஞ்ஞாத வாசத்தின்போது பாண்டவர்கள் அசுராலே கிராமத்திற்கு அருகில் வசித்த ஏழைக்குடும்பத்தின் விருந்தினர்களாக வசித்தனர்-இவ்வூர் இப்போது மேற்கு வங்கத்தின் பீர்பூம் மாவட்டத்திலுள்ளது. அசுரனுக்கு உணவளிக்க வேண்டிய முறை அக்குடும்பத்திற்கு வந்ததும், உணவு கொண்டுசெல்ல பீமன் முன்வந்தான்-வறுமையான அக்குடும்பத்தினர் ஒரு நபரை இழக்க நேரும் என்பதால். தவிர்க்க முடியாது நடந்த சண்டையில் பாண்டவ இளவரசன் அசுரனைக் கொன்றான். சந்தர்ப்பவசமாக, அசுராலேயில் சமீபத்தில் நடந்த அகழ்வாய்வுகள், பொதுச் சகாப்தத்திற்கு முன்னர் 2000-1000 னைச் சேர்ந்த கைவினைக் கலைஞரின் கிராமத்தை வெளிப்படுத்தியுள்ளன.

பின்தங்கிய சாதிகளின் பண்பாட்டு திருவுருக்களில் அசுரனின் கட்டுமரமும் அடக்கம்-அவமானப்படுத்தப்பட்ட அல்லது உயிர்த்தியாகிகள் ஆகிய அசுரர்களில் ராவணன், அவனது தம்பி கும்பகர்ணன், தங்கை சூர்ப்பனகை மற்றும் மகிசாசுரன் உள்ளனர். 'ராக்சசா,' 'ரக்சன்' என்பதுடன் நெருங்கியதாகத் தோன்றுகிறது-'ரக்சனி'ன் பொருள் பாதுகாப்பு; இதனால், திராவிடர்கள் ராக்சசராக அழைக்கப்படலாயினர்-பூமி மற்றும் பூர்வீகப் பண்பாட்டைக் காப்பவர்கள் என்ற பொருளில். 'ரக்சக்' என்பதன் திரிபே 'ராக்சசா.' வேத மதத்தை எதிர்த்தோரெல்லாம், பௌத்தர்-சமணர் போன்ற ஆரியராக இருப்பினும், ராக்சசராக்கப்படும் நிகழ்வுப் போக்கிற்குள்ளாகி, தஸ்யுக்கள், அசுரர்கள், ராக்சசர்கள், ராக்சசியர்கள் என ஒதுக்கித் தள்ளப்பட்டனர் என்கிறார் ரொமிலா தாபர்.

பகவத் கீதையில் கிருஷ்ணன் அனைத்துக் கேடுகளையும் ராக்சசருக்கும் அசுரருக்கும் கற்பிக்கிறார். ரஜஸ-தமஸ குணங்கள் மேலோங்கியுள்ளவர்கள் ராக்சசர், அசுரர் என்கிறார். மனித வடிவிலான கடவுள் அவதாரத்திலுள்ள தெய்வீகத்தைப் புரிந்துகொள்ள முடியாதவர்கள் என கிருஷ்ணன் அர்ச்சுனனிடம் கூறும்போது கீதையின் வஞ்சக சித்தாந்தம் வெளிப்படுகிறது. வேதங்களை ஏற்காத லோகாயதவாதிகள், புறச் சமயத்தவர்கள்,

நாத்திகர்கள், கடவுள் நம்பிக்கைக்கு அப்பாற்பட்டவர்கள் என அவரது கொள்கையை ஏற்காதவர்கள் அசுரர்கள் என்பது இதில் பொதிந்துள்ளது. பாண்டவ இளவரசன் உள்ளாகியிருக்கும் பகுத்தறிவு மயக்கத்திற்குரிய பௌத்தர்களையும் சமணர்களையுமே அவர் இலக்காக்கினார். ஆத்மா ஞானம் (சுயவிழிப்புணர்வு) எட்டியுள்ள அசுரர்கள் அசுரர்களல்லர் என்கிறார் ஆதிசங்கரர். கீதை உரையில் காந்தியின் விளக்கம், புத்திசாதுர்யமின்றி, அரக்கர்கள்-பிசாசுகளின் மாய உலகிற்கு வந்துள்ளவர்கள் என்கிறார்.

கூட்டங் கூட்டமாக இந்தியாவுக்கு வந்த ஆரியர்கள் புலம் பெயர்ந்து குடியமர வந்தவர்களே அன்றி, வெற்றியாளர்களல்லர். எனினும் உள்நாட்டு பழங்குடிகளின் எதிர்ப்பு இருந்தது, நீடித்த மோதல் பின்தொடர்ந்தது. முதலில் அசுரர் நாட்டை உரிமையாகக் கொண்டிருந்தனர். சீக்கிரமே இந்நிலைமை மாறி தேவர்கள் நாட்டின் பெரும்பகுதியை கட்டுப்படுத்துவோர் ஆயினர். ஒவ்வொரு அசுர திருவுருவின் மரணமும், இந்நாட்டுக்குள் ஆரியர் நுழைந்ததுடன் தொடர்புடையதாயிருக்கிறது. அசுரனின் இறப்பைக் குறிக்கும் எந்தப் பண்டிகையையும் நவபௌத்தர்கள் கொண்டாடுவதில்லை ஏனெனில் அவ்விறப்பு தீண்டத் தகாதவர்களை தீர்த்துக் கட்டிடும் ஆசையை பிரதிநிதித்துவப்படுத்துகிறது. சதி-கிங்கராந்தி என்னும் சகோதரியரால் திலாசூர் கொல்லப்பட்டதன் கொண்டாட்டமாக இருப்பதால், சங்கராந்தியை கொண்டாடுவதில்லை.

குடிபுகுந்த ஆரியர்களுக்கும் உள்நாட்டுப் பழங்குடிகளுக்குமிடையே நிலவிய மோதல்கள் குறித்து ரிக் வேதத்தில் ஏராளமான குறிப்புகள் இடம் பெற்றுள்ளன. வென்றவர்கள் தம் புராணங்களில் தேவர்களாகவும், தோற்கடிக்கப்பட்டவர்கள் அசுரர்களாகவும் அடையாளங்கண்டு கொள்ளத் தொடங்கினார்கள். உடனிகழ்காலச் சமூகத்தில், புலம்பெயர்தலுடன் தீவினையைத் தொடர்புபடுத்துவது அபாயகரமான தாயுள்ளது. திரும்பக் கொண்டுவரப்படவேண்டும் என்பதான கடந்த காலத்து முல்லை நிலக் கனவிலே பழமைவாதத்துடன் ஒட்டிக் கொண்டிருப்பதும் சம அளவில் அபாயகரமானதே. பரஸ்பர ஒன்று கலத்தலிலும் செல்வாக்குகளின் பல்வேறான நீரோடைகளாலும்தான் பண்பாடு தழைத்தோங்கும். எனினும், ஒரு பிரதேசத்திற்குள்ளேயான குறிப்பிட்ட ஊடுருவல் செய்வோரின் காலனித்துவ சக்திதான் ஆட்சேபிக்கப்படுகிறது. அத்துடன், நியாயமானவையோ இல்லையோ, மேலாதிக்கம் பெறும் குறிப்பிட்ட விழுமிய அமைப்புகளின் செல்லுபடியாகும்

தன்மையும். நடுநிலைமையான சூழலில் புலம்பெயர்தல் நிகழ்வதில்லை, சூழலே தலைமையானது என்பதை நினைவில் கொள்ளவேண்டும். ஆரியர்கள் தாம் வசித்த நிலங்களின் மக்களை வெளியேற்றி, தம் புராணங்களில் அவர்களை அசுரர்களாகப் பதிவு செய்தனர். அசுரர்கள் தொன்மையானவர்கள், தேவர்களுக்கு முற்பட்டவர்கள் என அவர்கள் காலத்தைக் குறிப்பதாகவும் புராணங்கள் சித்தரிக்கின்றன. ஆரியர்கள் வலுக்கட்டாயமாக உள்நாட்டு மக்களிடமிருந்து நிலத்தை அபகரித்தனர் என்பதைச் சுட்டுவதேயன்றி இது வேறென்ன? பிராமணரைப் பொறுத்தவரை தேவர்கள் நல்லதையும் அசுரர்கள் கெட்டதையும் உருவகப்படுத்தினார்கள். இன்றைய உயர்சாதிகளில் கணிசமானவர்கள், வெற்றி கொண்டவர்களின் சந்ததிகள் என்றெண்ண நியாயமிருக்கிறது. தைத்திரிய பிரம்மாணத்தின் படி, சூத்திராதிசூத்ரர்கள் அசுரர்களின் சந்ததியர்.

கேரள வேளாண்மையில் அசுரர்

அன்னம் செருகிளி என்னும் புலையரினப் பெண் சொர்க்கத்திலிருந்து பூமிக்கு 101 ரக நெல் விதைகளைக் கொண்டுவந்தாள் என்கிறது கேரளத்தின் புகழ்பெற்ற ஒரு தொன்மம். 'விதைப்பாட்டு' ஒவ்வொரு ராகத்தையும் போற்றுகிறது. பதினெட்டு-பத்தொன்பதாம் நூற்றாண்டுகளில், நிலபிரபுக்களிடமிருந்து நிலங்களை குத்தகைக்குப் பெற்ற புலையர்கள், நெல் வயல்களில் மாட்டுச் சாணத்தையும் சாம்பலையும் இழைதலைகளையும் உரமாகப் பயன்படுத்தினார்கள். புகழ்மிக்க ஓணப்பாட்டில், நெல்சாகுபடி, அபரிமிதமான அறுவடைகள் பற்றிய குறிப்புள்ளது. கேரளத்தில் தலித் தொழிலாளர்கள் வேளாண்மையை வளர்த்தெடுத்தனர். போர்த்துகீசிய எழுத்தாளரும் 16-ஆம் நூற்றாண்டில் கேரளத்திற்கு வந்த காலனிய அதிகாரியுமான டுவார்ட்டேபார்போசா, சிதைந்த குடில்களில் புலையர்கள் வசித்ததைப் பதிவு செய்துள்ளார்- உயர் சாதியினர் இக்குடில்களுக்குத் தொலைவிலேயே நின்று கொண்டனர்; தாம் இருப்பதைத் தெரிவிக்க உரத்துச் சப்தமிட்டனர். 1931-ஆம் ஆண்டு வேளாண்மைக் கணக்கெடுப்பு, தலித்தல்லாத விவசாயிகளிடம் விவசாயத்திற்கான ஈடுபாடோ திறன்களோ இல்லை என்கிறது. பட்டியலினச் சாதிகள்-பழங்குடியினரின் சமூக-பொருளாதார நிலை குறித்த ஆணையம் 1980-களில், கேரளத்து

வேளாண்மையின் முதுகெலும்பு தலித்துகள் ஆனால் அவர்களிடம் தொழில்நுட்பமோ நிலமோ உரிமையாயில்லை; புத்தாக்க உத்திகளால் இடம்பெயரச் செய்யப்படும் அபாயமும் இருந்தது என்றது.

உடல் உழைப்பை அருவருத்த பிராமணரைப் போலின்றி, அசுரரும் அவர்தம் சந்ததியரும் உழைப்பின் உற்பத்தித் தன்மையுடன் அழிக்க முடியாத தொடர்பினைக் கொண்டுள்ளனர். புத்தர்காலத்தில் உடலுழைப்பு மதிக்கப்பட்டது. எனவே பௌத்தரும் சமணரும் ஆசீவகரும் 'சிராமணர்' எனப்பட்டனர்-'சிரமா' உடல் உழைப்பு என்று பொருள்படும், சிராமணர் என்பவர் உழைப்பவர். பிராமணிய சாதி அமைப்பு உழைப்பை ஏளனமாகப் பார்த்தது: உழைப்பு எவ்வளவு கடுமையாயுள்ளதோ அவ்வளவு கீழாக ஒருவர் படிமுறையில் நிறுத்தப்பட்டார். வாழ்க்கை-சமூகம் சார்ந்து தீவிரக் கருத்துகளையுடைய சிராமணர் பூர்வகுடிமக்களின் பண்பாட்டுத் தலைவர்களாயிருந்தனர். சாதிக்கான எதிர்ப்பு சிராமண மரபின் பகுதியாகும்-அது ஆரம்பகட்ட சமணர் காலத்திலிருந்து வருவது. சிராமணர் தம் இல்லங்களைத் துறந்து, உண்மையைத் தேடித் திரிந்து. மக்களின் நலனுக்காக கடுமையாக உழைத்தனர். கடவுளைத் தேடாததால், மதச்சடங்குகளை எள்ளி நகையாடினார்.

மாபெரும் உழைப்புப் பண்பாட்டையுடைய தலித்துகள் பணித்திறன்களைப் பெற்றனர். இத் திறன்களை வேளாண்மையிலும் கட்டுமானத்திலும் காணமுடியும். அய்ரோப்பிய பண்ணை அடிமையின் சுதந்திரமின்மை வர்க்கப் பண்புடையதாய் இருக்க, இந்தியாவில் நேரடி உற்பத்தியாளர்கள் 'கூட்டுச் சுதந்திரமின்மையின்' பிளவுபட்ட வடிவங்களை எதிர்கொண்டனர். அருவருப்பான நிலைகளில் வேலை பார்த்த தலித்துகள் நாட்டின் செல்வத்தையெல்லாம் உருவாக்கினார். பறையனும் சாகுபடியும் ஒன்றாகப் பொருள்பட்டது. மலையாளத்தில் செரு என்றால் சேறும் சகதியும், சேற்றிலும் சகதியிலும் வேலை செய்வோர் செருமான்கள். கல்விகற்ற உயர்சாதி பிரபுக்களன்றி தலித் பண்ணைத் தொழிலாளர்களே காயலில் மண் நிரப்பி, கேரளத்தின் குட்டநாட்டில் வேளாண்மைக்குப் பயன்படுத்தியவர்கள்-கடல்மட்டத்துக்குக் கீழே வேளாண்மை நிகழும் உலகின் ஒரேபகுதி என்னும் தனித்துவத்தைப் பெற்றுள்ளது. புலையர்களால் பரப்பப்பட்ட பாடல்கள் கேரளஅடித்தட்டு மக்களின் வரலாற்றினுடைய சித்திர விவரிப்பைத் தருகின்றன.

அறிவனைத்தின் தோற்றுவாயாக இருப்பது மனிதனின் சமூக நடைமுறை; நமக்குக் கிடைக்கக்கூடிய மூலப் பொருள்களைக் கொண்டு உற்பத்தித்திறன் பெற்றிருக்கும் நமது திறனே, மேலும் சிந்திக்கவும் பரிசீலிக்கவும் அனுமானிக்கிறது. பண்பாட்டினை உழைப்பிலிருந்து பிரிக்க இயலாது. அசுரனின் சந்ததியருக்குக் கிட்டியதெல்லாம் கடினமான, முதுகை முறிக்கும் உழைப்பே. அசுர வாழ்க்கை முறையிலிருந்து ஒருவர் கற்றறிந்து கொள்ளக்கூடிய, வேலையின் மாபெரும் ஆனந்தம் உள்ளது. உழைக்கும் மக்களே கருத்துகளை உருவாக்குபவர்கள். வேர்ச்சொல் ஆய்வுப்படி, culture என்பது cultivation-லிருந்து வருகின்றது. எனினும், மேலோங்கி வரும் சிறப்புரிமை பெற்றோர் கைகளில், பண்பாட்டின் பொருள் திரிபடைந்து, பண்பாட்டு உறவுகள் சரக்குகளாகக் கருதப்பட்டு, விலைக்கு வாங்கப்படக் கூடியதாக ஆகிவிட, உழைப்பின் பங்கு அழித் தொழிக்கப்படுகிறது.

சாதியற்ற சமூகத்தினராகிய அசுரர், தேர்ந்தெடுக்கப்பட்ட குழுவினர் அதிகாரம் பெற்றுள்ள, ஜனநாயக அமைப்பைப் பெற்றிருந்தனர். எகிப்திய மன்னர்கள் தம்மை அடக்கம் செய்வதற்கான கல்லறைகளை எழுப்பிக் கொண்டிருந்தபோது, அசுர அரசின் ஜனநாயக மன்றங்கள் சாலைகள் போட்டுக் கொண்டும் மருத்துவமனைகள் கட்டிக் கொண்டும் சாக்கடை வசதிகளை மேற்கொண்டும், மக்களுக்குப் பயனுள்ளதென்று தாம் எண்ணியவற்றையெல்லாம் செய்து கொண்டுமிருந்தனர் என்கிறார் நீலகண்டன்.

‘எமது நீதியுணர்வு’ கற்றறிந்தோரும் சிறப்புரிமை பெற்றோரும் நீதியென்று எண்ணியதிலிருந்து வேறுபட்டது. எமது தார்மிக நெறியை நாங்கள் தீர்மானித்தோம், எமது உரிமைகளை எமக்கே உரிய வழியில் வரையறுத்தோம்... எமது தர்மம் எளியவற்றின் மீதமைந்தது: ஒருவன் தன் வார்த்தைக்கு உண்மையாயிருத்தல் வேண்டும்; தன் இருதயத்திலிருந்து பேசுதல் வேண்டும்; தவறென்றுதான் கருதுவதைச் செய்யலாகாது. தோற்போம் என்பது உறுதியாயினும் பிறரை ஏமாற்றலாகாது. பெண்டிரை மதிக்க வேண்டும், யாரையும் புண்படுத்தலாகாது. அநீதி நிலவுமானால் என்ன விலை கொடுத்தேனும் போராடியாக வேண்டும்.’

1924- வாக்கிலேயே ஆங்கிலேய மொழி நூலாளரும் வரலாற்றாளருமான எச்.எம். சாட்விக், இந்திய-ஈரானிய புராணங்களின் அசுரரை, அஸ்ஸிரியருடன் அடையாளப்படுத்த

முற்பட்டார். அசுர என்பது அசுர் என்பதிலிருந்தும் பிறந்தது, அதனடிப்படையிலேயே அஸ்ஸிரியர் அழைக்கப்பட்டனர் என்கிறார். *தி வொண்டர் தேட் வாஸ் இந்தியா* (1954) நூலின் ஆசிரியர் ஏ.எல்.பாஷாமினைப் பொறுத்தவரை, பாரசீகத்தில் ஜராதுஸ்டர், அஹுரா மாஸ்டா என்னும் மாபெரும் ஒளிக்கடவுளின் விருதினுடைய பகுதியாக அசுரர் பெயரை வழங்கலானார்.

அசுரர்கள் முதலில் அஸ்ஸிரியாவைச் சேர்ந்தவர்கள், அங்கிருந்துதான் திராவிடப் புலம் பெயர்ந்தோரின் ஒரு பிரிவினர் இந்தியாவுக்கு வந்துள்ளனர் என என்.வி. கிருஷ்ண வாரியரும் வாதிட்டார். அசுரர்கள் மாபெரும் மெஸபடோமிய நாகரிகத்திற்குரியவர்கள் என்கிறார். ஒன்று மகாபலி, அஸ்ஸிரிய மண்டலத்தில் நினவேயில் மன்னனாயிருந்திருக்க வேண்டும் அல்லது 3000 ஆண்டுகளுக்கு முன்னர் சிம்மாசனத்தைப் பிரதிநிதித்துவப் படுத்தியிருக்க வேண்டும். அத்திராவிட மன்னனின் மக்கள், அவனது நினைவாக இப்போது ஓணம் எனப்படுவதைக் கொண்டாடியிருக்க வேண்டும், சிந்து மண்டலம் வழியே தென்னிந்தியாவுக்குத் தம்முடன் கொண்டு வந்திருக்க வேண்டும். அஸ்ஸிரியர் வடிவியலில் வித்தகர்கள், அவர்தம் தெய்வங்கள் நான்கு பக்கங்களுள்ள அடித்தளத்தின் மீதுள்ள கோபுரங்களாக வடிவமைக்கப்பட்டன. கேரளத்தில் திருவோணத்துடன் தொடங்கும் நான்கு நாட்களில், முற்றங்களில் தோன்றும் திரிக்காக்கரப்பன்கள், எகிப்தின் பிரமிட்களைப் போல, இவ் வஸ்ஸிரிய தெய்வங்களை ஒத்துள்ளன. எனினும், பலி-வாமன இலக்கியம் மற்றும் நாடெங்கிலுமுள்ள திருவிழாக்களை ஆராய்ந்து எழுதியுள்ள கே.டி. ரவிவர்மா, வாரியருடன் உடன்படவில்லை. (ரவிவர்மா 2001). பலி, இந்தியத் திருவுருவே மற்றும் பலி-வாமனத் தொன்மம் காலப் போக்கில் உருக்கொண்டுள்ளது என்பது ரவிவர்மாவின் நிலைபாடு.

அகேரியா அசுர்ஸ் என்னும் முழுப்பெயருடைய அவர்கள், ஆரியரின் எதிரிகளாக நம்பப்பட்டனர். வெரியர் எல்வினைப் பொறுத்தவரை, அகேரியரும் அசுரரும், ராஞ்சியின் எல்லைப்புறக் குன்றுகளிலுள்ள தற்போதைய அசுர் பழங்குடி மரபுகள் மற்றும் சம்ஸ்கிருத இலக்கியத்தின் அசுரரால் பிரதிநிதித்துவப்படுத்தப்படும் ஒரு பழங்குடியின் சந்ததியர்; இந்துப் புராணங்களின் அசுரருடன் அவர்களைத் தொடர்புபடுத்துவதாக ஐஸ்பூரும்பலாமுவும் தோன்றின. மேற்கு வங்கத்தில் 8000 வலிமையான அசுர பழங்குடியினர் உள்ளனர்.

பத்துத்தலை அசுரன்

சீதையை காட்டிலிருந்து கவர்ந்து சென்று, தன் அரண்மனையில் வைத்திருந்து, இறுதியில் நடந்த யுத்தத்தில் ராமனின் அம்புகளுக்குப் பலியான, இலங்கையின் பத்துத்தலை மன்னன், மகாபலிக்குப் பிறகான தலைசிறந்த அசுரனாக இருந்தான். விஷ்ணுவின் அவதாரமாகக் கருதப்படும் ராமன், கேரளத்தில் அரிதாகவே வழிபடப்படுகின்றதைப் பார்த்தோம். தசரதனின் மூத்த மகன் வணங்கப்படாததுடன், அவனது எதிரி (ராவணன்) பெருவாரியான ஆதிவாசிகளுக்கு நாயகனாகவும் உள்ள மத்திய-வட இந்தியப் பகுதிகள் உண்டு. வங்காளம், ஜார்கண்ட், உத்தரப் பிரதேசம், மத்தியப் பிரதேசம், இமாசலப் பிரதேசம், மராத்தியத்திலுள்ள பல குழுக்களின் வரலாற்று பிரக்ஞை, ராவணனை வணங்குமாறு செய்கிறது. *லங்கேஷ், தசனானா, ராவணா* என வரவேற்கப்பட்ட அவன் *விஸ்ரவாஸ்* என்ற பிராமணனுக்கும் சாதாரண பழங்குடிப் பெண்ணுக்கும் மகனாகப் பிறந்தவன். டெல்லியிலிருந்து சுமார் 20 கி.மீ. தொலைவிலுள்ள, இன்று கௌதம் புத்த நகர் என்றழைக்கப்படும் பகுதியிலுள்ள *பிஸ்ராக்கில்* பிறந்தான். விஸ்ரவாஸின் திரிபே 'பிஸ்ராக்' என நம்பப்படுகிறது. ராவணன் தீவிரமான சிவபக்தனென்று சைவர்கள் நம்புகின்றனர். சைவத்தின் முக்கிய மையமாக இருந்ததாக நம்பப்படும் கிராமத்திலிருந்து, மிகவும் சிதிலமடைந்த நந்தியுடன் சில சிவலிங்கங்களும் பிரதிமைகளும் எடுக்கப்பட்டுள்ளன. துன்பியல் ஆளுமையாக முடிவுற்ற இலங்கை வேந்தனுக்கு, கும்பகர்ணன், விபீஷணன் என்றும் இரு சகோதரரும் சூர்ப்பனகை என்னும் சகோதரியும் உண்டு. அவர்களின் தந்தை அவர்களின் மாற்றாந்தாய் சகோதரன் குபேரனுக்கு சொத்தையெல்லாம் விட்டுச்செல்ல, இதன் காரணமாக, எல்லையற்ற செல்வம் பெறலானான். ராவணனுக்கும் அவன் தம்பியருக்கும் எதுவும் தரப்படவில்லை. இருந்தும் ராவணன் தர்மத்தின் பாதையிலிருந்து விலகிச் செல்லவில்லை.

ராவணனைக் கொல்வதே ராமனின் நோக்கம். எந்தக் கடவுளாலும் அசுரனாலும் ராட்சசனாலும்தான் கொல்லப்பட முடியாத வரத்தை அவன் பிரமனிடம் பெற்றிருந்தான் என்றொரு புராணக் கதை இருந்தது. கெடுவாய்ப்பாக அவன் இப்பட்டியலில் மனிதரைச் சேர்க்கவில்லை-அவர்கள் தனக்குப் போட்டியாக இருக்கமுடியாதபடி மிகப்பலவீனர்கள் என்று அவன் எண்ணியதால்.

புத்திசாலியான விஷ்ணு, தசரதன்-கௌசலையின் மகனாக அயோத்தியில் அவதரித்து, ராவணனைக் கொல்லுதல் என்னும் புனிதமற்ற நடவடிக்கைக்காக தன்னை ஈடுபடுத்திக் கொண்டான்.

பாண்டவரின் அற்புத அரண்மனையை நிர்மாணித்த, கைதேர்ந்த கட்டிடக்கலை வல்லுனர் மாயனின் ஆற்றல்மிக்க மகள் மண்டோதரியுடனான ராவணனின் திருமணம் ஜோத்பூரிலுள்ள மாண்டோரில் நடந்தது. உலகின் அய்ந்து அழகிய பெண்டிருள் ஒருத்தியாகிய மண்டோதரி, அசுர மன்னன் ராவணன் வேட்டையாட காட்டுக்கு வந்தபோது, அவனைச் சந்திக்க நேர்ந்ததாக வாய்மொழிக் கதை கூறுகிறது. வயதான அவளது தந்தை ஒரு மணமகனைத் தேடியபோது, அவளை மணமுடித்துக் கொள்வதாக ராவணன் முன்வந்தான். திருமணம் முடிந்தபின் அவனது உறவினர் சிலர் அங்கேயே தங்கிவிட, மாண்டோரின்மக்கள் அசுர வம்சாவளியைக் கூறிக் கொள்கின்றனர். 2005-இல் மாண்டோரில் ராவணன் சிலை நிறுவப்பட்டது.

தசனானா தனது ஆரிய எதிரியைவிடவும் தேர்ச்சிமிக்கவன். அவன் பல்துறை வித்தகன், அவனது எதிரிகள்கூட அவனது புலமையினையும் பல்துறை தேர்ச்சியினையும் அங்கீகரித்தனர். அந்த அசுர மன்னன் இறந்தபோது, ராவணன் கற்றறிந்தவன், மாபெரும் மன்னன், அவனிடமிருந்து நிர்வாகக் கலையினைக் கற்றுக்கொள்ள முடியும் எனத் தன் தம்பி லட்சுமணனிடம் ராமன் கூறியதாகச் சொல்லப்படுகிறது. ராவணன் வேதங்கள், ஸ்மிருதிகள், இசையை நன்கு தேர்ந்தவன். தீவிர சிவபக்தனாகிய அவன், சோதிட நூல் ஒன்றுடன், *சிவதாண்டவ ஸ்துதியினை* எழுதினான். இசை ரசிகனாகிய அவன் சிறந்த வீணைக் கலைஞன், ஒரு இசைக்கருவியை வடிவமைத்தான். சிவனை வணங்கிக் கொண்டிருந்தபோது, தன் கையிலிருந்து நரம்பொன்றினை எடுத்து மீட்டி இசைத்ததாகக் கூறப்படுகிறது. இந்த ஒற்றைத் தந்தி வயலின் ராவண்ஹத்த வீணை எனப்படுகிறது-இப்போது அது ராவணஹஷ்தம் என்றழைக்கப்படுகிறது. ஒரு மூங்கில் குச்சியையும் சிரட்டையையும் கொண்ட அது, தொன்மையான இசை நூல்களில் குறிப்பிடப்படுகிறது. சித்த மருத்துவத்தில் தேர்ச்சி பெற்றதுடன், ஆயுர்வேத மருந்து தயாரிப்பில் பயிற்சி பெற்று, வீரியமிக்க பாதரசம் போன்ற வேதிப் பொருள்களைப் பயன்படுத்தத் தெரிந்திருந்தான். நாடித்துடிப்பறிதல், வடிகட்டி மருந்து தயாரித்தல் குறித்த நூல்கள் எழுதினான். அலங்காரத் தையல் கலையிலும் சோதிடத்திலும் பரிச்சயம் மிகுந்திருந்தான். தன்

மனைவியின் சலிப்பைப் போக்குவதற்காக அவன் வடிவமைத்ததே பகடையாட்டம். இருவரும் ஆடும்போது மண்டோதரி எப்போதும் வென்றுவிடுமாறு பார்த்துக் கொள்வானாம். ராவணன் அசுரர்களுக்கு கண்ணியத்தையும் தன்னம்பிக்கையினையும் அளித்தான்.

தமிழ் பிராமணர் தம் அதிகாரத்தை நியாயப்படுத்தும் பொருட்டு, ஆரியரின் பண்பாட்டு மேன்மை என்னும் மாக்ஸ் முல்லரின் கருத்தாக்கத்தை பயன்படுத்திக் கொள்ள, திராவிட இயக்கத்தை முன்னிறுத்தியவர்கள் இதனை ஆவேசமாய் எதிர்த்தனர். திராவிட இயக்கம் ராமாயணத்தை கடுமையாக விமர்சித்தது-படையெடுத்து வந்த ஆரியரால் பூர்வகுடி திராவிடர்கள் அடிமைப்படுத்தப்பட்ட கதையே ராமாயணம் என்றார் பெரியார். ராமனை இடப்பெயர்ச்சி செய்துவிட்டு ராவணனை நாயகனாக்கிடும் கலகத்தன்மையிலான வாசிப்பை அவர் மேற்கொண்டார். வடஇந்தியாவில் இவ்வசீகர ஆளுமை, அவனது சகோதரன் மற்றும் மகனின் உருவ பொம்மைகள் எரிக்கப்படுவதற்கு எதிராக, ராமாயணத்தை எரிக்குமாறு கூடப் பெரியார் தமிழரைக் கேட்டுக்கொண்டார். ஆசாரவாத பிராமணர்களுக்கு இது சினத்தை ஏற்படுத்தவே, ஆகஸ்டு 1956-இல் ராமனின் படங்களை எரிக்கும் பொருட்டு சென்னை மெரீனா கடற்கரையில் சென்றபோது அவர் கைது செய்யப்பட்டார். திராவிடரை ராட்சசராக அல்லது குரங்குகள்-கரடிகளென ராமனுக்கு உதவியவர்களாகச் சித்தரித்தமைக்காக, திராவிடச் செயல்வீரர்கள் ராமாயணத்தை எரித்தனர். திராவிடர் கழக செயற்பாட்டாளரும் திரைப்பட ஆளுமையுமான எம்.ஆர். ராதாவின் சீண்டும் தன்மையிலான ராமாயண நாடகம், ராவணனை மாபெரும் திருவுருவாகச் சித்தரித்தது. 19-ஆம் நூற்றாண்டு இந்திய ஆய்வாளர் பி. சுந்தரம் பிள்ளை, ராவணனின் நல்ல நெறிகளுக்காகப் போற்றினார்; படையெடுத்து வந்த ஆரியரின் தலைவன் ராமன் என்றார். எம்.எஸ்.பூரணலிங்கம் பிள்ளையின் *ராவணா தி கிரேட்: கிங் ஆஃப் லங்கா*, புராணக்கதையின் இதிகாச மறு எழுத்தாக்கமான புலவர் குழந்தையின் *ராவண காவியம்* (1946) போன்ற நூல்கள் உள்ளன-இரண்டாண்டுகளுக்குப் பின்னர் இதனை காங்கிரஸ் அரசாங்கம் தடை செய்தது. 1971-இல் திராவிட முன்னேற்றகழக ஆட்சியில்தான் இத்தடை நீக்கப்பட்டது.

புராணங்களில் உள்ள இரண்யகசிபு என்னும் அசுரனின் மகன் பிரகலாதன், தீவிர விஷ்ணு பக்தன்; விஷ்ணுவின் அவதாரமான நரசிங்கத்தால் இரண்யகசிபு விழுங்கப்படுகிறான். புராண எதிர்ப்பு நூல்களை எழுதுதல் என்னும் திராவிட இயக்கத்தின் பணியின்

பகுதியாக, கவிஞர் பாரதிதாசன் இரணியன் அல்லது இணையற்ற வீரன் நாடகத்தை எழுதி, 1934-இல் அரங்கேற்றினார்.

அசுரர்களுக்கான ஆவேச சோதனை

இந்தியாவில் மத உணர்வுகள் எளிதில் புண்படுத்தப்பட்டுவிடும். ராவணன் மீதான ராமனின் வெற்றியின் அடையாளமாக, தசராவைக் கொண்டாடும் இந்துக்களிடத்தே அவர்தம் கடவுளர் மீதான பழிப்புகள் மிகுந்த கோபத்தையும் வன்முறையையும் தூண்டிவிட்டன. சில ஆண்டுகளுக்கு முன்னர், மைசூர் பல்கலைகழகத்தின் செய்தித் தொடர்பு-இதழியல் துறை பேராசிரியர் மகேஷ் சந்திர குரு, ராமாயண நாயகனை 'இழிவான மொழி'யில் விவரித்தமைக்காக இடைநீக்கம் செய்யப்பட்டதுடன் சிறையிலடைக்கப்பட்டார். இதற்கிடையே, இந்திபேசும் பலபகுதிகளில், நாட்டின் பிறபகுதிகளில் உயர்வாக மதிக்கப்படுகின்ற, பத்துத்தலை மன்னன் மற்றும் அவனது தம்பியரின் உருவ பொம்மைகள் பெரும் ஆரவாரத்துடன் எரிக்கப்படுவதுடன் தசரா நிறைவுறும். காற்றில்-சப்தத்தில் தவிர்க்கப்படக்கூடிய மாசுபடலை ஏற்படுத்தும் பேரிரைச்சல்மிக்க இச்சடங்கு, ராவணனின் தோல்வி-மரணத்தை அடையாளப்படுத்தி, தீமையின் மீதான நன்மையின் வெற்றியைக் குறிப்பதாகக் கூறப்படுகிறது. இந்தியாவிலுள்ள அதிக எண்ணிக்கையிலானவர்களுக்கு தெய்வீகமாயுள்ள உருவின் படிமத்தை எந்த வருத்தமுமின்றி இழிவுபடுத்தும் இக்குழுக்களுக்கு 'உணர்வுகளைப் புண்படுத்தல்,' இழிவுபடுத்தும் செயல்கள் என்னும் அதே அளவுகோல் பொருத்திப்பார்க்கப்பட வேண்டாமா?

ராவணன் உருவபொம்மைகள் எரிக்கப்பட்டதற்கு எதிராக பாரதிய தலித் பாந்தர் கட்சி (BDPP) எதிர்ப்பு தெரிவித்தது. அசுரத் திருவுருக்களுக்கு உரிய மரியாதை அளிக்கப்படுவதை அரசாங்கம் உறுதிப்படுத்த வேண்டும் என இக்கட்சி விரும்பிற்று. உத்தரப் பிரதேசத்தின் கான்பூர் மாவட்டத்திலுள்ள போக்ரயானில் BDPP, உருவ பொம்மை எரிப்பை எதிர்த்து ஆர்ப்பாட்டம் நடத்திற்று. நாட்டின் இரண்டாவது பெரிய பழங்குடியினரும் மூலத் திராவிட பழங்குடியினருமான, மத்திய இந்தியாவின் கோண்டு மக்களது இருதயங்களில் ராவண தகனம் நீண்ட காலமாக சீழ்பிடித்த புண்ணாக இருந்து வந்துள்ளது. ராவணன் தமது மன்னரென்று

கோண்டுகள் நம்புகின்றனர். தம்மை இந்துக்களென்பதை நிராகரிக்கும் அவர்கள், ராவணனின் இலங்கை என்பதன் புவியியல் இடத்தைச் சார்ந்த சம்பிரதாயக் கருத்தையும் ஆட்சேபிக்கின்றனர். இலங்கை இருந்தது இந்தியப் பெருங்கடலில் அல்ல, மாறாக மத்திய பிரதேசத்தின் அமர்கண்டக் மலைப்பகுதியில் இருந்தது. கோண்டி மொழியில் 'லங்கா' குன்றுசார்ந்த பகுதியைக் குறிக்கிறது. சுற்றுச் சூழல் பாதுகாப்பின் பொருட்டு, தம் பழங்குடியின் உறுப்பினராக, பிரம்மா ராவணனைப் படைத்தார் என கோண்டுகள் நம்புகின்றனர். அவர்களைப் பொறுத்தவரை, வேள்வியில் பீடிப்பு கொண்டுள்ள பிராமணரின் மீட்சிக்காக வந்த எதிர்நிலை நபரே ராமன்; அவர்தம் நெருப்பு சார்ந்த சடங்குகள் காற்றை மாசுபடுத்தி, ஆரியரல்லாத ஆதிவாசிகளின் இல்லங்களில் அமைதியையும் சமாதானத்தையும் குலைத்தது. பிராமணர்களால் நடத்தப்பட்ட யாகங்களில் விலங்குகள் பலி கொடுக்கப்பட்டதை எதிர்த்த அசுரர், பிராமணரின் சீற்றத்திற்குள்ளாயினர். இங்கே ராவணன் ஓர் எதிர்கடவுள், வேதங்களைக் கற்கத் துணிந்த திராவிட மன்னனை கொன்ற ஆரியக் கடவுள் ராமனுக்கு எதிர்நிலையில் உள்ளவன். ராம ஜென்மபூமி இயக்கத்தின் உச்சத்தின் போது 1991-இல் கோண்ட்வானா கோண்ட் சம்ஸ்கிருதி பச்சாவோ சமிதி தொடங்கப்பட்டது.

2017-ஜூலையில் ராவணன் மற்றும் இதர அசுரர்களின் உருவ பொம்மைகள் எரிக்கப்படுவதற்கு முடிவு கட்டக் கோரும் விண்ணப்பத்தை உச்சநீதிமன்றம் விசாரித்தது. வால்மீகி/ துளசிதாஸ் ராமாயணத்தில் எரிப்புச்சடங்கு இடம்பெறவில்லை என விண்ணப்பதாரர் வாதிட்டார். இது நம்பிக்கை சார்ந்தது என உச்சநீதிமன்றம் விண்ணப்பத்தை தள்ளுபடி செய்தது. இருப்பினும், அசுர உருவபொம்மைகளை அழிப்பதன் மீதான தடைக்கான கோரிக்கை நீடிக்கிறது. ஊர்வலங்கள், பிரார்த்தனைக் கூட்டங்கள், அதிகாரிகளுக்கு அறிக்கைகள் என இருந்துள்ளன. 16-ஆம் நூற்றாண்டு சிவாலயத்தால் பெருமைப்பட்டுக் கொள்ளும், இமாசலப் பிரதேசத்தின் பைஜ்நாத் நகரில், மக்கள் தசரா கொண்டாடுவதில்லை. இப்பழமையான ஆலயம் ராவணனால் நிறுவப்பட்டது என்பதால்.

ஏராளமான ஆதிவாசிப் பழங்குடியினருக்கு ராவண உருவபொம்மைகள் எரிப்பு, புண்படுதலின் தோற்றுவாயாக, ஒடுக்கமுறை வரலாற்றின் நினைவூட்டலாக இருக்கிறது. 1970-களில் நாக்பூரிலுள்ள கோண்டி மொழி அறிஞர் மோதிராம்

எதிர்க்கடவுளின் தேசம் | 91

கங்காளே, ராவண தகனத்திற்கு முடிவுகட்டுமாறு இயக்கமொன்று தொடங்கினார். போராட்டக்காரர்கள் சட்டரீதியிலான விடிவைக்கோர, ஒன்றும் நிறைவேறவில்லை. கோண்டுகள் காலங்காலமாக ராவணனை வழிபட்டுவருகின்றனர். கங்காளேயைப் பொறுத்தவரை, ராவண உருவபொம்மைகள் எரிப்பு 1833-இல்தான் நாக்பூரின் ராஜ பக்ஷி மைதானத்தில் ஆரம்பிக்கப்பட்டது. இப்போராட்டம் கங்காளேயின் வாழ்வில் ஒரு திருப்புமுனையாயிருந்தது; அவரது அடையாளத்தை வரையறுத்தது. அவரது முதற்பெயர் மோதிராம் குறித்து பத்திரிகையாளர் ஒருவர் சீண்டவே, தன் பெயரை மாற்றினார். இப்போது அவரது பெயர் மோதிராவண கங்காளே. உத்தரப் பிரதேசத்தில் தீவிர தலித் அமைப்பு பீம் சேனாவை நிறுவிய இளைஞர் தன்னை சந்திரசேகர் ஆஸாத் ‘ராவணா’ என்றழைத்துக் கொண்டார். சமாஜ்வாடிக் கட்சித்தலைவர் முலாயம் சிங் யாதவை ராவணனுடனும் பகுஜன் சமாஜ் கட்சித்தலைவி மாயாவதியை சூர்ப்பனகையுடனும் உ.பி. அமைச்சர் வருணித்தபோது, கிளர்ச்சியைத் தூண்டிவிட்டார். ஒருவரது புகாரின் பேரில் தேர்தல் ஆணையம் வழக்கு பதிவு செய்தது. இவ்விமர்சனத்தை ‘இழிவுபடுத்தும் தன்மையது’ என ஊடகம் விவரித்தாலும், ஒவ்வொருவரும் அப்படிக் கருதவில்லை. ஆந்திர பிரதேச பல்கலைகழகங்களில் வரலாறும் தொன்மைவியலும் மறுவாசிப்பு செய்யப்படுகின்றன. தசராவின்போது மாணவர்கள் ராவணன் இறப்பைக் கொண்டாடுகின்றனர்.

பஞ்சாப் சஃபாய் கர்மசாரி நல்வாழ்வு கழகத்தின் தலைவர் ராஜ்குமார் அதிகாயே, ராவணனின் லட்சியங்களை பின்பற்றவேண்டிய தேவை உள்ளது என்கிறார். இலங்கை வேந்தன் சீதையைக் கவர்ந்து சென்றது உண்மைதான், ஆனால் அது காமத்தால் அல்ல, பழிவாங்குவதற்காகவே. சீதை அவனது காவலில் இருந்தவரை இலங்கை வேந்தன் அவளைத் தொடவில்லை. தன் தங்கை மூக்கறுபட்டதற்காக அவன் பழிதீர்த்துக் கொண்டான். இருப்பினும் ஆசாரவாத இந்துக்கள் ராவணனை காமம், அகங்காரம், பேராசையின் உருவமாகப் பார்க்கின்றனர். கான்பூரின் சிவாலா பகுதியிலுள்ள 125 ஆண்டு கோவிலில் ராவணன் வழிபடப்படுகிறான். அசுர மன்னன் திருமுழுக்கு செய்து அலங்கரிக்கப்பட்டதும் ஆராதனை நிகழ்த்தப்படுகிறது. 1890-இல் சிவாலய வளாகம் ஒன்றில், மன்னர் குரு பிரசாத் சுக்லாவால் தசனானா ஆலயம் நிறுவப்பட்டது

என்கின்றனர். சிவாலயத்திற்குள் நுழையுமுன்னர், அசுரரின் பக்தர்கள் அசுரனை வணங்குகின்றனர். சிவாலாவின் ராம்லீலா மைதானத்தில் ராவண உருவபொம்மை எரிக்கப்பட்ட பின்னர், தசனானா ஆலயக் கதவுகள் ஓராண்டுகாலம் மூடியிருக்கும். அடுத்த ஆண்டு தசராவின் போதே ஆலயக் கதவுகள் திறக்கும். சுமார் 15000 பக்தர்கள் கோயிலில் கூடுவார்கள். சந்தர்ப்பவசமாக, கேரளத்தில் ராவணேஸ்வரம் என்றொரு இடம் உள்ளது.

கோண்டியா, சந்திராபூர், பண்டாரா, கட்சிரோலி, அமராவதி போன்ற மராத்தியத்தின் பல மாவட்டங்களில் ராவண மகோத்சவங்கள் நிகழ்கின்றன-நல்ல பண்பாட்டைப் பாதுகாப்பதுதான் இதன் நோக்கம். கோண்டுகளின் பத்தாவது தர்ம குரு ராவணன்; அப்பழங்குடியின் உயரிய மூதாதை, குபர்லிங்கோவின் மரபை எடுத்து வருபவர். அசுரமன்னரின் படிமம் யானைமீது எடுத்துவரப்படுகையில், 'ஜெய்ராவண ராஜா' முழக்கங்கள் அதிரும். நாசிக் மாவட்ட சால்ஹறில் ஆதிவாசிகள் ராவணனிடத்தே தம் பாதுகாவலரைப் பார்க்கின்றனர்.

2016-இல் டெல்லிக்கு வெளியே கௌதம் புத்தர் நகரின் பிஸ்ரக் குடிமக்களுக்கும் இந்து அடிப்படைவாத அமைப்புகள் சிலவற்றின் உறுப்பினர்களுக்கும் இடையே மோதல் நடந்தது-தம் ராவண மூதாதை மரபு குறித்துப் பெருமிதம் கொண்ட அக்குடிமக்கள், புதிதாய் நிறுவப்பட்ட ஆலயத்தில் அசுர மன்னன் படிமத்தை நிறுத்திட முற்பட்டபோது, பசுப்பாதுகாப்பு ஆர்வலர்கள் ஆலயத்தைச் சிதைத்து படிமத்தை அவமதிக்க, போலீஸ் தலையிட்டது. மத்திய பிரதேசத்தின் சிவலால், ராவண கிராமத்தில் கன்யாகுப்ஜ பிராமணர் ராவணனை வழிபடுகின்றனர்-பிராமண உட்-பிரிவைச் சார்ந்தவன் ராவணன் என அவர்கள் நம்புகின்றனர். இக்கிராமத்தில் ஒவ்வொரு பவித்திர நிகழ்வின் போதும் லங்கேசனின் ஆசி கோரப்படுகிறது.

300 ராமாயணங்களின் ஆசிரியர் ஏ.கே.ராமானுஜன் ராவணன் ஓர் உன்னத வீரன் என்னும் உணர்வையே சமணப் பிரதிகள் தருகின்றன என்கிறார். ராமகதையின் பிராமணியப் பதிவை நிராகரித்த, 5-ஆம் நூற்றாண்டு சமண அறிஞர் விமலசூரியைப் பொறுத்தவரை, ராட்சசர்கள் அரக்கர்களோ வானரங்களோ அல்ல அவர்கள். அசாதாரண அறிவுடைய ஆடவரும் பெண்டிருமான வித்தியாதரர்கள். தனது பத்மசரித்திரத்தில் விமலசூரி, சமண குருக்களின் கற்றறிந்த உயரிய பக்தனாக ராவணன் இருந்ததாக

சித்தரிக்கின்றார்; தவங்களால் அவன் மாய ஆற்றல்களைப் பெற்றான்; வேதங்களில் குறிப்பிடப்படும் செடீஸ்களுடன் பிணைந்துள்ள மேகவாகனா குலத்தைச் சேர்ந்தவன். பத்மசரித்திரத்தில் மகாவீரரின் சீடன் கௌதமன், ராவணன் மாபெரும் மன்னன், சமண பக்தன், 63 மகா புருஷர்களுள் ஒருவன் என சேனிய மன்னனிடம் தெரிவிக்கின்றான். இங்கே ராவணனுக்கு ஒரு தலைதான்-மற்ற ஒன்பதும் அவனணிந்துள்ள ஆரத்தின் பெரும் மாணிக்கங்களிலுள்ள பிரதிபலிப்பே. இன்னொரு விளக்கத்தின்படி, பத்துத் தலைகளும் அவனது பன்முக அறிவை பிரதிநிதித்துவப்படுத்தின. சில சமணப் பிரதிகளில் சீதை, ராவணனின் மகள்.

சில சமண ராமாயணங்கள், உன்னத பண்பு நலனுக்காகவும் ஆசைகளை அடக்கியுள்ளமைக்காகவும் ராவணனைப் போற்றி, அவை ஞானிக்குரிய பண்புகள் என்கின்றன. மாபெரும் மன்னனாக, கற்றறிந்து பண்பாடுமிக்கவனாக விவரிக்கப்படுகிறான். ஹேமசந்திரரின் (1089-1172) சமண ராமாயணத்தில் ராவணன் பெரும் ஒழுக்க சீலனாகக் காட்டப்படுகிறான்-மனத்தை ஒருமுகப்படுத்தி, பரிசுத்தமாக அடர்ந்த வனத்தில் தியானிப்பவனாக. காட்டின் யட்சர்கள் மயக்கும் மோகினியராகவும் அப்புறம் பீதியூட்டும் நரிகளாகவும் பாம்புகளாகவும் உருமாறினாலும், அவன் சபலமுறவும் இல்லை, பயப்படவுமில்லை. பொதுசகாப்தம் 4-ஆம் நூற்றாண்டைச் சேர்ந்த லங்காவதர சூத்திரம், இலங்கையின் பொறுப்புமிக்க மன்னன் புத்தரின் பேருரையைக் கவனமாகக் கேட்டு, தன் தீவுக்கு வருமாறு அழைப்பதை விவரிக்கிறது.

மகிசாசுரன்

உத்தரப் பிரதேசம், ஜார்கண்ட், பீகார், ஒரிஸ்ஸா, மேற்கு வங்காளம், கர்நாடகா போன்ற மாநிலங்களில் பெருமளவில் பரவியுள்ள மக்கள், பாதி அசுரனும் பாதி எருமையுமான மகிசாசுரன், மகாபலியின் அவதாரம் என நம்புகின்றனர்; பலியைப் போலவே நெறிதவறாத ஆட்சி, சமத்துவம், நீதியின் உருவகமாக உள்ளான் என்கின்றனர். அவன் பூமியையும் வானையும் வென்று, கடவுளரைத் துரத்திவிட்டு, பிரபஞ்சத்தின் மிக ஆற்றல்வாய்ந்த ஆளுமை என்று பெயர் பெற்றான். அவன் நீண்ட காலம் வாழ்ந்தால், மானுடர் தம்மை வணங்குவதை நிறுத்திவிடுவர்

எனத் தேவர்கள் அஞ்சினார்கள். எனவே அவனுக்கு எதிராக சதிசெய்தனர். படையெடுத்து வரும் ஆரியரை எதிர்த்து அவன் தீவிரமாகச் சண்டையிட்டான். ஆனால் அவனைத் தீர்த்துக்கட்ட ஆரியர்கள் துர்கையை அனுப்பினார்கள். பெண்டிர், முதியவர், பலவீனமானவரை எதிர்க்கையில் அவன் ஆயுதங்கள் ஏந்தமாட்டான் என்பதால், அவளால் பழங்குடித்தலைவனை வீழ்த்த முடிந்தது. உடல் நலிவுற்ற ஒருவனைத் தவிர அசுரர் பழங்குடியினரெல்லாம் எரியூட்டப் பெற்றனர் என்கின்றனர்-அந்த ஒருவன் காரணமாக பழங்குடியினர் அழிவைத் தடுத்தனர்.

பல ஆதிவாசிப் பிரதேசங்கள் பிராமணிய மேட்டுக்குடியின் பண்பாட்டுப் படையெடுப்பைக் கண்டுள்ளன. ஒன்பது நாள் பூஜா விழாவின்போது, மகிசாசுரன் மீதான துர்கையின் வெற்றியை வங்காளத்திலுள்ள மக்கள் கொண்டாடுகின்றனர். எனினும் ஆதிவாசிகள் உயிர்த்தியாகியை வணங்குகின்றனரே அல்லாமல், தேவியை அல்ல. அவர்கள் மைய நீரோட்ட இந்துக் கதையை ஒதுக்கித் தள்ளுகின்றனர்; துர்கை பூஜையின்போது, அசுரனின் மரணத்திற்காக வருந்துகின்றனர்; எருமைத் தலையனாகக் காட்டப்படும் அவன் தங்கள் மூதாதை என நம்புகின்றனர். இதன் எதிர்-கதையாடல், மகிசாசுரன் பௌத்த ஆட்சியாளன் என்கிறது. மாபெரும் அறிஞனான அவன், பிற அறிஞர்களது போதனைகளுக்கும் உரைகளுக்கும் ஏற்பாடு செய்து, மானுட விழுமியங்களை அங்கீகரித்தான். இது பிராமணிய இந்துக்களுக்கு சகிக்க முடியாததாக இருந்தது; அவர்களுக்கு அவன் தீவினை, கொடூரத்தின் உருவமாயிருந்தான். 2011-இல் டெல்லியிலுள்ள ஜவஹர்லால் நேரு பல்கலைகழக மாணவர்களில் ஒரு பிரிவினர் எதிர்-கடவுளின் உயிர்த்தியாகத்தை கொண்டாடியபோது, மகிசாசுரன் தலைப்புச் செய்திகளில் இடம்பெற்றான். அசுர தெய்வத்தைக் கொன்றுள்ளதாக கருதப்படும் பெண் தெய்வத்தின் மீது சந்தேகங்களை எழுப்பிய சிறு பிரசுரத்தை, JNU-விலுள்ள அசுரர் திருவுருவின் அபிமானிகள் கொண்டுவந்தனர். மேற்கு வங்காளம், உ.பி. ஜார்கண்ட், பிற வட இந்திய மாநிலங்களின் உட்பகுதிகளிலிருந்து வந்த மாணவர்களின் பிரதிநித்துவத்தை இப்பல்கலைகழகம் கணிசமாகக் கொண்டிருந்தது-இவர்கள் மரபார்ந்த இந்துமதத்தை ஏற்கவில்லை.

2014-இல் மகிசாசுரனை ஆதரிப்போருக்கும் சுரர் வழிபாட்டினருக்குமிடையே JNU-வில் மோதல் நடந்தது. அங்கு நடத்தப்பட்ட மகிசாசுரன் பிரார்த்தனைக்கு எதிராக, சங் பரிவாரின்

ஏடு *பாஞ்சஜன்யா* கடுமையான கண்டனத்தை வெளியிட்டது. பாராளுமன்றத்தில் அப்போது மோடி அமைச்சரவையில் மனிதவள மேம்பாட்டுத்துறை அமைச்சராயிருந்த ஸ்மிருதி இராணி, JNU மாணவர்களின் குறுக்கீடு குறித்து நிறையவே பேசினார். மகிசாசுரனைப் போற்றும் சிறுவெளியீட்டுக்காகவும் துர்காவைப் பழிப்பதற்காகவும் மாணவர்களைப் பழித்து விமர்சித்தார். தொடர்ந்து உண்மையல்லாத விபரங்களைத் தரவுகளாக முன்வைத்து, உரிமைப் பிரச்னைக்கு வழிவகுத்தார். ஹைதராபாத்தின் மத்திய பல்கலைகழகத்தில் ஆய்வு மாணவர் ரோகித் வெமூலாவின் தற்கொலை மற்றும் JNU மாணவர் ஒன்றியத் தலைவர் கன்னையா குமாரின் கைதுக்குப் பிறகு இது நிகழ்ந்தது.

அனைத்திந்திய பின்தங்கிய மாணவர் மன்றம், மகிசாசுரனின் உயிர்த்தியாகத்தைப் போற்றுவது, பிராமணிய சித்தாந்தத் தளைகளிலிருந்து அடித்தட்டு மாணவர்களை விடுவிக்கும் முயற்சியின் பகுதியே என்கிறது. இத்துக்க வெளிப்பாட்டில் மதம் சார்ந்த ஏதும் இருப்பதாகத் தெரியவில்லை. சந்தால் மண்டலப் பழங்குடிகளின் குலத் தலைவனாயிருந்தவன் மகிசாசுரன் என்றும் குறிப்பிட்டது. மேற்கு வங்காளத்தின் சிலபகுதிகளில், தசராவின் போது 8000 வேளாண் அசுரப் பழங்குடியினரான ஆடவரும் பெண்டிரும், துர்கா பூஜை பந்தலை நெருங்க மாட்டார்கள்- அது மாபெரும் மன்னனுக்கு இழைக்கப்பட்ட தவறுகளைப் பிரதிநிதித்துவப்படுத்துவதாக அவர்தம் பார்வையில் படுகிறது. பூஜையின் 5 நாட்களின்போது, உ.பி.யிலுள்ள சந்தால்கள் வீட்டைப் பூட்டிக் கொண்டு பகலில் வெளிவருவதில்லை. செய்யவேண்டிய வேலைகளை அஸ்தமனத்தின் பின்னே செய்து கொள்வர். பத்தாயிரம் பேருடன் 'பலவீனமான பழங்குடிக் கூட்டத்தின'ராக வகைப்படுத்தப் பட்டுள்ளதும் ஏழாயிரம் பேர் பேசுகின்ற அவர்தம் மொழி 'உறுதியாக அழிந்து வருவது' என 'யுனெஸ்கோ'வால் அடையாளப்படுத்தப்பட்டுள்ளவர்களுமான ஜார்கண்ட் அசுர் பழங்குடியினர் மகிசாசுரனிடமிருந்து தம் வம்சாவளியைத் தொடங்குகின்றனர். துர்கையின் பிறப்பையும் மகிசாசுரனுடனான அவளது நீண்ட ஒன்பது நாள் சண்டையையும் விவரிக்கும் மார்க்கண்டேய புராணத்திலுள்ள தேவி மகாத்மியக் கதை பாரபட்சமானது என நம்புகின்றனர். அசுர்களைப் பொறுத்தவரை, பிரம்மா, விஷ்ணு, சிவனின் ஒன்றிணைந்த ஆற்றல்களிலிருந்து துர்கை பிறந்தாள் என்பது, மனிதனோ கடவுளோ தன்னைக் கொல்லமுடியாது என வரம் பெற்றிருந்த தம் மன்னனை வீழ்த்தும்

பொருட்டு செய்யப்பட்ட சதியாகும். ஆதலின், பெரிதும் மரபார்ந்த வகையில் இருந்துவரும் அசுர்களின் உறுப்பினர்கள், சிலவேளைகளில் தம்மைத் தனிமைப்படுத்திக் கொண்டு, துர்கா பூஜையின்போது, மகிசாசுரனின் மரணத்திற்குத் துக்கம் கொண்டாடுகின்றனர்.

மேற்கு வங்கம், ஒடிஸ்ஸா-ஜார்கண்டின் சில பகுதிகளிலுள்ள ஆதிவாசிகளிடையே மகிசாசுரன் வழிபடப்படுபவனாயிருக்கிறான். அவன் புராணகால பாத்திரமல்ல, கிறித்துவுக்கு முற்பட்ட காலத்தில் ஆரியரை எதிர்த்த வரலாற்று வீரன் என்று நம்புவோர் உள்ளனர். சமீபத்தில், கல்கத்தாவின் ஒருபகுதியிலுள்ள துர்காபூஜை ஏற்பாட்டாளர்கள், இப்போது சிறையில் தவித்துக் கொண்டிருக்கும் கேடுகெட்ட சாமியார் குர்மீத் ராம் ரஹீமின் உருவில் மகிசாசுரனைத் தயாரித்தபோது, வங்காளத்தின் சந்தால்கள் ஆயுதங்களுடன் வெளியே வந்தனர். ஹரியானாவின் *தேரா சச்சா சவ்டா*வின் தலைவனான ராம் ரஹீம் வல்லுறவுக் குற்றத்திற்காக தண்டிக்கப்பட்டிருப்பவன்.

ராமாயணத்தை விமர்சித்ததற்காக கைது செய்யப்பட, மைசூர் பல்கலைகழக பேராசிரியர் மகேஷ் சந்திர குரு, மகிசாசுரன் மகிசமண்டலத்தின் பௌத்த மன்னன் என்கிறார். புரோகித வர்க்கமோ அவனை 'அசுரன்' என்கிறது. சமத்துவம்-நீதிக்கு அடையாளமாயிருந்த அவனது செல்வாக்கை சகித்துக்கொள்ள முடியாதவர்கள், அவனை அரக்கனாகச் சித்தரிக்கச் சதிகள் செய்து, கதைகளைக் கட்டிவிட்டனர். நாட்டாரியல் நிபுணர் காலெகவுடா நாகவரா, மைசூரை ஆண்ட மகிசாசுரன் நல்ல நிர்வாகி என்றெண்ணுகிறார். சிக்கதேவராய உடையார் காலத்தில், மைசூரின் சாமுண்டி மலை நுழைவாயிலில் மகிசாசுரனின் பிரம்மாண்டச் சிலை நிறுவப்பட்டது.

நரகாசுரன்

உஸ்மானியா, காகதிய பல்கலைகழகங்களின் மாணவர்கள், மாபெரும் நாட்டினை ஆட்சிபுரிந்ததாகக் கூறப்படும் உயிர்த்தியாகி மன்னனைப் புகழ்ந்து பாடல்கள் பாடுகின்றனர். மாபெரும் அரசின் திராவிடச் சக்கரவர்த்தியாக நம்பப்படும் நரகாசுரன் மரணத்திற்காக தலித்-ஆதிவாசி மாணவர்கள் தீபாவளியின்போது வருந்துகின்றனர்.

படையெடுத்துவந்த ஆரியரின் சூதுகளால் பலியான அவன் இயற்கையை நேசிப்பவனாக இருந்தான். கரீம் நகர், கம்மம் மாவட்ட ஆதிவாசிகள் நரகாசுரனை வழிபடுகின்றனர். பிராமணியப் புராணங்களில், நரகாசுரன் கொடிய அரக்கன் எனவும் கிருஷ்ணனால் ‘வீரதீரத்துடன்’ வீழ்த்தப்பட்டான் என்று கூறப்பட்டுள்ளதைச் சொல்லத் தேவையில்லை.

5

மக்களின் கடவுள்களும் பெண் தெய்வங்களும்

கேரளத்திலுள்ள மதமரபுகளின் பன்மைத்துவம் இரு முக்கிய அம்சங்களில், மேலாதிக்க சனாதன இந்து மதத்திலிருந்து வேறுபடுகிறது. முதலில், கேரளத்தில் பின்பற்றப்படும் சடங்கு சம்பிரதாயங்கள் ஆரியவர்த்த மரபின் செல்வாக்கிற்குள்ளாக வில்லை, தனித்தவையாகத் தெரிகின்றன. இரண்டாவதாக, இந்து மதத்தால் திணிக்கப்படும் புராணங்கள் மலையாளியின் பிரக்ஞையில் அவ்வளவாகத் தாக்கத்தை ஏற்படுத்தவில்லை-ஆரிய மரபிலுள்ளவற்றிற்கு நேர் எதிராக இல்லாதபோதும், முற்றிலும் வேறுபட்ட உலகில் தொன்மங்கள் வசிக்கின்றன. சனாதன மரபில் காணமுடியாத ஆரியமல்லாத தெய்வங்களை இம்மாநிலத்தில் ஏராளமாகக் காணலாம்.

எடுத்துக்காட்டாக, புராண இந்து மதத்தின் தலைமைத் தெய்வம், அயோத்தி இளவரசன் ராமன் அரிதாகவே வழிபடப்பட்டிருக்கிறான். 'உள்ளடக்கும்' மனப்போக்குள்ள பிராமணியத்தின் செல்லப் பிள்ளையான ஆதி சங்கராச்சாரியரின் மண்ணில் இப்படி உள்ளது. கேரள மக்கள் தீபாவளியும் கொண்டாடுவதில்லை-அசுர மன்னன் ராவணன் மீதான ராமன், சீதை, இலக்குவனின் வெற்றி மற்றும் 14-ஆண்டுகள் வனவாசம் இருந்துவிட்டு அவர்கள் திரும்பியதன் நினைவாகக் கொண்டாடப்படுவது இப்பண்டிகை. சங் பரிவாரங்களுக்கு விசுவாசமானவர்கள் தவிர்த்து, மலையாளிகள் அயோத்தியில் ராமர் ஆலயம் கட்டப்படுவது குறித்து பரபரப்படையாததில்

ஆச்சரியமில்லை. ராமனின் ஆட்சியை 'மீட்டெடுத்தல்' என்னும் பதாகையின் கீழ், இந்தியர்களை ஒன்றிணைக்கும் இந்துத்துவா முயற்சிக்கு கேரளத்தில் வரவேற்பில்லை.

கிருஷ்ணன் பரவலாக வணங்கப்படுகிறான் என்பதில் சந்தேகமில்லை; அம்பலப்புழா, குருவாயூர் போன்ற புகழ்பெற்ற கோயில்களில் பிரதான தெய்வமாக உள்ளான். எனினும், அவனொரு அசுரன், ஆதிவாசி குலத்தலைவன், இந்திரனுடன் மோதிய ஆரியரின் எதிரியுமானவன். கிருஷ்ணன் மேன்மையுற்றது உயர்நிலை அடைதல் பிற்காலத்திய வளர்ச்சியாகும். விஷ்ணுவின் அவதாரமாக வழங்கப்பட்டுவரும் அவனது, பகவத்கீதையில் இடம்பெறுவதான அர்ச்சுனனுக்கு அளிக்கப்படும் ஆலோசனை, இந்து மரபின் மையமான பிரதியாகக் கருதப்படுவதாயிற்று. மற்ற மாநிலங்களில் உள்ளது போல கேரளம் பசுவை புனிதமாக்கி வழிபடவும் இல்லை. கணிசமாயுள்ள இஸ்லாமிய, கிறித்தவ மக்கள், அவர்ணர்கள் அனைத்துவிதமான மாமிசத்தையும் கடலுணவையும் ஆனந்தமாகச் சமைத்து உண்கின்றனர். எனவே வடக்கில் உள்ளது போல பசுவதைத் தடை இல்லை. உண்மையில் கேரளத்தில் வழிபடப்படும் சில தெய்வங்கள் மாட்டுக்கறி உள்ளிட்ட மாமிசத்தை விரும்புகின்றன-இது பிரதான இந்துமத ஆதரவாளர்களுக்குச் சிக்கலானது.

வசீகரமிக்கதும் பல்திறமானதுமான ஆன்மிக மரபின் காரணமாகப் பெருமைப்பட்டுக் கொள்வது கேரளம். செவ்வியல் இந்துமதம் வெறுக்க விரும்பும், எதிர் கடவுளர், எதிர் நாயகர், தாய்த் தெய்வங்கள், மகாயான பௌத்தம் மற்றும் சமணத்தின் புனிதர் என ஒரு தெய்வங்களின் பிரபஞ்சமே வழிபடப்படுகிறது. அத்துடன் மூதாதையர் வழிபாடும் நடைமுறையிலுண்டு. இம்மாநிலத்தில் வழிபடப்படும் கடவுளர்-பெண் தெய்வங்கள், இந்து மரபுக்குள் பொருந்த முடியாத ஆரியமல்லாதவை. எனவே வழிபாட்டின் இவ்வடித்தள ஆட்சியைச் சிதைப்பதற்கான பலமுயற்சிகள், வீணாகிப் போயின என்பதில் வியப்பில்லை.

ஆரியமல்லாத ஆன்மிகத்திலும் வழிபாட்டிலும், பக்தர்கள் தெய்வத்திடம் 'நேரடித் தொடர்பு' கொண்டுள்ளனர். இந்து தெய்வங்களையும் அவற்றின் கருவறைகளையும் சுற்றியுள்ள மர்மம், தலித் பக்தர்களுக்கான மனிதனின் ஆதி வீழ்ச்சிக்கு முந்தைய, அனைத்து ஆலயங்களிலும் மகிழ்ச்சியான வகையில் இல்லை. இங்கே தொழில் முறையிலான பூசாரி இல்லை-பழங்குடித்தலைவர்

அல்லது சமுதாயத்தின் மூத்தவர் பெரிதும் பூசை செய்கிறார். வழிபடுபவருக்கும் வழிபடப் படுவதற்குமிடையிலான உறவுநிலை தனிப்பட்டது, முறைசாராதது, நெருக்கமானது. மாமிசம், சுருட்டு, மது என்பன விலக்கப்பட்டவையல்ல, மாறாக விரும்பிப் படைக்கும் காணிக்கைகள்-சாத்தான், மூதாதை முத்தப்பன், காலி-குரும்பா போன்ற பெண் தெய்வங்களுக்கு இவை படைக்கப்படும்-இவற்றை அசைவ தெய்வங்களென விளையாட்டாகக் கூறுவர்.

மாறாக இந்துமதம் பிற நம்பிக்கைகளை காலனியப்படுத்தி தழைத்தோங்குகிறது. ஒன்றை மட்டும் குறிப்பிடுவதானால்; மராத்தியிலுள்ள சில சூஃபி ஆலயங்களின் இஸ்லாமிய அடையாளங்களை அகற்றி, இந்து மரபுக்குள் கொண்டுவரும் முயற்சிகள் 2013-இல் நடந்தது குறித்து பத்திரிகையாளர் சபா நக்வி செய்தி வெளியிட்டார்.

ஆலயங்கள் அமைத்திட அனுமதி மறுக்கப்பட்ட தாழ்த்தப்பட்டவர்கள், தமக்கேயான வழிபாட்டு இடங்களை ஏற்படுத்திக் கொண்டதாக மொழியியலாளர் கோபாலகிருஷ்ணன் நடுவட்டம் கருதுகிறார். வர்க்க மோதல், சாதியக் கொடுங்கோன்மைக்குப் பலியானவர்கள், லட்சியங்களில் தோற்ற நாயகர்கள் என ஒரு வரிசையே தலித் தெய்வங்களில் இடம்பெறும். அவர்கள் உயர்சாதி மேலாதிக்கத்தையும் சமூக-பொருளாதார ஏற்றத்தாழ்வுகளையும் எதிர்த்துப் போராடியவர்கள். அவர்களது துருத்திய பற்களும் ஆயுதங்களும் விளிம்பு நிலையினரது சீற்றத்தையும் சுரண்டல்காரர்களுடன் போராட அவர்கள் ஆயத்தமாயிருப்பதையும் உணர்த்துபவை. மிருக பலியும் பொது விருந்தும் நாட்டார் வழிபாட்டின் அம்சங்கள்-'புனித'ப் பிரதிகளின் நெறிகளுக்குட்படாதவை இவை. சில கிராம தெய்வங்கள் பல்வேறு சாதியினரால் மதத்தவரால் வணங்கப்பட்டு, அவர்களை ஒருங்கிணைக்கும் சக்திகளாய் உள்ளன. ஒரு சில எடுத்துக்காட்டுகளை முன்வைக்க வேண்டுமாயின், கிறித்தவரும் இஸ்லாமியரும் இந்துக்களும் அய்யப்பனையும், அதுபோலவே காவுகளின் சிறு தெய்வங்களையும் வணங்குகின்றனர்.

நாட்டார் தெய்வமாயிருந்து, பின்னர் ஊடுருவிய பிராமணியத்தால் தனதாக்கப்பட்டுள்ளதற்கு ஓர் எடுத்துக்காட்டு போர்த்தெய்வம் கொற்றவை. காளி-பத்ரகாளியின் முந்தையவளாகக் கூறப்படும் இவ்வாவேச தெய்வம் போரில் களிப்புறும். புலிப்பல் மாலையுடன் புலியில் அமர்ந்துவரும் கொற்றவை, போரின்போது எதிரிகளின்

குருதி குடித்து மாமிசத்தை உண்ணும். யுத்த வெறிச் சூழலில், மானுடரும் தெய்வமும் நெருங்கி வந்தனர் என்னும் பழைய நம்பிக்கையில் அவள் உருவாக்கப்பட்டாள். போரின் பெண் சார்ந்த அம்சத்தையும் அவள் அடையாளப்படுத்துகிறாள். இப்போது நம்பப்படுவது போலன்றி, போர் ஆணின் களமாக மட்டும் இருப்பதில்லை. ஆண் வீரர்களுடன், நர்த்தகிகள், பாடகர்கள், முரசறைபவர்கள், கவிஞர்கள், ஆரூடம் கூறுவோரும் செல்வர். கொற்றவை மற்றும் இதர பெண் ஆவிகளில் அசுரத்தனமான சக்திகளை ஒருங்கிணைத்து, யுத்த முடிவில், வீழ்த்தப்பட்ட எதிரிகளின் உடலங்களைச் சமைத்திடும் சடங்குகளை மேற்கொண்டனர். பழங்குடி மரபுக் கேரளத்திலும் சங்ககாலத் தமிழகத்திலும் சேரர்களாலும்கூட கொற்றவை வழிபடப்பட்டாள்.

விரிவான கட்டிடக்கலை கொண்ட பிரும்மாண்டமான இந்து ஆலயங்களுடன், ஆதிவாசிகளின் வழிபாட்டிடங்கள் எந்த ஒப்புமையுமில்லாதவை. நேரடித் தொடர்பைத் தடுக்கும் வகையில், சுவர்களின்றி, திறந்த வெளியில் அல்லது ஒரு மர நிழலில் தெய்வங்களைக் காண முடியும். இத்தகைய வழிபாடு, இயற்கை உலகுடனான நெருக்கமான உறவு மற்றும் உற்பத்தி முறை-பாமர மக்களுக்குச் சுற்றுச் சூழலுடனான உறவுமுறை சார்ந்து வேறுபட்டு இருப்பதைப் பிரதிபலிக்கும்.

நாட்டார் தெய்வங்களில், கொல்லப்பட்டவர்கள் அல்லது தற்கொலை செய்து கொண்டவர்கள் இடம் பெறுவோர். இறந்து போனவர்களும் கொலையுண்டவர்களும் அவசியப்படும்போது வந்து தம்மைப் பார்ப்பார்கள் என மக்கள் நம்புகின்றனர். ஒவ்வொன்றையும் ஆட்சிபுரிகின்ற கடவுளைக் கருதியிராத மக்களிடையே, ஆலமரம் பரவலாக வணங்கப்படுகிறது. மக்கள் அடிக்கடி கலந்துறவாடக்கூடிய சின்னஞ்சிறியனவற்றிலெல்லாம் தெய்வீகம் சிதறிக்கிடக்கிறது-இருப்பிடமாக மாறும் பாறை; ஏறுவதற்கு முன்னுள்ள தென்னை, வாள், கேடயம்; அரைஞாண் கொடி என-வார்த்தைகளுக்கு அப்பாலுள்ளதின் உலகியல் இருப்பாக.

தென் கேரளத்தின் ஓசிராவிலுள்ள பழமைவாய்ந்த பரபிரும்மம் கோயில் தனித்துவமானது. பரபிரும்மம் பிரபஞ்ச பிரக்ஞையாதலால், மூடிய கட்டுமானமோ கருவறையோ கிடையாது. கேசென்செரியருகே எடப்பாரமாலடிவார்நட கோயிலுடன் சேர்ந்தது, 19-ஆம் நூற்றாண்டைச் சேர்ந்ததும்,

ராபின் ஹூட்டைப் போன்றதுமான காயம்குளம் கொச்சுண்ணி ஆலயம். இளம் வயதிலேயே கொள்ளையனாகிவிட்ட கொச்சுண்ணி, செல்வந்தரிடமிருந்து திருடி ஏழைகளுக்குத் தந்ததாகக் கூறப்படுகிறது. செல்வந்தருள், மிகப் பெரும் செல்வத்தைத் தேக்கி வைத்துள்ள கோயில்கள் அடங்கும். தன் குற்றங்களுக்காக சிறையிலடைக்கப்பட்டிருந்த அவன் அங்கேயே இறந்துபோனான். அவன் சிறையிலிருந்து தப்பி வந்து முழு வாழ்வு வாழ்ந்தான் என்னும் மாற்றுக் கதைகளும் உண்டு. எது எப்படியாயினும், ஒடுக்கப்பட்ட சாதிகளின் தார்மிகப் பழிதீர்ப்புக்கான அடையாளமானான். பத்தனந்திட்டா மாவட்டத்திலுள்ள கொச்சுண்ணிநட, பசிய நிறத்தில் கல்லறை போன்ற வடிவுடன் இஸ்லாமியத் தோற்றத்தைப் பெற்றுள்ளது. பக்தர்கள் செலுத்தும் காணிக்கை புகையிலை, வெற்றிலை, பத்தி, மெழுகுவர்த்தி, சாராயம், கஞ்சா என்பதாக இருக்கிறது. மூதாதை வழிபாடாக இருக்கக்கூடிய அல்லது எதிர் நாயகன் மீதான பாசம் என்பதான இன்னொரு நேர்வு, சுயோதனனை-எதிரிகளால் துரியோதனன் எனப்படும், மூத்த கௌரவ இளவரசனை வழிபடுதல். அடித்தள மக்களின் வழக்காற்றில் சுயோதனன் உயர்ந்த இடம் வகிக்கிறான். தென் கேரளத்து சாஸ்தான் கொட்டாவில் உள்ள கோயிலில் அவனே தலைமை தெய்வம். குருஷேத்ர யுத்த களத்தில் பீமன் கௌரவ இளவரசனின் தொடையைக் தாக்கி, கடுமையாகக் காயப்படுத்தினான். கிருஷ்ணனின் ஆலோசனையால் செய்யப்பட இது, போர் நெறிக்கு முரண்பட்டது. இவ்வாலயத்தின் மரபுவழி உரிமையாளர்கள், குன்றங்களின் தாத்தா என்னும் பொருளில், மலநாடஅப்பூப்பன் என்று பிரியத்துடன் அழைத்திடும் சுயோதனனால் அவ்விடம் வருகை புரியப்பட்டது என நம்புகின்றனர். பாண்டவருடனான போரில் தன் நூற்றுவரான பிள்ளைகளையெல்லாம் இழந்த, சுயோதனனின் தாய் காந்தாரிக்கு ஒரு துணைக்கோயில் உண்டு. இவ்வாலயத்தில் குருவ சமுதாயத்தினரால் செய்யப்படும் சடங்குகளில் கள்-சாராயம், கோழி காணிக்கையாக்கப்படும். தலித் ஆலயமான மலநாடுக் கோயில் தலித் அல்லாதவரையும் ஈர்க்கிறது. காலப்போக்கில் இச்சுயோதனன் கோயில், இந்து சம்பிரதாயங்கள்-சடங்குகள் பலவற்றை மேற்கொண்டுள்ளது.

கேரளத்தில் மட்டுமல்லாது, அண்டையிலுள்ள தமிழகத்திலும் கர்நாடகத்திலும், புனிதமிக்க காவுகள் பல இந்து மதத்தால் உறிஞ்சி எடுக்கப்பட்டுள்ளன. மணல்-சுண்ணாம்பால் உருவாக்கப்பட்ட

தெய்வங்களின் இடத்தே, அபிஷேக நீரில் கரைந்துவிடாத கற்சிலைகள் வந்துள்ளன. தாய்த் தெய்வங்களின் காவுகள் ஆரியமயமாக்கப்பட்டு, உயர்சாதி பூசாரிகள்-தாந்திரிகளைக் கொண்டுள்ள, காளி, துர்க்கை அல்லது பகவதி இந்து சேத்திரங்களாகியுள்ளன. தலைச்சேரியிலுள்ள மண்ட முள்ளத்தில் காவில், ஒரு சவர்ண சோதிடர் சோழிகளை உருட்டிவிட்டு, ஒருகாலத்தில் கோயிலாக இருந்த இடத்திலே இக்காவு இருப்பதாகக் 'கண்டறிந்தார்.' ஒரு சிலையை நிறுவி, காவினை கோயிலாக மாற்றி, தினசரி பூஜைக்கு அவர் பரிந்துரைத்தார். இப்போது அது சிறி மண்டமுல்லத்தில் சேத்திரம் என்னும் பெயர்ப்பலகை தொங்கும் ஆலயமாயுள்ளது. பிராமணப் பூசாரி ஒருவர் பூசை செய்கிறார். மாபெரும் உண்டியலுடன் செல்வமிக்க இந்து ஆலயமாகக் காட்சி தருகிறது அக்காவு.

புத்தி சாதுர்யமிக்க தேவஸ்வம், காலத்துடன் இணங்கிச் செல்லவேண்டிய தேவையை உணர்ந்திருப்பதால், சந்தையின் கோரிக்கைகளை ஒதுக்கித் தள்ளுவதில்லை. மணமகன்-மணமகள் தங்கிக் கொள்ள அறைகள், திருமணம் நடத்துவதற்கான மேடை, விருந்துக் கூடம் என திருமணத்திற்கான வசதிகள் செய்யப்பட்டுள்ளன. வடமலபாரின் குட்டிக் கோலில் காவின் முகப்பில் பொறிக்கப்பட்டுள்ள 'ஓம்' சமீபகாலம்வரை, சாதி-மதபேதமின்றி அனைவரையும் வரவேற்று வந்தது. இந்துக்கள் அல்லாதவர்கள் ஆலயத்திலிருந்து விலகி இருக்கவும் என்னும் அறிவிப்புப் பலகைகள், சமயச் சார்பற்ற பண்பாட்டு மரபை அழித்து விடுகின்றன.

ஆரியமல்லாத மதமரபு, கேரளத்திற்கு ஓர் அடையாளத்தை அணிந்திருப்பதுடன், மலையாளத்திற்கு அழகான கவிதையைத் தந்துள்ளது. வேறெந்தத் தென்னிந்திய மாநிலத்தை விடவும் கேரளத்தில் அதிகமான தாய்த்தெய்வ வழிபாடுண்டு. தீவிரமான வகையில் தன்னிச்சைமிக்க திராவிட தாய்த் தெய்வம் இயற்கையைத் தொகுத்துக் கொண்டிருக்கிறது. ஆரியமல்லாத தாய்த் தெய்வத்துடன் தவறாமல் தொடர்புடையதாயிருப்பவர் அருள்வாக்கு சொல்பவர்-மலையாளத்தில் வெளிச்சப்பாடு/கோமரம்-தெய்வ அருள் வந்து மயங்கிவிழுந்து, பின் மெய்விதிர்ப்ப ஆடும். வணங்கி நிற்கும் பக்தர்களிடம், தெய்வத்தின் சார்பில் தொடர்புகொண்டு, அவர்தம் துயரங்களிலிருந்து ஆறுதல் படுத்தும். ரிச்சர்டு லென்னாய் *(1974)* வெளிச்சப்பாடு குறித்து தெளிவாக விவரிக்கின்றனர்: 'இந்து கிராமிய பண்டிகைச் சூழலில், புனிதர்களின் பணி,

சமூகத்தின் சிதறிய ஆற்றல்களை புனிதச் சடங்குகளில் குவிமையம் கொள்ளவைப்பது-இவர்களை பூசாரிகள் மற்றும் அருள்வாக்கு சொல்பவர்களென இரண்டாகப் பிரிக்கலாம். சமுதாயம் வழங்கும் கொடைகளை பூசாரி அப்படியே தெய்வங்களுக்குத் தர, தெய்வங்கள் பதிலுக்கு பூசாரியின் உடலில் புகுந்து ஆக்கிரமித்துக் கொள்கின்றன. பூசாரிகள், பிராமணர்களாக இல்லாதபோது, எப்போதும் அருள்வாக்கு சொல்பவரைவிட, உயர் சாதியினராகவே இருப்பார்கள்.'

லென்னாய் ஜோன் ஆஃப் ஆர்க் கதையை நினைவுகூர்ந்து, சாதிப் படிமுறையில் அருள்வாக்கினரின் இடத்தை விரிவாக விவரிக்கிறார். 'பிற இடங்களிலுள்ளது போன்றே இந்தியாவில், அருள்வாக்கினரின் ரகசிய ஆற்றல், படிமுறை வரிசையில் அவருக்குள்ள பலவீனமான இடத்தின் நேரடி விளைவே. உரிமைகளல்லாத சாதிகள்/பழங்குடிகளின் உறுப்பினராக இருக்கிறார் அல்லது மனதின் ஒழுங்கற்ற பகுதிகளில் நுழைந்திட முற்பட்டவராயிருக்கிறார்... ஜோன் ஆஃப் ஆர்க் போல-அய்ரோப்பிய நேர் எதிரிகளின் பிரதிநிதித்துவ நபராக-காடுகளில் குரல்களைக் கேட்டு, மிருகங்கள், மனிதர்கள், தாவரங்கள், கனிகள் மீது மாய ஆற்றல் மிக்கவர்களாக உள்ளனர்-இந்து அருள்வாக்கினர், பிராமணிய அதிகாரத்திற்கு எதிராக மூழ்கிப்போன, சிதறிப்போன, ஊமையான, ஆதிமக்கள் சார்பாகப் பேசுபவராவார். ஆனால் நேரடி முரண்பாடு ஈவிரக்கமற்றவகையில் எதிரிகளை ஒடுக்கிய இடைக்கால அய்ரோப்பாவைப் போலன்றி, கிராமப்புற இந்தியா இவ்விரு சக்திகளுக்கும் இடையே ஒத்துழைப்பை வளர்த்தெடுக்கிறது. வன்முறையுடன், ஆவேசத்தையும் சமூக எதிர்ப்புக் குரலையும் மடைமாற்றுவதற்கான இந்துக்களின் பிரதான சாதனம், சடங்கு ரீதியிலான ஆவியின் பீடிப்பே. நீதியற்றவகையில் நடத்தப் பெற்றுள்ள அருள்வாக்கினர் வழியாக, குறைதீர்க்குமாறு கோருகின்றனர்.'

மீன மாதத்தின் (மார்ச்-ஏப்ரல்) பரணி நாளில் மத்திய கேரளத்தின் கொடுங்கல்லூரிலுள்ள குறும்ப கோயிலெங்கும், ஆடவரும் பெண்டிருமாக அருள் வாக்கினர் தென்படுகின்றனர். இடுப்பு வார்களும் சிலம்புகளும் அணிந்து, கைகளில் சடங்கு வாள்கள் ஏந்தி, நெற்றியில் மஞ்சள் பூசி, ஆபாசச் செய்யுள்களை உரத்துக் கூறியவாறு கோயிலைச்சுற்றி ஆடி வருகின்றனர். தெய்வீக சந்நதத்தில் சிலர் நெற்றியில் கீறிக்கொள்ள, குருதி கசிகிறது. தன் பக்தர்களது ஆபாசப் பாடல்களை குறும்பா தெய்வம்

விரும்புவதாகக் கூறப்படுகிறது. 'ஒழுக்க ரீதியில் தூய்மையான' தெய்வம் என்னும் கருத்தாக்கம் மற்றும் 'கண்ணிய'மொழி என்பதும் இங்கே சவாலுக்குள்ளாகின்றன.

கொடுங்கல்லூர் ஒருகாலத்தில் சேரரின் தலைநகர் முஸிரிஸாக இருந்தது. சேரர்கள் காளியின் காவுகளைக் கொண்டிருந்தனர்-அங்கு வழிபாடு பிராமணியத்திலிருந்து மாறுபட்டிருந்தது. குறும்பா கோயில் ஒருகாலத்தில் பௌத்தர்களுடையதாக இருந்திருக்க வேண்டும், பௌத்தர்களை விரட்டியடிப்பதற்கான உயர்சாதிகளின் அற்பமான தந்திரத்தின் பகுதியாக தம் துறவியரைக் கொண்டு வருவதற்காக விரசப்பாடங்கள் இருந்திருக்க வேண்டும் எனச் சில வரலாற்றாளர்கள் நம்புகின்றனர். கோபாலகிருஷ்ணன் நடுவட்டம் இதனை ஆட்சேபிக்கிறார்; விரசமான பாடலும் ஆடலும் தாந்திரிக பௌத்தத்தின் எச்சம் என்கிறார். இந்த ஆலயம் முதலில் வேளாண்மை வளப்பச் சடங்குடன் பிணைப்புக் கொண்டிருந்தது எனச் சிலர் எண்ணுகின்றனர். ஆரியமயமாக்கலின் போது, தாய்த் தெய்வத்தின் தலித் பக்தர்கள் கொடுங்கல்லூரை விட்டு கட்டாயமாக வெளியேற்றப்பட்டு, மீன மாதத்தின் பரணி நாளன்று மட்டுமே தெய்வத்தை வணங்க அனுமதிக்கப்பட்டனர் என்பதும் சாத்தியமே. அநேகமாக ஒரு நூற்றாண்டுக்கு முன்பு, 1927-இல் நாராயணகுருவின் தீவிரச் சீடரான சகோதரன் அய்யப்பன், தெய்வத்தை மகிழ்விப்பதாகக் கருதப்பட்ட, விரசமான பாடல்கள் பாடுவதையும் சேவல்கள் பலியிடுவதையும் எதிர்த்துப் போராடினார். அப்போது பக்தர்கள் அவரையும் அவரது சீடர்களையும் தாக்குவதற்கு முற்பட, போலீஸால் காப்பாற்றப்பட்டனர்.

இன்னொரு கோட்பாடு சிலப்பதிகார நாயகி கண்ணகியுடன் குறும்பாவைத் தொடர்புபடுத்துகிறது. மூன்றாம் நூற்றாண்டு சமண இளவரசர் இளங்கோ அடிகளால் எழுதப்பட்ட ஆரம்பகாலக் காவியம் காதல், காட்டிக் கொடுத்தல், பழிதீர்த்தலின் கதையை விவரிக்கிறது. கண்ணகியின் கணவன் கோவலன் பாண்டிய மன்னனின் சீற்றத்திற்கு ஆளாக வேண்டியிருந்தது; அரசியின் சிலம்பைத் திருடியதாக அவனைச் சிக்கவைத்து, விசாரணையின்றி அவன் தலை துண்டிக்கப்பட்டது. மாதவியுடன் அவனுக்குத் தொடர்பிருந்தும், மன்னனின் முன்பு தன் கணவனின் குற்றமற்ற தன்மையை கண்ணகி நிரூபித்து, மதுரையை எரியூட்டினாள். திராவிட வீரத்தையும் தார்மிகத்தையும் கொண்டிருந்த கண்ணகிக்குத் தென்னிந்தியாவின் பிற இடங்களில் கோயில்கள் உள்ளன. திருவனந்தபுரத்தின் அருகிலுள்ள ஆட்டுக்கல்லில் தாய்த்தெய்வ

ஆலயத்தில் நடக்கும் பொங்கலா பண்டிகையின்போது, கண்ணகி கதை உணர்ச்சிப் பிரவாகத்துடன் சொல்லப்படுகிறது.

இயற்கையான புனிதக்காவுகள் அமைப்பாக்கப்பட்ட மதத்துடன் லேசான தொடர்பே கொண்டுள்ளன. பாவனையற்ற குடும்ப ஆலயங்களில் தெய்வ உருவே இருக்காது, கருவறையிலிருந்து ஒரு விளக்கு உங்களை வரவேற்கும். எர்ணாகுளம் மாவட்டத்து இரிங்கோல் காவிலுள்ள விருட்சங்கள், வனதுர்கையின் துணை தெய்வங்களாகக் கருதப்படுகின்றன. உள்ளூர் தெய்வங்கள் வழிப்படப்படும் பல காவுகள், அம்மண்டலத்தின் சூழலியல் ஆரோக்கியத்தைப் பராமரிக்கின்றன. முத்தங்காவில் நிலத்திற்கான நீடித்த போராட்டத்தை ஆரம்பிக்கு முன்னர் சி. கே. ஜானுவும் அவளது ஆதிவாசி தோழர்களும் காவுகளில் வணங்கினர்.

அய்யப்பனும் நண்பர்களும்

கேரளத்திலுள்ள தெய்வங்களில் மிகவும் புகழ்பெற்றது சபரிமலையின் அய்யப்ப சுவாமி. சபரிமலை கோயில், வசீகரமிக்க மேற்குமலைத் தொடர்களின் மடியிலுள்ள பெரியார் புலிகாப்புக் காட்டில் 4000 அடி உயரத்தில் அமைந்துள்ளது. எளிமையாக நிர்மாணிக்கப்பட்டுள்ள இவ்வாலயம், தென் கேரளத்தின் பம்பை நதிக்கரையில் பாவனையின்றி அமர்ந்திருக்கிறது. நவம்பர்-ஜனவரி மண்டலத்தின் போது, மாநிலத்திலிருந்தும் வெளி மாநிலங்களிலிருந்தும் லட்சக்கணக்கிலான யாத்ரிகர்கள், பதினெட்டு புனிதப்படிகள் ஏறி, அப்புறம் ஆலயத்திற்கு சிரமப்பட்டு செல்கின்றனர். பல பக்தர்களுக்கு சபரிமலைக்குச் செல்கின்ற கடினமான பயணம், தன்னை அறிந்திடும் பயணமாயுள்ளது. யாத்ரிகர்கள் கூட்டு அடையாளத்தைக் கொண்டுள்ளனர். அனைவரும் ஒரே குடும்பத்தினராக ஒருவரையொருவர் சுவாமி என்றழைத்துக் கொள்கின்றனர். அந்நியருடன் தோள்களை உரசிப் பகிர்ந்து கொள்ளும் பிரதான நிகழ்விலிருந்து உரிமைகள் பெற்றோர் விலகி நிற்பினும், வர்க்க-சாதி பேதங்கள் இல்லாது போகின்றன. அய்யப்பனும் ஒரு சுவாமியே. 18 முறை 18 புனித படிகளில் ஏறிவிட்டவர்கள், ‘குருசுவாமி’ ஆகி, சபரிமலையிலுள்ள

அய்யப்பன் ஆலயத்திற்கு யாத்ரிகர் அணியை இட்டுச் செல்லும் தகுதியுடையவர் ஆகிறார்கள்.

சபரிமலை பருவகாலத்தின்போது மாநிலத்தின் மூலை முடுக்குகளெல்லாம் ‘சுவாமியே சரணம் அய்யப்பா’ முழக்கத்தால் அதிர்வு கொள்ளும். யாத்ரிகர்கள் ஒருவரையொருவர் சுவாமியே சரணம்/அய்யப்பா சரணம் என்று வாழ்த்திக் கொள்கின்றனர். சமத்துவமும் எளிமையும் அய்யப்ப வழிபாட்டின் சாராம்சமாகும். இந்த யாத்திரைக்கு முன்னோட்டமாக பக்தர்கள் 41 நாட்கள் உடல்ரீதியாக-ஆன்ம ரீதியாக தூய்மைப்படுத்திக் கொள்கின்றனர். பக்தர்கள் முடிவளர்த்து முகச்சவரம் செய்யாமல், கருப்பு ஆடைகள் அணிந்து, விபூதி-சந்தனம் பூசி, பாலியல், மாமிச, மது தொடர்பை விலக்கி, தூய சந்நியாசி வாழ்வை வாழுமாறு எதிர்பார்க்கப்படுகின்றனர்.

மரபார்ந்த நம்பிக்கைப்படி அய்யப்பன் ஹரிகரசுதன்-ஹரி (விஷ்ணு) மற்றும் ஹரனின் (சிவன்) மகன். பாற்கடல் கடையப்பட்ட போது, மோகினி வடிவிலான விஷ்ணுவுக்கும் சிவனுக்கும் பிறந்ததாகக் கருதப்படுகிறது. மோகினி தன் குழந்தையை வனத்தில் விட்டுச்செல்ல, மதுரைப் பாண்டிய வம்சத்தினராக தன்னை அடையாளங்காணும், குழந்தையில்லாத பந்தள ராஜா இக் குழந்தையை எடுத்துவந்து அரண்மனையில் வளர்த்து வந்தார் என்கிறது கதை. அப்போது அரசி ஒரு மகனைப் பெற்றெடுக்கிறாள். எதிர்காலத்தில் சிம்மாசனத்திற்காக பூசல் எழும் என அரசவையிலுள்ள சிலர் அஞ்சுகின்றனர். எனவே அய்யப்பனைத் தீர்த்துக்கட்டிட திட்டம் வகுக்கின்றனர். வஞ்சகமிக்க அமைச்சரின் ஆலோசனைப்படி, அரசி உடல் நலமில்லையென்று பாவனை செய்ய, அரச மருத்துவர் புலிப்பால் வேண்டும் என்கிறார். வனத்திலிருந்து தாய்ப் புலியின் பாலை யாரே எடுத்து வருவார்? தீரமும் ஆற்றலுமிக்க அய்யப்பன் முன்வருகின்றான். வனத்திற்குச் சென்று குட்டிகள் சகிதம் தாய்ப்புலி மீது சவாரி செய்து திரும்புகிறான். இப்போது யாரேனும் புலியிடமிருந்து கறப்பார்களா? இப்போது அரண்மனைச் சதி வெளியாகி விடுகிறது. ஒவ்வொருவரும் அய்யப்பனின் தெய்விக அம்சத்தை உணர்ந்து கொள்கின்றனர். அய்யப்பன் அரண்மனை சுகங்களுக்கு விடைதந்து வெளியேறுகிறான். பிற்பாடு, அம்மண்டலத்தில் பீதியை ஏற்படுத்திக் கொண்டிருந்த பெண் எருமை மகிஷியைக் கொல்லச் செல்வான்.

பிரித்தானிய காலத்தில் பந்தளத்துப் பாளையம் திருவாங்கூர் சமஸ்தானத்தின் பகுதியாயிருந்தது. 1956-இல் கேரள மாநிலம் உருவானபின், ஆலயம் தன்னாட்சிமிக்க திருவாங்கூர் தேவஸ்வம் போர்டின் கட்டுப்பாட்டுக்குள் வந்தது-அதுதான் தென் கேரளத்தில் 5000 பணியாளர்களுடன் சுமார் 1200 ஆலயங்களை நிர்வகிக்கிறது. தனிப்பட்ட உரிமையில் பல்வேறு கடவுளர்-பெண் தெய்வங்களின் இந்துக் கோயில்கள் சில இருக்க, மலபார் மற்றும் கொச்சி தேவஸ்வம் போர்டுகளும் உள்ளன. குருவாயூரிலுள்ள நன்கறியப்பட்ட கிருஷ்ணன் கோயில் ஓர் அறக்கட்டளையால் நிர்வகிக்கப்படுகிறது. சபரிமலை தவிர்த்து, எண்ணற்ற அய்யப்பன் ஆலயங்கள் கேரளத்தில் உள்ளன-ஆனால் அவை சபரிமலை கோருவதுபோல, எளிமையினையும் பக்தியினையும் கோருவதில்லை. சபரிமலை தெய்வம் பிரம்மச்சாரியாயிருக்க, பிற இடங்களில் அய்யப்பன் மனைவியுடன் அல்லது மனைவி-மகனுடன் இருக்கிறார்.

அய்யப்பனின் வேண்டுகோளின்படி, விஷ்ணுவின் ஆறாவது அவதாரமான பரசுராமர் சபரிமலையில் எளிமையான ஆலயத்தைக் கட்டுவித்தார். பிரம்மச்சாரியான தெய்வம் தர்ம சாஸ்தாவாக உருமாறியது. இங்குள்ள வழிபாட்டு முறை பிராமணியம் சார்ந்தது; ஆண் பிராமணர் மட்டுமே பூசை செய்யத் தகுதியானர்கள். யாத்ரிகர்களின் வசதிகளைக் கவனித்துக் கொள்பவர்களில், 1995-இல் உருவாக்கப்பட்ட சங் பரிவாரின் அய்யப்பன் சேவா சமிதி ஒன்றாகும். ஆறுமாதங்களுக்கு ஒருமுறை, தினசரி பூஜை செய்யும் மேல்சாந்தி மாற்றப்படுகிறார். பிராமண குடும்பத்தைச் சேர்ந்த பாரம்பரியமாக வரும் உயர் பூசாரியான தந்திரி பூஜை சடங்குகளைக் கண்காணித்து வருகிறார். கணபதி ஹோமம் மற்றும் கலசம் போன்ற பிராமணியச் சடங்குகள் சீராக நிகழ்த்தப்படுகின்றன. சாந்தோக்கிய உபநிடதத்தின் சமஸ்கிருதத் தொடர், அகமே அறுதி யதார்த்தம் என்று பொருள்படும் 'தத்வமசி' (நீ அதுவாயிருக்கிறாய்) அய்யப்ப பக்தர்களை வரவேற்கிறது.

ஆனால் அய்யப்பன் இந்து தெய்வமா? வடஇந்திய இந்து மதத்திற்கு அவன் முற்றிலும் அந்நியன். அய்யப்பன் குறிப்பிடப்படுகிற ஒரே புராணம், 19-ஆம் நூற்றாண்டைச் சேர்ந்த 'பூதனத்தோபாக்யானம்.' இத்தகைய பெயருடைய தெய்வத்தை இந்து மரபில் காண முடியாது என்றாலும், இந்து தெய்வமாக அதில் சித்தரிக்கப்படுகிறார். அவர் இந்து தெய்வமாயின், அய்யப்ப வழிபாடு ஏன் நாட்டின் இச்சிறிய பகுதியில் மட்டும்

கட்டுண்டதாயிருக்கிறது? ஆரிய பிராமணர்கள் கேரளத்திற்குள் நுழைந்ததுமே, வழிபாட்டுத்தலம் ஒன்றை நிறுவி/பிரதிஷ்டை செய்து, அதனைச் சுற்றிலும் பிராமணக் குடியிருப்புகள் நிறுவப்பட்டது இம் மலைக் கோயிலில் மட்டும் நிகழவில்லை. வடபுலத்திலிருந்து வந்து குடியமர்ந்த ஆரியர்கள் வளமான பகுதிகளில்தான் தங்கினர். இந்து மதத்தின் தீராத நோயான தீண்டாமை சபரிமலையில் நல்லவேளையாக இல்லை. குருவாயூர் போன்ற இடங்களில் உள்ளது போல் அல்லாமல், இங்குள்ள பூசாரி தன் பக்தர்களிடத்தே உன்னைவிடப் புனிதமானவன் அணுகுமுறையைப் பின்பற்றுவதில்லை-தற்செயலாக ஒரு பக்தரைத் தீண்டிவிட நேரும்போதெல்லாம் அவர் மாசுறாத ஆற்றிலோ குளத்திலோ நீராடச் செல்வதில்லை. இயல்பாகவே தலித்துகள் ஆலய நுழைவு கோரியோ அருகிலுள்ள தெருக்களை அனுமதிக்கக் கோரியோ நடத்திய குருவாயூர்/வைக்கம் சத்யாக்கிரகம் எதனையும் சபரிமலை கண்டதில்லை. சபரிமலை போவதென்று ஒருவர் உறுதி பூண்டு மாலை அணிந்துகொண்ட மாத்திரத்தில் அய்யப்பனாக, தானே ஒரு சுவாமியாக ஆகிவிடுகிறார்.

இக்கோயில் இந்து தாந்திரிக முறைக்கு வெளியிலுள்ளதாக வலுவான பொதுமக்கள் தொடர்பைப் பெற்றுள்ளது. ‘சபரிமலா’ என்பது சபரியின் குன்று/மலை என்று பொருள்படும்-ராமாயணப் பாத்திரமான ஆதிவாசிப் பெண்ணின் பெயரிலிருந்து வந்தது. ‘அய்யப்பா’ என்பதே அடித்தளத் தொடர்பை கொண்டது. கொச்சு கடுத்தா, வலிய கடுத்தா, கருப்பசாமி, கருப்பாயி அம்மா என்னும் துணைக் கோயில்களிலுள்ள அவரது காவலர்களின் அடையாளமும் வேறுபட்டதில்லை. அய்யப்பனின் முன்னே இந்துக்களும் இஸ்லாமியரும் கிறித்தவரும், செல்வந்தரும் ஏழையரும், வணங்கிய கைகளுடன் தோளோடு தோள் நின்று, பரவசத்துடன் உச்சரிக்கின்றனர்-சாமியே சரணம் அய்யப்பா, சாமி சரணம், அய்யப்ப சரணம் எனச் சரணங்களை. சாதிப்பாகுபாடு இல்லாதபோது, ஆசாரவாத பிராமணரை கோயிலில் நெருங்க முடியாமல் வைத்திருந்த ஒரு காலமிருந்தது. கேரளப் பிராமணர் அடித்தள மக்களின் ஆலயத்தில் சேவை புரிவதில்லை என்பதால், ஆந்திர பிரதேசத்திலிருந்து பிராமணர் தருவிக்கப்பட்டனர் என்றும் கூறப்படுகிறது. கழுத்தில் ஆரமணிந்த குழந்தை ‘மணிகண்டன்’ எனப்பட்டான்-கழுத்தில் வைரத்தை அணிந்தவன் என்ற பொருளில். ஆனால் மலஅரயரின் ஆதிவாசிச் சமூகத்தினர் இக்கொள்கையை ஒப்புக் கொள்வதில்லை. கண்டன் கருத்தம்மா ஆகியோரின் பிள்ளை

மணிகண்டன் என்கின்றனர். மல ஆரியர்கள் அவனது தலைமையில் சோழ படையெடுப்பாளர்களுடன் வெற்றிகரமாகப் போராடி, அவனை வழிபடத் தொடங்கினார்கள்.

தஸ்மோன் தாந்திரிகள் தம்மிடமிருந்து ஆலயத்தைப் பறித்துக் கொண்டதாக மல ஆரியர் குற்றம்சாட்டுகின்றனர். ஆலயத்திற்கு இட்டுச் செல்லும் பதினெட்டுப் படிகளில் முதலாவதில், ஆலயத்தின் முதல் பூசாரியின் பெயர் கரிமலா அரயன் பெயர் பொறிக்கப்பட்டுள்ளது எனப்படுகின்றது. 1902-லிருந்து தாந்திரிகள் பூசை மற்றும் மற்றவற்றைக் கவனித்து வருகின்றனர். சபரிமலையை பிராமணர் கைக் கொண்டதை அடுத்து, மீரா நந்தா குறிப்பிடுவதுபோல, தெய்வங்கள் வாங்கி புனரமைக்கப் பட்டன. ஆதிவாசிப் பூசாரி தேனால் தெய்வத்திற்கு அபிஷேகம் செய்திடும் சடங்கு இருந்தது. இது நடைமுறையில் இல்லை. ஆயுதங்களைப் பயன்படுத்தி சண்டையிட அய்யப்பன் பயிற்சி பெற்ற கீரப்பஞ்சிரா என்னும் ஈழவர் ‘களரி’யில்-வாணவேடிக்கைகள் மேற்கொள்வதில் ஈழவர் மரபார்ந்த உரிமை பெற்றிருந்தனர். இப்போது திருவாங்கூர் தேவஸ்வம் போர்ட், அக்குடும்பத்தினரிடமிருந்து உரிமையை விலக்கி, அதிக விலை கோருபவருக்கு ஏலம் விட்டுவிடுகிறது. சபரிமலையில் கடுத்தா குடும்பம் ஒரு காலத்தில் அனுபவித்த உரிமைகளைக் கொண்டிருக்கவும் இல்லை. பம்பையிலிருந்து கன்னியாகுமரிவரை அரசினைக் கொண்டிருந்த அயே வம்சத்திடமிருந்து தொடரும் மாபெரும் பண்பாட்டுக்கு உரியவர்கள் தாங்களே என மல அரயர் கூறிக் கொள்கின்றனர். சபரிமலை அவர்தம் கடவுள் உறைவிடம். ஆலயத்திற்கு இட்டுச் செல்லும் பதினெட்டுப் புனிதப்படிகள், அம்மண்டலத்திலுள்ள மலைகளைப் பிரதிநிதித்துவப்படுத்துவதாக அவர்கள் கூறுகின்றனர். ஆதிவாசிகள் எண்ணிக்கை இரண்டு சதத்திற்கும் குறைவாயுள்ள மாநிலத்தில், மல அரயர்கள் தம் பண்பாட்டுத் தலைநகரை இழந்தது குறித்து அரசியல் கட்சிகள் சிறிதும் கண்ணீர் சிந்தவில்லை.

அய்யப்ப வழிபாடு, ஒருங்கிணைப்பிலான சுவைமிக்க ஆய்வாக உள்ளது. இஸ்லாமிய வீரன் வாவர், கிறித்தவ பூசாரி வெளுத்தச்சனுடன் இளைஞன் அய்யப்பன் கொண்டிருந்த தோழமையின் கதையாகவும் இத்தொன்மம் உள்ளது. வாவர் சுவாமி வழிபடப்படும், அண்மையிலுள்ள எருமேழி மசூதியில் பக்தர்கள் ஆடிப்பாடுகின்றனர். இம்மசூதி எருமேழி மஹல்ல முஸ்லிம் ஜமாத்தால் நிர்வகிக்கப்படுகிறது. ஆனால் ஒருவித நாட்டியமான

பேட்ட துள்ளல், பழங்குடிச் சடங்கின் அடையாளங்களையெல்லாம் பெற்றுள்ளது. சூஃபியாயிருந்த வாவரை நட்பற்ற சூழலில் அய்யப்பன் சந்தித்தபோது இருவருக்குமிடையே மோதல் வளர்ந்து, யாரும் வெல்லாத நிலையிலிருந்து பிரிக்கமுடியாத நண்பர்களாகி விட்டனர் என்கிறது கதை. வாவர் பள்ளியின் பூசாரி வழங்கிடும் பிரசாதம் மருத்துவ குணமுள்ளது எனப்படுகிறது.

சபரிமலையிலிருந்து திரும்பும் பக்தர்கள் ஆலப்புழைக்கு அருகிலுள்ள கடற்கரை கிராமம் அர்துங்கலிலுள்ள புனித ஆண்ட்ரு தேவாலயத்தின் திருத்தந்தை ஜியாகோமோ ஃபெனிஸியோ படிமத்தின் முன் சரண கோஷங்கள் எழுப்பி, தம் மாலைகளை அங்கு போட்டுவிட்டு, அருகிலுள்ள குளத்தில் நீராடுகின்றனர். முஹம்மாவின் சீரப்பஞ்சிராவிலுள்ள களரியில் பயிற்றுனராயிருந்த, போர்த்துகீசிய பாதிரியாருடன் அய்யப்பன் நெருங்கிய நட்பு கொண்டிருந்ததாக வாய்மொழிக் கதைகள் கூறுகின்றன. 16-ஆம் நூற்றாண்டில் போர்த்துகீசியர் நிர்மாணித்த, அர்துங்கல் கத்தோலிக்க தேவாலயத்தில் ஃபெனிஸியோ பாதிரியராக ஊழியம் புரிந்தவர்- வெள்ளைத் தந்தை என்னும் பொருளில் அர்துங்கல் வெளுத்தச்சன் என மக்களால் அழைக்கப்பட்டவர். பூர்வ பண்பாட்டில் பெரும் ஆர்வம் மிகுந்திருந்த வெளுத்தச்சன் குணப்படுத்தும் ஆற்றல்கள் நிரம்ப பெற்றிருந்தவர். இவ்வாறு சபரிமலை ஒருங்கிணைப்புக்கான மந்திரச் சொல்லாக, இந்து-முஸ்லீம்-கிறித்த பந்தத்தின் குறிப்பானாக மாறியது. அய்யப்பனுக்கு கடுத்தா என்னும் இன்னொரு நெருங்கிய ஆதிவாசித் தோழர் இருந்தார். மாளிகைப் புறத்து அம்மையே சரணம், வாவர் சுவாமியே சரணம், கடுத்தா சுவாமியே சரணம் என்னும் முழக்கங்களால் யாத்ரிகர்கள் துணைத் தெய்வங்களையெல்லாம் துதிக்கின்றனர்.

இந்துச் சூழலில் இத்தகைய பல்மதத் தொடர்பு கற்பிதம் செய்யமுடியாதது. எனினும் இவ்வெளிய ஆலயம் பொதுவாக இந்து ஆலயமாகக் கருதப்படுகிறது. யாத்ரிகர் கூட்டம் குவிந்து கொண்டுள்ள சபரிமலை, திருவாங்கூர் தேவஸ்வம் போர்டுக்கு வருவாயினைக் கொட்டும் வளமான ஆதாரம். மாதவிடாய் பருவத்திலுள்ள பெண்கள் ஆலயத்தில் நுழைவதற்கான தடை, 1965-ஆம் ஆண்டு பொது வழிபாட்டுக்குரிய கேரள இந்து இடங்களின் விதிகள் பிரிவு 3 (B)-இன் படி விதிக்கப்பட்டது. 1950-தீ விபத்துக்கும் அதனையடுத்த பிராமணியமாக்கலுக்கும் பிறகு, தீவிரக் கிறித்தவரும் அய்யப்ப பக்தருமான முன்னணி திரைப்படப் பாடகர் ஏசுதாஸால் ஹரியைப் புகழும் ஹரிவசாரம்,

ஒவ்வொரு நாளின் இறுதியிலும் இசைக்க வைக்கப்படுகிறது. வனத் தெய்வத்திற்கான தாலாட்டாக இது விளங்குகிறது. இப்படி அய்யப்பன் தெளிவான இந்து அடையாளத்துடன் வளர்த்தெடுக்கப்படுகிறான்; இதனை ஊடகம் கடமையுணர்வுடன் பெரிதாக்கி மீண்டும் வெளிப்படுத்துகிறது. மேலும் சபரிமலையை இந்துமயப்படுத்தும் முயற்சி கேரள உயர்நீதி மன்றத்தில் நல்லபடியாக தோற்கடிக்கப்பட்டது. அர்துங்கலில் உள்ள தேவாலயம் சைவக் கோயிலென்று, விண்ணப்பதாரர் டி.ஜி. மோகன்தாஸ் கண்டறிந்தார். கேரள பாஜக அறிவுஜீவிகள் பிரிவின் அமைப்பாளர் இந்த மோகன்தாஸ்-தேசியக் கட்சியின் அறிவார்த்த திறனுக்கான ஒரு குறியீடு. தற்போது இஸ்லாமியருக்கும் கிறித்தவருக்கும் பழங்குடியினருக்கும் தலித்துகளுக்கும் கதவுகளை அகலத் திறந்துவிடும் மக்கள் வழிபாட்டிடத்தை, இஸ்லாமிய நீக்கம் செய்யவும் கிறித்தவ நீக்கம் செய்யவும் பழங்குடி நீக்கம் செய்யவும் தலித் நீக்கம் செய்யவும் ஒரு தினுசான திட்டம் இருப்பதாகத் தெரிகிறது.

சபரிமலையின் முத்திரை அடையாளமான ஒருங்கிணைப்பை பாஜகவால் செரித்துக்கொள்ள முடியவில்லை. சபரிமலைக் கோவில் நிர்வாகத்தை திருவாங்கூர் தேவஸ்வம் போர்டிடமிருந்து பறித்து இந்து பாராளுமன்றம் நடத்தவேண்டும் என்னும் பேச்சு நிலவிற்று-ஆலய உண்டியலில் கொட்டுகின்ற கோடிக்கணக்கான ரூபாய்கள்தான் இதில் உள்ள கவர்ச்சிக்கு காரணம். வாவர் மசூதியிலிருந்து விலகி நிற்குமாறு இந்து யாத்ரிகர்களுக்கு அழுத்தம் தருவது பற்றிய ஊடகச் செய்திகள் புழங்குகின்றன. 1995-இல் அய்யப்ப வழிபாட்டின் சாரத்தை புரிந்து கொண்டவரும் மனிதனால் செய்யப்படும் மதத் தடைகள் அர்த்தமற்றவை என்பவருமான, அப்போதைய சபரிமலைத் தலைமைப் பூசாரி விஷ்ணு நம்பூதிரி, நிலக்கல்லிலுள்ள தேவாயலத்தில் வழிபட்டார் என்று இந்து அடிப்படைவாதிகள் ஒரு சர்ச்சையைக் கிளப்பிவிட்டனர். இந்துவல்லாத வழிபாட்டிடத்தில் வணங்கியதன் மூலம், மேல்சாந்தி கோயிலையும் அதன் தெய்வத்தையும் அவமதித்துவிட்டார் என்று சங்பரிவாரின் சித்தாந்தவாதி பி. பரமேஸ்வரன் சீறியெழுந்தார். இச்சமயத்தில் நடந்த சாதி அமைப்புகளின் மாநாடு, பூசாரி தன் இந்து விரோதச் செயலுக்காக பரிகாரம் தேடவேண்டும் எனத் தீர்மானம் நிறைவேற்றிற்று.

யாத்திரையின்போது சபரிமலைக்குள் முண்டியடித்துச் செல்லும் ஆயிரக்கணக்கிலான, தாடி வளர்த்த யாத்ரிகர்கள் சாதி-

மதத்தடைகளை மதிப்பதில்லை. இந்த யாத்திரை பௌத்த சாயலைக் கொண்டுள்ளது. ஒருவேளை அய்யப்பன் புத்தராக இல்லாது போனால், பௌத்த பிக்குவாக இருந்திருக்கலாம். அல்லது அய்யப்பனும் அவனது நண்பர்களும் முதலில் பழங்குடித் தெய்வங்களாயிருந்தது, பௌத்தத்தால் கைக் கொள்ளப்பட்டிருக்க முடியும். எளிமை, துறவு வாழ்க்கை, தோழமை ஆகியவற்றிற்கு அழுத்தமளித்தல், சாதிவேறுபாடுகள்-தீண்டாமை இல்லாமை, மலைக் கோயிலுக்கான யாத்திரையின் பௌத்தத் தோற்றுவாயைச் சுட்டிகாட்டுவது சாத்தியமே. திரும்பத் திரும்ப உச்சரிக்கப்படும் சரண கோஷங்கள், புத்தம் சரணம் கச்சாமி, தம்மம் சரணம் கச்சாமி, சங்கம் சரணம் கச்சாமி என்னும் பௌத்த மணியோசையை ஒலிக்க வில்லையா? யாத்திரையின் போது யாத்ரிகர்கள் வசதிகளைத் துறப்பது, கௌதமரின் துறவை நினைவூட்ட வில்லையா? சபரிமலையில் அமர்ந்த நிலையிலுள்ள தெய்வத் தோற்றம் தியான புத்தரின் மைய இழைகளுடன் ஆச்சரியப்படுத்தும் ஒப்புமைகளைக் கொண்டுள்ளது. மகாயன பௌத்தத்தின் பல விஹாரைகள், தெய்வங்களுள் ஒன்றாக அய்யப்பன் தோன்றுகிறார்- இம்மகாயன பௌத்தத்தையே பிராமணியம் அபகரித்துக் கொண்டது. இப்பிரதேசத்திலுள்ள இரு முக்கிய யாத்திரை மையங்களில் சபரிமலை ஒன்றாக இருந்தது-இன்னொன்று அழிக்கோட்டுக்கருகிலுள்ள *சிறிமூலவாசம்*. பொதுச் சகாப்தத்திற்கு முன்னர் மூன்றாம் நூற்றாண்டில் நிறுவப்பட்ட சிறி மூலவாசம், 9-ஆம் நூற்றாண்டுக்குப் பின்னர் கடலால் விழுங்கப்பட்டது. புத்தரின் உடனிகழ் காலத்தவராக, கோதாவிரி நதியின் தென்கரையில் ஆசிரமம் அமைத்திருந்த *பாவரியிலிருந்து* ‘வாவர்’ வந்திருக்கலாம் என்றொரு கருத்துள்ளது.

அய்யப்பன், தர்மசாஸ்தாவாகவும் அறியப்படுகிறான். பௌத்தப் பேரகராதியில் ‘தர்மம்’ (பாலியில் தம்மம்) பிரதானமாக இடம்பெறுகிறது; புத்தருக்கு இன்னொரு பெயர் சாஸ்தா. சபரி மலையில் வாலிபப் பெண்களுக்கு தடை இருந்ததான இணை அம்சம், பௌத்த மதவாழ்வில் உள்ளது. பெண்களை அனுமதிக்க வேண்டாம் என புத்தர் எச்சரித்திருந்தார். ஆனால் புத்தரின் சீடர்களுள் ஒருவரான ஆனந்தா, இத்தகைய விதியின் பகுத்தறிவற்ற தன்மையை வாதிட்டு, சங்கத்திற்குள் பெண்களைச் சேர்த்திடச் செய்தார் என்பதையும் ஒருவர் நினைவில் கொள்ளவேண்டும்.

சபரிமலைக்கு பக்தர்கள் எடுத்துச் செல்கின்ற நெய் நிரப்பிய தேங்காய், சூடம், வெற்றிலை என்னும் பூசைப் பொருள்கள்

கொண்ட முடிச்சு 'பள்ளிக்கெட்டு' எனப்படும். 'பள்ளி' என்பது பாலி மற்றும் இஸ்லாமிய-கிறித்தவ வழிபாட்டு இடங்களுக்கான மலையாளச் சொல்; தவிர்க்க முடியாதபடி பௌத்தத்துடன் தொடர்புடையது. 'பள்ளிக்கூடம்' என்பது பள்ளியைக் குறிக்கும் மலையாளச் சொல். திருச்சூருக்கு அருகிலே அழகிய அருவியைக் கொண்டுள்ள அதிரப்பிள்ளி அதிரப்பள்ளியாக அழைக்கப்பட்டதுண்டு. நடந்தது ஒன்றும் கபடமற்ற இடப்பெயர் மட்டுமல்ல-இவ்விடம் தனது சிராமண மரபின் தொடர்பினை இழந்துபோனதும்தான். அத்துடன், இங்கு உறைந்துள்ள அதிரப்பள்ளி சாஸ்தா, பழங்குடியின மல அரயரின் கடவுளாவார். பள்ளியைப் போலவே சாஸ்தா சிராமண தொடர்பு கொண்டுள்ளதை பார்க்கப்போகிறோம். இதற்கிடையே, இச்சுற்றுலா மையத்தின் நொய்மையான சூழலியலில், பெருஞ்செலவில் நீர் மின் திட்டம் அமைத்திடும் அரசாங்கத்திட்டம் மாநில மக்களின் எதிர்ப்பைக் கண்டுள்ளது.

அய்யப்பன் தொன்மத்திலுள்ள இன்னொரு சர்ச்சைக்குரிய அம்சம் அவரது காதல்கதை. அய்யப்பனின் காதலி சபரிமலையில் மாளிகைப்புறத்தம்மா என வணங்கப்படுகிறாள். பிரம்மச்சாரியான தெய்வம் தன்னைக் கைப்பற்றும் நாளுக்காக மாளிகைப்புறத்தம்மா காத்திருப்பதாகக் கூறப்படுகிறது. முதல்முறையாக வரும் யாத்ரிகர் இல்லாதபோதே அவளை மணமுடிப்பதாக அய்யப்பன் வாக்குறுதி தந்திருந்தார். ஆண்டுதோறும் யாத்ரிகர் எண்ணிக்கை அதிகரித்து வருவதைப் பார்க்கையில், அவளது கனவு கனவாகவே நின்றுவிடும் போலிருக்கிறது. முதல்முறை யாத்ரிகர்கள் அருகிலுள்ள ஆலமரத்தில் தம் இருப்பினைப் பதிவு செய்திட ஓர் அம்பினை விட்டுச் செல்கின்றனர். ஒவ்வொரு யாத்திரைக் காலத்தின் போதும், மாளிகைப்புறத்தம்மா ஆலமரத்திடம் சென்று, சில அம்புகளைப் பார்த்ததும், ஏமாற்றத்துடன் திரும்பிவிடுகிறாள். மாதவிடாய் வயதுப் பெண்களை சபரிமலையில் அனுமதிக்காததற்கான நியாயமாக இக்கதை லேசாக விவாதிக்கப்படுகிறது. ஆனால் பரிசீலிக்கப்பட வேண்டிய இரு அம்சங்கள் உள்ளன. ஒன்று, அய்யப்பனைச் சூழ்ந்துள்ள தொன்மங்களின் பெருக்கம். சபரிமலை யாத்திரையைச் சுற்றியுள்ள நடவடிக்கைகளை உறுதிப்பட நியாயப்படுத்திடும் 'ஒரு நிஜமான' தொன்மமோ, மரபுப்படியிலான பிரதியோ இல்லை. இரண்டாவது, யாத்திரையின் உலகியல் தன்மை-இச்சடங்கின் நோக்கம் பேதப்படுத்தாமல் அனைவரையும் அனுமதிப்பது. காலம் மாறிவர, சமூகம்

முன்னேறிச்செல்ல, 'அனைவரையும்' அது வரையறுப்பது மக்களை விலக்குவது என்றறிந்து, கடந்தகாலத் தவறுகளைத் திருத்தி, அவர்களை உள்ளடக்குவது இயற்கையே. ஆகவே ஆலய வளாகத்தில் குறிப்பிட்ட பெண்டிரை அனுமதிக்க மறுக்கும் சமீபத்தைய விதி நியாயமற்றதாகும். ஏனெனில் அய்யப்பன் வழிபாட்டின் மையம் சமத்துவமாகும். மரபுவாதிகளும் பிராமணிய கும்பல்களும் என்னதான் கோரிக்கொண்டாலும், இவ்விஷயங்களில் விதி வகுப்பது, அவர்களுடைய வேலையாக ஒருபோதும் இருந்ததில்லை.

கேரளத்தில் இருபெரும் யாத்திரைப் பருவங்கள் உள்ளன-நவம்பர் மத்தியில் தொடங்கிடும் மண்டலப் பருவம் மற்றும் ஒரு மாதம் கழித்துத் தொடங்கிடும் மகரவிளக்குப் பருவம். அத்துடன் ஒவ்வொரு மலையாள மாதத்தின் முதல் பத்து தினங்களிலும் கோயில் திறந்திருக்கும். புலம்பெயர்ந்துள்ள மலையாளிகளும் அய்யப்பனிடமான தம் பக்தியைக் காட்டிட, தமக்கேயான வழிமுறைகளைக் கண்டறிந்துள்ளனர். கணிசமான மலையாளி மக்கள்தொகையுள்ள, இந்தியாவின் ஒவ்வொரு நகரிலும் கடைசி சில தசாப்தங்களாக சில அய்யப்பன் ஆலயங்கள் எழுந்துள்ளன. நிதி வசூலிக்கப்படுகிறது, பூசை நடத்தப்படுகிறது, மண்டல, பருவ காலங்களில் ஒவ்வொரு பகுதியிலும் பக்தர்களுக்கு உணவளிக்கப்படுகிறது.

ஆரம்பகட்ட அரண்மனைத் தொடர்பை ஒதுக்கிப் பார்த்தால், அய்யப்பன் மிகவும் அடித்தள மக்கள் கடவுளே, புலிமேல் சவாரி செய்துவரும் வன தெய்வமே. ஒருவேளை பழங்குடியினரின் வேட்டைக்காரத் தெய்வமாக இருந்திருக்கலாம். தமிழ்நாட்டின் பல்வேறு பகுதிகளில், பிரதானமாகக் கிராமங்களில் வழிபடப்படும் தெய்வமான அய்யனார் அல்லது அய்யனாரப்பருடன் உருவ ஒப்புமைகள் உள்ளன. ஒவ்வொரு சபரிமலை பருவத்தின் போதும் அண்டை மாநிலத்திலிருந்து குவியும் முடிவுறாத கூட்டம், அய்யப்பன்-அய்யப்பன் வழிபாட்டுடன் தொடர்பு கொண்டிருக்கலாம். கிராமங்களின் காவல் தெய்வம் அய்யனாரின் வேறு இரு பெயர்கள் பெருமான், கடமான்; அவர்கள் கிராமத்தவரையும் அவர்தம் கால்நடைகளையும் காக்கின்றனர், நல்ல மழையை வருவிக்கின்றனர், மிகுந்த அறுவடையை வழங்குகின்றனர். அய்யன் ஆலயங்களில் பிராமணர் அல்லாதார் பூசாரிகளாக உள்ளனர்.

அடிப்படையில் சபரிமலையில் இருப்பது மாபெரும் உயிர்த்தியாகியின் நினைவில்லம் மற்றும் வீரவழிபாட்டின் அடையாளம். 'அய்யப்பன்' என்ற பெயரே திராவிடச்சாயலை கொண்டிருக்கவில்லையா? கடுத்தா போன்ற இதர தெய்வங்கள் குறித்தும் இதனைக் கூறலாம். 17-ஆம் நூற்றாண்டில் வாழ்ந்த அய்யப்பன் தமிழ் பாண்டிய வம்சத்தைச் சேர்ந்தவனாகக் கூறப்படுகிறான்-இவ்வம்சத்தின் ஒரு பிரிவு கேரளாவில் பந்தளத்தில் குடியமர்ந்தது. பீதியூட்டும் கொள்ளையன் உதயணன் பந்தள அரண்மனையின் இளவரசி மாயாவைக் கடத்தி வந்திட, அவளது சகோதரன் ராஜசேகரன் அவளை விடுவிக்க, சீரப்பஞ்சிராவிலுள்ள களரியின் ஈழவர் தலைவன் மூப்பனின் உதவியை நாடுகிறான். மூப்பனும் அவனது ஆட்களும் கொள்ளையனைத் துரத்திச் சென்று, மாயாவை விடுவிக்கின்றனர். கெடுவாய்ப்பாக, அரச குடும்பம் தீட்டுப்பட்ட பெண்ணை மீண்டும் பெற்றுக்கொள்ள தயங்குகிறது, எனவே துணிகரமான மூப்பன் அவளைத் தன் சகோதரன் மகனுக்கு மணமுடித்து விடுகிறான். 1685-இல் மாயாவுக்குப் பிறக்கும் மகனை அய்யப்பன் என்றழைகின்றனர். குழந்தையில்லாத ராஜசேகரன் அக்குழந்தையைத் தத்தெடுத்துக் கொள்கிறான். மூப்பனின் மகள் லலிதா ஆயுதப் பயிற்சிக்காக வந்துள்ள களரிக்கு இந்த இளைஞனும் அனுப்பப்படுகிறான். இப்போது வாவருடன் மோதும் அய்யப்பன், பின்னர் நண்பனாகிறான். சீக்கிரமே அய்யப்பனும் லலிதாவும் காதல் வயப்பட்டு, திருமணம் செய்வதற்கு முன்னர், உதயனிடமிருந்து ஒரு பழிவாங்கலின் தாக்குதல் வந்துவிடுகிறது. அவனது உதவிக்கு வாவர் வருகிறான், ஆனால் துயரமிக்க வகையில், அய்யப்பன், லலிதா, வாவர், கடுத்தா அனைவரும் சண்டையில் கொல்லப்படுகின்றனர்.

சற்றே வேறுபட்ட இன்னொரு கதைவடிவம், அய்யப்பனின் பிறப்பை, மலையாள ஆண்டு 860-865 (பொதுச்சகாப்தம் 1685-1690) க்கிடையே குறிக்கிறது; அவன் உதயனைக் கொன்றுவிட்டான், பின்னர் ஒரு புலியால் காயப்படுத்தப்படவே, துயரம் மீதூரப்பெற்ற லலிதா தன்னை மாய்த்துக் கொண்டாள். சபரிமலைக் கோயில் அய்யப்பன்-லலிதா நினைவாக பந்தள மன்னரால் நிர்மாணிக்கப்பட்டது எனப்படுகிறது; தன் மகளின் நெருங்கிய நண்பன் வாவரையும் அவர் மறக்கவில்லை. இக்கதையில் அய்யப்பனும் வாவரும் உயிர்த்தியாகிகள். மத்திய திருவாங்கூரில் கட்டுண்டிருந்த அய்யப்பன் வழிபாடு, காலப்போக்கில்

எதிர்க்கடவுளின் தேசம் | 117

பிராமணியத்தால் கடத்திச் செல்லப்பட்டு, இந்துக் கடவுளின் முகத்தைப் பெற்றது.

1950-இல் இவ்வாலயத்தில் தீப்பற்றியது; அப்போதைய திருவாங்கூர்-கொச்சி முதல்வர் சி.கேசவன், அலட்சியமானவகையில் புகழ்பெற்ற விமர்சனக் குறிப்பை முன்வைத்தார்: ஒரு கோயில் அழிக்கப்பட்டால், அந்த அளவுக்கு மூடநம்பிக்கை ஒழியும். எனினும், ஒவ்வோராண்டும் இக்கோயில் லட்சக் கணக்கிலான பக்தர்களைத் தொடர்ந்து ஈர்க்கின்றது. மூடநம்பிக்கை சரியான நம்பிக்கைக்கு வழிவிடவும் இல்லை. ஒரேயொரு எடுத்துக்காட்டைக் கூறவேண்டுமானால், மகர சங்கராந்தியன்று ஆலய அலுவலர்களும் தேவஸ்வம் போர்டும் கேரள மின்வாரியமும் இணைந்து, மகரவிளக்கு ஏற்ற ஏற்பாடு செய்கின்றனர்-அருகிலுள்ள குன்றில் உள்ள வனத்துறை அலுவலர்களும் காவல் துறையினரும் சில நிமிடங்களுக்கு இதற்கு உடந்தையாயிருக்கின்றனர்-கள்ளங்கபடமற்ற பக்தர்கள் இதனை இயற்கையான, தெய்விகமான நிகழ்வென்று நம்புமாறு செய்கின்றனர். இத்'தெய்வீக ஒளி'யைக்காண லட்சக்கணக்கில் யாத்ரிகள் திரளுகின்றனர். 2011-இல் மகரவிளக்கு தரிசனத்தைக் காணக்கூடிய கூட்ட நெரிசலில் நூற்றுக்கும் மேற்பட்ட யாத்ரிகர்கள் மடிந்தனர். எனினும் தேவஸ்வம் போர்டுக்கு இது பணத்தைக் கொட்டும் ஒன்றாக இருப்பதால், யாத்ரிகள் உயிரிழப்பும் பகுத்தறிவாளர்கள்-நாத்திகர்கள் எதிர்ப்பும் இருந்தும், இச்சடங்கினை நிறுத்தத் தயாராக இல்லை.

கேரளத்தின் ஒவ்வொரு அரசாங்கமும் உற்சாகத்துடன் 'மதச்சுற்றுலா'வை முன்னெடுக்க முற்பட்டன. சபரிமலைக்கு வரும் பெரும் பகுதியினர் சுற்றுலாவாசிகள். சிலர் சலிப்பைப் போக்குவதற்காக சபரிமலைக்கு புறப்பட்டு விடுகிறார்கள். முதல்வர் பிணரயி விஜயன் தனது அரசாங்கம், சபரிமலையை தேசிய யாத்திரை மையமாக அறிவிக்குமாறு மத்திய அரசை வற்புறுத்தும் என ஊடகத்திடம் தெரிவித்தார். இங்கு கிடைக்கும் அசாதாரணமான உண்டியல் தொகை மற்ற கோயில்களை நலிவடையச் செய்யாமல் திருவாங்கூர் தேவஸ்வம் போர்டு கவனித்துக் கொள்ளுமாறு செய்கிறது. பூசைப் பொருள்களையும் கருப்பு ஆடைகளையும் விற்கும் கடைகள் மாநில மெங்கிலும் காளான் போல பெருகியுள்ளன. 2016-17-இல் மண்டலப் பருவத்தில் குளிர்பானங்கள், குடிநீர், சோடாவில் சபரிமலையை ஏகபோகமாக்கியுள்ள பன்னாட்டு நிறுவனம்

கோக்கோ-கோலா, ஆறுகோடி ரூபாய் வருவாய் ஈட்டியுள்ளது. வாடகைக்கார், வேன்கள், ஜீப்கள், ஆட்டோ ரிக்‌ஷாக்களைக் கொண்ட போக்குவரத்துத் தொழில்-அவற்றில் சில விதிகளை மீறி இயக்கப்படுபவை-வனத்துறை அதிகாரிகள், போலீஸார் உடந்தையாயிருக்க, செழித்தோங்குகிறது. மாபெரும் சந்தையாக வளர்ந்துள்ள சபரிமலையில் யாத்திரிகள் பெருமளவில் சுரண்டப்படுகின்றனர். வன தெய்வத்தின் உறைவிடம், சுற்றுச்சூழல் ரீதியில் ஆபத்தான நகரியமாக மாறியுள்ளது. 1970-களின் ஆரம்பத்திலிருந்து, அசாதாரணமான யாத்ரிகர் கூட்டம் சுற்றுச் சூழலில் அதன் தாக்கத்தைக்காட்டி வருகிறது: பிளாஸ்டிக் பைகளும் மனிதக் கழிவும் அம்மண்டலத்தை நாறடிக்கின்றன-கருவறை செல்லும் முன் குளிக்க வேண்டும் என்று எதிர்பார்க்கப்படும் பக்தர்கள் நீராடும் பம்பையின் புனிதமாகக் கருதப்படும் நீர் உட்பட. மலையாளியல்லாத யாத்ரிகர்கள் தம் கருப்பு உடைகளை பம்பையில் விட்டுவிட வேண்டும் என எதிர்பார்க்கப்படுகிறது. நவீன தொழில்மயமாதலால் ஏற்படும் மாசுபடுதலுடன், இவ்வாடைகளிலுள்ள மலிவான சாயமும் சேர்ந்து நச்சுத் தன்மையைக் கூட்டுகிறது.

சவால்விடும் ஆதிசங்கரர்

தெற்கு கேரளத்தின் அய்யப்பனிலிருந்து வடக்கிலுள்ள தெய்யம் மற்றும் முத்தப்பாவை நோக்கி நகர்வோம். ‘தெய்யம்’ என்பது தெய்வத்தின் திரிபாக கூறப்படுகிறது. தெய்வத்தின் பிரதிநிதியல்ல தெய்வமே எனப்படுகிறான். கேரளத்தில் பரவலாயுள்ள நாட்டார் தெய்வங்களின் குறிப்பிட்ட வழிபாட்டு முறையை பிரதிநிதித்துவப்படுத்துவதாக ஆகியுள்ளது. தெய்வங்களை எழச்செய்யப் பாடப்படும் பாடல்கள் டோட்டம் பாடல்கள் எனப்படுகின்றன. ‘டோட்டம்’ என்பது ஸ்தோத்ரத்தின் திரிபு என நம்பப்படுகிறது. தெய்யம் என்பது அரசியல் நிகழ்வு- இதில் மிகவும் அரசியல் தன்மையுள்ளது பொத்தன்- அவன் ஆதி சங்கரரை சவாலுக்கு இழுக்கிறான்- அத்வைதத்தின் பிராமண ஆசாரியரான அவரும் கேரளத்தைச் சேர்ந்தவர். இடுப்பில் குழந்தை, தலையில் கள்ளுப்பானையுடன் எதிரே வரும் பொத்தனை தூரத் தீட்டைத் தவிர்க்கும் பொருட்டு விலகுமாறு சங்கரர் கேட்கிறார்; ஆனால் தலித்துகளின் இயற்கையான அறிவுஜீவி “என்னை விலகிப் போகுமாறு ஏன் கேட்கிறீர்கள்?” என்னும் எளிய

கேள்வியால் பதிலடி தருகிறான். சங்கரரின் பண்பாட்டு உயர்வு, சாதியமைப்பின் பவித்திரம் குறித்த சங்கரரின் எண்ணங்களையும் கேள்விக்குள்ளாக்குகிறான்.

நீங்கள் சந்தனம் பூசிக் கொள்கிறீர்கள்

நாங்கள் சகதியில் குளிக்கிறோம்

நீங்கள் அணிவது பொன் நகைகள்

நாங்கள் அணிவது மீன் மாலை...

நான் படகு செலுத்தும் ஆற்றில் நீங்கள்
சென்றது இல்லையோ?

உங்கள் தோட்டத்தில் விளையும் வாழைப்பழம்

உங்கள் கடவுளுக்குப் படையல்

எங்கள் தோட்டத்தில் விளையும் துளசி
உங்கள் கடவுளின் மாலை
இருந்தும் சாதி குறித்து ஏன் வாதிடுகிறீர்கள்?

நீங்கள் காயமுற்றால் வெளிவருவது குருதியல்லவா?

நானும் காயமுற்றால் வெளிவருவது குருதியல்லவா?

(சந்திரன் 2006)

அத்வைத தத்துவத்தின் பிதாமருக்கு எதிராக, பொத்தன் தெய்யம் அதே ஆயுதத்தை பிரயோகிக்கிறான்-அத்வைதத்தை, இருப்பின் ஒருமையை. தன் தவறை உணரும் தத்துவவாதி சண்டாளன் முன் விழுந்து வணங்க, சண்டாளன் அவரை ஆசீர்வதிக்கிறான். மலையாளத்தில் 'பொத்தன்' முட்டாளைக் குறிக்கும்; செவிட்டூமையினையும் குறிக்கும். பிராமணியச் சடங்கின் தர்க்கத்திற்கு அறிவும் ஒழுக்கமும் முட்டாள்தனமாய்த் தோன்றலாம் ஆனால் பொத்தன் முட்டாளில்லை.

சாதி, கொள்கை அல்லது வர்க்க வேறுபாடு பாராது, அனைத்து பக்தர்களையும் அனுமதிக்கும் அய்யப்பனைப் போல, தெய்யம்கள், சாதிப்படிமுறைகள் குறித்த பிராமணிய அறிவை மதிப்பதில்லை. தெய்யம் வழிபாட்டில் பௌத்தத்தின் தடயங்கள் உள்ளன. புரட்சிகரமான தெய்ய மரபு, புறக்கணிக்க முடியாதபடி உள்ளது. அய்யன் காளி, சட்டாம்பி சுவாமி, சிறி நாராயண குரு மற்றும் பலர், பொத்தன் தெய்யம் விட்டுச் சென்ற இடத்திலிருந்து கூட்டாக போராட்டத்தை மேற்கொண்டனர். தலித்துகளின்

மரபார்ந்த முகமூடி நடனம், அவர்களுக்கு இழைக்கப்பட்ட அட்டூழியங்களையும் அநீதிகளையும் மறுப்பதற்கான பரிகசிப்பதற்கான கேள்வி கேட்பதற்கான சாதனமாகியது. தெய்யம் நடனங்களும் வேளாண்மை நடவடிக்கைகளின் போது பாடப்படும் குழுப்பாடல்களும் ஒருவிதக் கலகங்களே; உயர் சாதிகளது மேலாதிக்கத்தை மீறுதலே. இரண்டாம் உலகப் போரின்போது, கள்ளச் சந்தைக்காரர்கள், பதுக்கல் பேர்வழிகளை எதிர்த்து, கம்யூனிஸ்ட் கட்சி தெய்யம், பூரக்களி, ஓட்டந்துள்ளல் போன்ற நாட்டார் கலைகளை மேற்கொண்டது.

தலித்துகளைப் பொறுத்தவரை, தம்மை விளிம்பு நிலையினராக்கியுள்ள அநீதியான சமூக அமைப்புக்கு எதிரான போராட்டத்தில், தெய்யம் ஒரு கருவி. பல தெய்யம் கதைகள், தீண்டாமை, பிராமணியத்தின் விமர்சனத்தைக் கொண்டுள்ளன. வடகேரளத்திலுள்ள இருநூற்றுச் சொச்சம் தெய்யம் கலைஞர்களில் மிகுதியானவர்கள் கம்யூனிஸ்ட் கட்சிகளின் உறுப்பினர்கள்/ அனுதாபிகள். பிராமணர்கள் தூய்மையாயிருந்து தாவர உணவு உண்ணுமாறு மக்களுக்கு ஆலோசனை சொல்லிவர, முத்தப்பன் போன்ற தெய்யம் கடவுள், மாமிசம் உண்ணவும் மது அருந்தவும் உல்லாசமாயிருக்கவும் வற்புறுத்துகின்றது.

சமீபமாக தெய்யத்தின் போது பாடப்படும் சடங்குப் பாடலான திராவிட தோட்டம் பாட்டுக்குள் பிராமணியச் செய்யுட்கள் இடைச் செருகலாக சேர்க்கப்பட்டுள்ளன- பிராமணிய மரியாதையை அது அளிக்கும் என்று கருதப்படுகிறது. முதலில் தீயா உயிர்த்தியாகி தெய்வமாயிருந்த பழந்தாயி கண்ணன், இந்துமயமாக்கப்பட்டு, இரண்யகசிபுவை விழுங்கிய விஷ்ணு அவதாரம் விஷ்ணு மூர்த்தியாக்கப்பட்டுள்ளார். சங்கரர்-பொத்தன் மோதலின் இந்து மயமாக்கப்பட்ட வடிவத்தில், தலித் மறைந்து, அவனிடத்தே சங்கரரை ஆசீர்வதிக்கும் சிவபெருமான் தோன்றுகிறார். சாதிக் கெதிரான பருண்மையான வாதங்களை முன்வைத்துப் பலியான பறையன் அழிக்கப்பட்டுவிடுகிறான். டி.வி.சந்திரன் குறிப்பிடுகிறார்: "பொத்தன் குரலிலுள்ள கலகத்தின் மதிப்பு, உயர் அடுக்கிலுள்ள இந்துமத சித்தாந்தத்தின் கோட்டையின் கீழ், *சங்கர திக்விஜயத்தில்* காணப்படும் ஒரு கதையின் இடைச் செருகல் மூலம் போடப்பட்டது- 14-ஆம் நூற்றாண்டு நூலான இது, இந்தியாவின் மாபெரும் தத்துவவாதி சிறி சங்கராச்சாரியாவின் உயர்வை நிறுவ முற்படுகிறது" (சந்திரன் 2006). இதன்படி, தன்னுடன் மோதி

நிற்பது சண்டாளனல்ல, சிவபெருமானே என்று சங்கரர் கதையை முடிக்கிறார்.

தெய்யம் உடைகளை அணிவது, ஒடுக்கப்பட்ட சாதி பக்தர்களின் உரிமையாகும். இன்றைக்கு தெய்யமாக இருக்கும் ஏழை தலித், நாளைக்கு நிலபிரபுவின் நெல்வயலில் அற்பக் கூலிக்கு உழைத்துக் கொண்டிருப்பான். டிசம்பரிலிருந்து பிப்ரவரி வரையிலான தெய்யம் காலத்தின் போது, உரத்த முரசொலிகளுடன் வடகேரளத்தை வண்ணமயமான தெய்யம்கள் நிறைத்துவிடும். கேரளத்தின் பிறபகுதிகளிலுள்ள பகவதி ஆலயங்களின் அருள் வாக்கினரைப் போல, ஒருகாலத்தில் கொளத்து நாடாக இருந்த, இன்றைய மலபாரின் கண்ணூர், காசர்கோட் மாவட்டங்களில், தெய்யம்கள் உருக்கொண்டன.

வேளாண்மையுடன் தொடர்புடைய வளப்பச் சடங்கில் தெய்யம் தோன்றியிருக்கக்கூடும் (சந்திரன் 2006). சில அறிஞர்கள் இதன் தோற்றத்தை சங்ககாலத்தின் வீரச்சடங்குகளில் பார்க்கின்றனர். வடகேரளத்தின் இச்சடங்கு அணிவகுப்பு, ஆரியருக்கு முந்தைய, பிராமணியம் அல்லாத மத அமைப்பில் உயிர்த்திருக்கும் அரிதான ஒன்றாகும். உயர்சாதிகளின் அநீதிகளுக்கு எதிரான புகார்களை சடங்கியல் வன்முறை சாராத முறையில் வெளிப்படுத்திட அனுமதிக்கும், ஏற்கக்கூடிய பாதுகாப்பு வடிகாலாக தெய்யம்கள் சகித்துக் கொள்ளப்படுகின்றன என்று கூறப்படுகிறது. காலனித்துவ காலங்களில் கிறித்தவ இறைப்பணியாளர்கள், தெய்யம், பாம்பு வழிபாடு ஆகியவற்றிற்கு எதிராக வீட்டுக்கு வீடு பரப்புரை செய்து, அவர்களை புராதனத்தினர், மனிதரல்லாதவர் என்றழைத்தனர். இதற்கு கலவையான வரவேற்பு நிலவிற்று. வசதிபடைத்த தீயாக்கள் மூடநம்பிக்கையினை எதிர்க்க சிறி ஞானோதய யோகத்தை நிறுவி, உள்ளூர் தெய்வங்களுக்கு பிராமணிய ஒளிவட்டத்தை அளிக்க இசைந்தனர். எனினும் கேரளத்திலுள்ள பல ஒடுக்கப்பட்ட சமுதாயத்தினர் தம் கடவுளரிடம் உயிரோட்டமான மரியாதைகொண்டு, பரப்புரைக்கு ஆளாகவில்லை.

முத்தப்பா

முத்தப்பாவின் பிரதான ஆலயம் மடப்புரம், கண்ணூர் மாவட்டத்தில் வாலபட்டணம் ஆற்றங்கரையில் பரஸ்ஸினிக் கடவுவில் உள்ளது; வடகேரளத்தின் விடுதலை ஆன்மிகத்தின் முகமாயும் முக்கிய பண்பாட்டு உருவாயும் உள்ளது. ஆளுகின்ற குட்டியோட் வம்சத்தின் கொடுங்கோன்மைக்கு எதிராக அவர் ஏழைப் பழங்குடிகளைத் திரட்டி, வேலையிலும் சுயச்சார்பிலும் அவர்களுக்குப் பயிற்சி அளித்தார். சுரண்டல்காரர்கள் மற்றும் இதர ஒடுக்குமுறையாளர்களின் பிடியிலிருந்து அடிமைகளை மீட்டார். புனிதம்-தீட்டு சார்ந்த பிராமணிய விதிகளை மீறி நின்றார். சிலை வழிபாட்டுக்கு மாறாக, மடப்புரத்தில் நாள்தோறும் முத்தப்பாவின் சடங்கியல் நிகழ்வு இருக்கும். வழிபாட்டு முறையில் எளிமையும் வெளிப்படைத் தன்மையும் இருக்கும்-உயர்சாதியினரின் ஆலயங்களிலோ 'தூய்மை' சார்ந்த பீடிப்பு நிலவும்; கர்ப்பகிருஹம்-கருவின் இடம்-பூசாரிகள் தவிர்த்து வேறுயாரும் புகமுடையாத வெளிச்சமற்ற இருண்ட இடத்திற்குள் பிராமணர் மட்டுமே அனுமதிக்கப்படுவர். முரணான வகையில், சேர்ந்து சுருங்கிய முத்தப்பா ஏழைகளின் நிராதரவற்றவர்களின் அபயம் கோரும் கூக்குரல்களைக் கேட்டு, ஆறுதலும் உதவியும் அளிப்பார். பரஸ்ஸினிக் கடவுக்கு வழிபடவருவோர் தரையில் அமர்த்தப்பட்டு, சோறும் கறியும் உண்ணுமாறு செய்யப்படுவர். அய்யப்பன்-முத்தப்பன் தொடர்பான தொன்மங்களில் ஒப்புமைகள் நிலவுகின்றன. குழந்தையற்ற பிராமணத் தம்பதியரால் காட்டில் குழந்தையொன்று கண்டெடுக்கப்பட்டது. அக்குழந்தை வளர்ந்து வந்தபோது, பிராமணிய விலக்கல்களில் சலிப்புற்று, வருத்தமின்றி மீறிற்று-ஆனந்தமாக வேட்டைக்குப் போனது, மீனும் கறியும் உண்டது, மது அருந்தியது. பனைமரங்களில் ஏறி திருட்டுத்தனமாகக் கள் குடித்தது. கள் இறக்கும் சாந்தன், யாரோ கள்ளைத் திருடுவதை உணர்ந்து யாரென்று அறிய முற்பட்டபோது, ஒரு வயதான நபர் மர உச்சியில் கள் குடித்துக்கொண்டிருந்ததைக் கண்டான். முத்தப்பன் (தாத்தா) என்றழைத்தபடியே அக்கிழவன் மீது அம்புவிட்டான். சினங்கொண்ட முத்தப்பன் சாந்தனைச் சபித்து கல்லாக்கினான். முத்தப்பனைச் சுற்றி இத்தகைய ஆச்சரியகரமான கதைகள் பல நிலவுகின்றன.

காசர்கோடிலுள்ள மடப்புர (முத்தப்பனுக்கு அர்ப்பணிக்கப்பட்ட ஆலயங்கள்) நிலபிரபுக்களிடையே ஒரு தீயன் உண்டு.

எதிர்க்கடவுளின் தேசம் | 123

பெரும்பாலான பூசாரிகள் சாதிப்படிநிலையின் கீழடுக்கைச் சேர்ந்தவர்களாயிருக்க, முத்தப்ப தெய்யங்கள் தலித்துகளால் நிகழ்த்தப்படுகின்றன. பரஸ்ஸின்னிக்கடவில் முத்தப்பனின் அருகே ஒரு நாய் எப்போதும் நின்றிருக்கிறது. நாய்கள் தீண்டத்தகாத பிணந்தின்னிகள் என்னும் பிராமணிய கருத்து இங்கு ஆட்சேபனைக்குரியதாகிறது. முத்தப்பன் பசித்த கடவுளாயிருக்கிறான் என்பதைக் குறிப்பதாக நாயின் இருப்பு இருக்கக்கூடும். மூதாதை வழிபாட்டின் அடையாளமாயும் இருக்கக்கூடும்- 'முத்தப்பா' என்றால் தாத்தா அல்லது பெரியப்பா என்று பொருள்-சுயோதனன் ஆலயத்தில் இருப்பது போல. முத்தப்பனுக்கான படையல் பொருள்கள் சாதாரண மனிதன் பெரிதும் விரும்புகின்ற கள், கறி, மீன்களே. அய்யப்ப வழிபாட்டில் உள்ளது போலவே, முத்தப்ப வழிபாட்டில் பக்தர்களிடையே சமத்துவம் அடிப்படையானது. அய்யப்பனைப் போலவே முத்தப்பன் தீண்டத்தகாதவர்களை தொலைவில் நிறுத்தியதில்லை. கடந்த காலத்தில், பிராமணிய பண்பாடு மற்றும் மேலாண்மையை எதிர்த்த, தாழ்ந்த சாதியினரின் கலகச் சித்தாந்தத்தை பிரதிநிதித்துவப்படுத்திய மடப்புரத்திலிருந்து சாதி இந்துக்கள் விலகி இருப்பார்கள். இப்போதெல்லாம் சவர்ண இல்லங்களைச் சேர்ந்தோரும் முத்தப்பனிடம் வந்து தம் குறைகளைக் கொட்டுகின்றனர். மும்பை, டெல்லி, ஏன் சில வளைகுடா நாடுகளில்கூட மடப்புரங்கள் உண்டு.

இன்று முத்தப்பனை இந்துமயமாக்கிட ஒருங்கிணைந்த முயற்சிகள் மேற்கொள்ளப்படுகின்றன. இந்நூலாசிரியர் வசிக்கின்ற டெல்லியின் மயூர்விஹாரிலுள்ள முத்தப்பனை வழிபடும் பக்தர்களின் அமைப்பாகிய சிறி முத்தப்ப சேவா சமிதி வெளியிட்டுள்ள ஒரு சிறு பிரசுரத்தில், சிறி முத்தப்பன், கண்ணூர் மாவட்டத்தில் பொதுவாக வழிபடப்படும் இந்து தெய்வம் எனக் கூறப்படுகிறது- ஆனால் இதர இந்து ஆலயங்களில் உள்ளது போல, இவ்வழிபாடு சாத் (பிராமணிய) வடிவத்தில் இருப்பதில்லை என பாதுகாப்பாக கூறிக் கொள்ளப்படும். முத்தப்பன், ஆரிய தெய்வங்களிடையே இருத்தப்பட்டுவிட, இவ்வாலயத்தின் பண்பாட்டு நிறம் தவிர்க்க முடியாதவாறு உருமாற்றமடைந்துள்ளது. வதீஷ் கீழல்லூர் எழுதிய *ஸ்ரீ முத்தப்பன்- அய்தியாவும் சரித்திரம்* நூலுக்கு, இந்துத்துவா ஆதரவு அறிஞர் பிரியதர்ஷன் லால் எழுதிய அணிந்துரையில், இத்தெய்வத்தை சைவம்-வைணவத்தின் சங்கமம் என்கிறார். சிவனின் தலித்

அவதாரமே முத்தப்பன் என்கிறார். மடப்புரம் இப்போது 'சேத்திரம்' என்னும் பெயர்ப் பலகை தாங்கியுள்ளது - இந்து வழிபாட்டிடத்தை குறிக்கப் பயன்படுத்தப்படும் சொல் அது - சில சடங்குகளுக்காக நம்பூதிரிகளைச் சார்ந்திருக்கும். நவம்பரில் வரும் பண்டிகை ஆரம்பித்ததனை அடையாளப்படுத்தும் கணபதி ஹோமம். புதிதாக உருவாக்கப்பட்ட சிறி முத்தப்பாய நமஹா போன்ற சமஸ்கிருத மந்திரங்களை பூசாரி ஓதுகிறார். கோயில்களில் உள்ளது போல, அப்பம் மாதிரியான வாழைக்காய் - தாவர பதார்த்தங்கள் தெய்வத்திற்கு படைக்கப்படும். கதையின் மோசமான பகுதி என்னவென்றால், புலையரும் இதர தலித் சமுதாயத்தினரும் ஆலயத்திற்குள் அனுமதிக்கப்படுவதில்லை. ஒடுக்கப்பட்ட சாதியினரின் திருஉரு, சிறி நாராயண குருவின் நெருக்கமான சீடராயிருந்த, தீவிர சமூக சீர்திருத்தவாதி சுவாமி அனந்தாதீர்த்தன், தாழ்த்தப்பட்ட சிறுவர்களுடன் பரஸ்ஸின்னிக்கடவு மடப்புரத்தில் நுழைய முற்பட்டபோது தாக்கப்பட்டார். முடிவுறாத பண்பாட்டு விநாசம், தனது பிரியமான சீடன் தாக்கப்படல், பிரசாதமாக கள் வழங்கப்படல் ஆகியன, நாராயணகுரு பரஸ்ஸின்னிக்கடவு அருகே வந்தபோது, ஆலயத்திலிருந்து விலகி நிற்குமாறு அவரைத் தூண்டியிருக்க வேண்டும்.

6

புத்தரின் உறவினர்

பொதுச் சகாப்தத்திற்கு முன்னர் சுமார் 600-இல், வேள்விகளையும் வீணாக்கப்படும் சடங்கு உணவுகளையும் கொண்ட வேதமதம், கிழக்கு இந்தியாவிலுள்ள தீவிர சத்திரியர்களின் எதிர்ப்புக்குள்ளானது. உபயோகமற்ற பிராமணியத்தில் சத்திரியர் ஏமாற்றமுற்றதில்தான் பௌத்த-சமணத்தின் தோற்றமுள்ளது. பௌத்தர்கள் வேத தெய்வங்களை நிராகரித்தனர், மிருகங்கள் பலியிடப்பட்ட யாகங்களுக்கு எதிராகப் போராடினர். புத்தர் ஒரு யாக சாலையில் நுழைந்து பலியிடக்காத்திருந்த ஆட்டுமந்தையை ஓட்டிவந்து, பிராமண புரோகிதரின் கோபத்துக்குள்ளான கதை ஒன்றுண்டு. பௌத்தம், சமணம் இரண்டும் நாத்திக மதங்களே. ஏற்றத்தாழ்வுகளுக்கு எதிராகப் போராடிய புத்தர், ஒடுக்கப்பட்ட அடிமைகளுக்கு நம்பிக்கையளித்து, அடிமைநிலையிலிருந்து பண்ணைக் கூலிக்கான, துணைக்கண்ட உற்பத்தி நடவடிக்கைகளுக்கான உருமாற்றத்தை வரவேற்றார்.

அரசமர நிழலில் தியானிக்கும்போது சித்தார்த்த கௌதமர் நிப்பாண (ஞானம்) நிலையடைந்தார். இதன்காரணமாக அவ்விடம் போத்கயா எனப்பட்டது. பாட்னாவிலிருந்து சுமார் 20 கி.மீ. தொலைவிலுள்ள போத்கயாவின் மகாபோதி விஹாரா, பொதுச்சகாப்தத்திற்கு முன் 3-ஆம் நூற்றாண்டில் சக்கரவர்த்தி அசோகரால் நிர்மாணிக்கப்பட்டது; இந்தியா, அயல்நாடுகள் என பல்வேறு பகுதிகளிலிருந்து யாத்ரிகர்களை ஈர்க்கிறது. 7-ஆம் நூற்றாண்டின் சீன யாத்ரிகர் யுவான்சுவாங் இவ்விடத்தை பௌத்த உலகின் மையம் என்கிறார். வர்தானா வம்ச சக்கரவர்த்தியும், ஹர்ஸரின் உடனிகழ்காலத்தவரும் சைவ மரபினருமான கவுட

மன்னன் சஷாங்க், போதி மரத்தை வெட்டி, மரத்தின் அருகிலிருந்த புத்த படிமத்தை அகற்றி, சிவலிங்கத்தை நிறுவினார். 1949-இல் வைணவ-சைவ மீட்டெடுப்பாளர்கள் போத்கயா கோயில் சட்டத்தை நிறைவேற்றி, இந்துமயமாக்கிட முற்பட்டனர்.

பொதுச் சகாப்தத்திற்கு முன் 599-இல் பிறந்த, 24-வது தீர்த்தங்கரரான மகாவீரர், சமணத்தைச் சீர்திருத்த முற்பட்டார். மகாவீரர், எளிமையான தற்சார்பு, பண்படுதல் என்பவற்றுக்குப் பதிலாக, பக்தி, பிரார்த்தனை, தர்மம் ஆகியவற்றிற்கு அழுத்தம் அளித்தார். உலகியல் முன்னேற்றம் திடமாயிருக்க, ஆன்மிகப் பண்பாடு வளர்த்தெடுக்கப்பட வேண்டுமென்று சமணம் கற்பிக்கின்றது. சமண-பௌத்த மரபுகள் ஒரே தன்மைத்தான சித்தாந்த சார்புகளை பகிர்ந்து கொள்கின்றன; இரண்டும் குருட்டு பக்தியை விடவும், பகுத்தறிவு மற்றும் விமர்சனபூர்வ பகுப்பாய்வைச் சார்ந்துள்ளன. தேவிபிரசாத் சட்டோபாத்யாய போன்ற அறிஞர்கள், பௌத்த-சமண வளர்ச்சியை ஒடுக்கப்பட்ட சாதிகளின் வர்க்கப் போராட்டமாக எண்ணுகின்றனர்; இந்நாத்திக அமைப்புகளின் வீழ்ச்சியை, உயர்சாதிகள் தம் அரசியல் அதிகாரத்தை பயன்படுத்தியதால் உண்டான, கீழ்மட்ட ஒடுக்கப்பட்ட சாதிகளின் தோல்வியாகப் பார்க்கின்றனர். பி.ஆர்.அம்பேத்கரும் இதே ரீதியில் தன் வாதத்தை முன்வைக்கிறார்.

பௌத்த அரசுகள்-அரசாங்கங்களின் எழுச்சியும் வீழ்ச்சியும், இந்தியாவின் வரலாற்று ஜனநாயக உந்துதலில் பெரும் தாக்கத்தைக் கொண்டுள்ளன. பௌத்தக் குடியரசு ஆட்சிகளை சமுத்திரகுப்தன் துடைத்தழித்த, பொதுச் சகாப்தம் 4-ஆம் நூற்றாண்டு வரை ஜனநாயக மரபுகள் தொடர்ந்தன. புத்தர் போதித்த கொள்கைகள்-விழுமியங்களின் செல்வாக்கிற்குள்ளான அரசர்களில் சிலர், பிம்பிசாரர், அஜாசத்ரு, முதலாம் கனிஸ்கர், அசோகர், கிரேக்க மன்னன் மேனாந்தர் என்பவர்களாவர். பழங்கால இந்திய அரசர்கள் பலரும் அரசியல் சிந்தனை நூல்களை எழுதியவர்களும் மன்னன் தன் அதிகாரத்தின் பொருட்டு மக்களுக்குக் கடன்பட்டுள்ளான் என்றனர். இம் மரபினைத் தொடரும் புத்தர், அரசு குறித்த பிராமணியக் கொள்கைகளை நிராகரித்தார். அவரைப் பொறுத்தவரை, நிர்வாகம் மகாசம்மத்-ஆட்சியாளருக்கும் மக்களுக்கும் இடையிலான முழு உடன்பாடு-மீதமைய வேண்டும். சாக்ரடீஸ், பிளாடோ, அரிஸ்டாடில் ஆகியோருக்கு முன்வாழ்ந்த புத்தர், ஒரு தத்துவவாதியை விடவும் கூடுதலானவர்-நிர்வாகத்தில்

தெளிவான கருத்துகளையுடைய அரசியல் சிந்தனையாளராக இருந்தார்.

மாபெரும் சிராமணரான கௌதமர் சாக்கிய குலத்தைச் சேர்ந்தவர். அவர் பகுஜன சுகாயா, பகுஜன ஹதாயா (பெரும்பான்மையினரின் மகிழ்ச்சிக்காக, பெரும்பான்மையினரின் நன்மைக்காக) என்னும் கொள்கையை முன்னெடுத்து, தன் காலத்து மையப்படுத்தப்பட்ட எதேச்சதிகார முடியாட்சிக்கு மாற்றினை உருவாக்க செயல்பட்டார். அவரின் சூத்திரம், அரசு வணிகர்களுக்கு மூலதனம் அளிக்க வேண்டும், விவசாயிகளுக்கு அவசியமான வசதிகளை உறுதிப்படுத்தவேண்டும், மற்றும் தொழிலாளர்களுக்கு நியாயமான சீரான ஊதியம் அளிக்கவேண்டும். குரூரமான தண்டனை, குற்றத்தை ஒழித்துவிடாது, அதன் மூலவேர் வறுமையிலும் வேலையின்மையிலும் சமூக-பொருளாதார ஏற்றத்தாழ்வுகளிலும் உள்ளது என்றார். மன்னரைத் தேர்ந்தெடுக்கும் மரபு இந்தியாவின் சில பகுதிகளில் 12-ஆம் நூற்றாண்டுவரை தொடர்ந்தது. கௌதமரின் தந்தை சிறிதுகாலம் தேர்ந்தெடுக்கப்பட்ட மன்னராயிருந்தார். கேரளத்தின் கீர்த்திமிக்க பௌத்த பாரம்பரியத்தின் பிரதிநிதி மாவேலி, தேர்ந்தெடுக்கப்பட்ட தலைவராயிருந்திருக்கலாம்.

தீண்டாமையின் தோற்றத்தை, அம்பேத்கர் பிராமணரை மதிக்க பௌத்தர்கள் மறுதலித்தது மற்றும் இதனால் பிராமணர் பௌத்தரை வெறுத்தது என்பதில் காண்கிறார். பௌத்த அரசை கம்யூனிசத்துடன் சமப்படுத்தும் அவர், புரட்சியை உருவாக்குவதில் புத்தர் கம்யூனிஸ்டுகளுக்கு ஒன்றிரண்டு பாடங்களைக் கற்றுத்தர முடியும் என நம்பினார். மார்க்ஸ் தொலைநோக்குடன் கண்ட கம்யூனிச சமூகம், பௌத்தம் கொண்டுவர விரும்பியதுதான். ரஷ்யவகை கம்யூனிசத்தைப் போலின்றி, பௌத்தம் ரத்தமில்லாத புரட்சி மூலம் சமூக மாற்றத்தைக் கொண்டுவரும் என்றார் அம்பேத்கர். வேதங்களின் ஒப்புதலுடன் கௌடில்யர் கொண்டுவர விரும்பிய சமூக அமைப்பை ஒப்பிட்டுப் பாருங்கள். அவர் விரும்பியதெல்லாம் பிராமணருக்கு ஆதரவும் பாதுகாப்பும்தான்.

ஜனநாயக பிக்கு சங்கம்

புத்த துறவிகளின் அமைப்பு-பிக்கு சங்கம்-லட்சிய சமூகத்திற்கான முன்மாதிரி, முழு இணக்கமுள்ள, வர்க்கமற்ற அமைப்பு. புத்தர்

பிக்கு சங்கத்தில் சமுத்துவம் குறித்துப் பெரிதும் அக்கறை கொண்டார்; ஆறுகள், சமுத்திரத்துடன் இணையும் சத்தைக் கண்டார்; சமுத்திரத்தை எட்டும் கங்கையும் யமுனையும் தம் அடையாளத்தை இழப்பது போல, தன் பக்தர்கள் வர்ணங்களையும் சமூக வகைமைகளையும் இழக்கவேண்டும்; தம் இல்லத்தைக் கைவிட்டு, தம் பெயரை இழந்து பெற்றோரை விட்டு சிராமணன் என்ற பொறுப்பை மட்டும் ஏற்கவேண்டும். சங்கத்தை உருவாக்குவதில், புத்தர் வடஇந்திய பழங்குடி மக்களின் கண சங்கம் அமைக்கப்படுவதிலிருந்து உத்வேகம் பெற்றார்-அவர்தம் சமூகத்தின் ஜனநாயக-கூட்டு அமைப்பிலிருந்து வலிமையைப் பெற்றார். வர்க்கங்கள் நிலவிய சூழலில், தொழிலாளருக்கும் முதலாளிக்கும் இடையிலான உறவு மனிதாயமாக்கப்படுவதை புத்தர் விரும்பினார். பௌத்த சகாப்தத்தின் போது, சிறியதொரு சிறுபான்மையருடையது அல்லாமல், அனைத்து மக்களது நல்வாழ்வும், வரலாற்றினால் சான்றளிக்கப்படுகிறது. இருப்பினும், புத்தர் தன் காலத்திய ஆணாதிக்க உணர்வின் செல்வாக்கிற்குள்ளானார். பிற்பாடு அவர் தனது பெண்களுக்கு எதிரான காழ்ப்புணர்வுகளைக் கைவிட்டு, பெண்களைச் சங்கத்தில் அனுமதிக்குமாறு ஆனந்தரால் தூண்டிவிடப்பட்டார்.

பிக்கு சங்கம், மக்களின் அபிலாஷைகளின் அடையாளமாக, ஜனநாயக-கம்யூனிஸ்ட் கொள்கைகள் பொதிந்ததாக இருந்தது. சங்கத்தில் புத்தர், ஜனநாயகம், சுதந்திரம், சமத்துவம் சார்ந்து பரிசோதனைகள் நடத்தினார் வர்ண அமைப்பைத் தாக்கிய புத்தர், சங்கத்தின் முக்கிய பொறுப்புகளில், 'தாழ்ந்த பிறப்பினர்' எனப்படும் தனிநபர்களை அமர்த்தினார். பிராமணப் பூசாரிகள் போலன்றி, துறவிகள் எளிய வாழ்க்கை வாழ்ந்து, சாதாரண மக்களுடன் ஒன்று கலந்தனர். நெருக்கமானவர்களுக்குச் சலுகை கிடையாது: கௌதமரின் மகன் ராகுல் சங்கத்தின் சாதாரண உறுப்பினராயிருந்தார். துறவியருக்கும் துறவுக் கண்ணியருக்குமான விதிமுறைகள் விநயபிடகத்தில் வகுக்கப்பட்டிருந்தன-இப்பிடகம் பால மரபிலுள்ள திரிபிடகத்தின் (மூன்று கூடைகளின்) பகுதியாகும்.

புத்தர் கம்யூனிச சங்கங்களை நிறுவத் துணைநின்றாலும், மிகப்பெரும் வர்க்க சமூகத்தில் இயங்கிய சக்திகள் மாறாமலேயே இருந்தன. மானுட நிலையை அறிவியல் முறையில் அணுகிய புத்தர், உண்மையை அடைந்திட பகுத்தறிவு சார்ந்த வாதங்களை முன்வைத்தார். அந்நிய நாடுகளுக்குச் சென்ற பிக்குகள்

எந்தவொரு நாட்டின் பண்பாட்டையும் அழித்திடும் உத்தேசம் கொண்டிருக்கவில்லை.

புத்தர் சுதந்திரச் சிந்தனையாளராக, ஜனநாயகவாதியாக விளங்கினார். "உனக்கு நீயே விளக்காக இருப்பாய்" என்பதே அவரது ஆலோசனை. தனது மரணப்படுக்கையில் இருந்த அவர், மரபார்ந்தது என்பதற்காக அல்லது தாமே கற்பிதம் செய்தது என்பதற்காக எதனையும் நம்பவேண்டாம் எனத் தன் சீடர்களிடம் கூறினார். எதுவாயினும் உரிய பரிசீலனை-பகுப்பாய்வுக்குப் பின், அனைவரது நன்மைக்கும் நல்வாழ்வுக்கும் நல்லதாக இணக்கமானதாக அறியப்பட்டால், அதனை நம்புங்கள், அதனுடன் ஒட்டிக் கொள்ளுங்கள். அதனை வழிகாட்டியாகக் கொள்ளுங்கள். அவரின் கர்மவினை கோட்பாடு இவ்வுலகம் சார்ந்ததாக, வேதமதம் பிதற்றியதிலிருந்து பெரிதும் வேறுபட்டதாக இருந்தது.

பொதுமக்களின் மொழியான பாலியில் எழுதப்பட்ட புத்தரின் நூல்கள் ரகசியமான அமலிகளை ஒதுக்கித்தள்ளின. அதற்காக எளிய பரிந்துரைகளையும் தடைகளையும் முன்வைக்கவில்லை. அனைவரின் நலனுக்காக மக்கள் தோளோடு தோள் நின்று கடினமாக உழைக்குமாறு ஆலோசனை கூறினார். மானுட விடுதலை அவனது செயல்பாடுகளைச் சார்ந்திருக்கிறதேயொழிய, வீணான மதச் சடங்குகளில் அல்ல. சீலத்துடன் வாழ்வது ஒருவரது அக்கறை சார்ந்தது. பிற சிரமணர்களைப் போல, புத்தர் உடல் உழைப்பை ஒரு வழிபாட்டு விஷயமாக்கிவிடவில்லை. மதம் என்பதை உண்மைக்கான நேரிய தேடல் என்று எடுத்துக் கொண்டால், பௌத்தம் மாபெரும் மதமே. சர்வ வல்லமையான கடவுள் என்னும் கருத்தினை புத்தர் நிராகரிப்பதால், மரபான பொருளில் அது மதமில்லை. ஆத்திகத்தின் அடித்தளம் மற்றும் சம்பிரதாயமத நம்பிக்கையை அவர் தாக்கினார். மதச் சார்புகளற்ற சமூக அறத்தை வற்புறுத்தியதுதான், சம்பிரதாயமான மதங்களிலிருந்து ஆரம்பகட்ட பௌத்தத்தைத் தனித்துக் காட்டிற்று.

சடங்காசாரங்களுக்கு எதிரான புத்தரின் விடாப்பிடியான போராட்டம் மேட்டுக் குடியினரின் பழியைச் சம்பாதித்தது. பிராமணர் பலவீனமாயிருந்த மகதம் போன்ற பகுதிகளில் இந்நம்பிக்கை வளர்ந்து வந்ததில் ஆச்சரியமில்லை. இதில் ஏற்பட்ட பிளவும் மகாயானத்தின் வெற்றியும் பௌத்தத்தின் தீவிரப் பல்லினைப் பிடுங்கிவிட, அது பகுத்தறிவு சார்ந்த அமைப்பாக இல்லாது போனது. கடவுளரை நம்பிய மகாயானப்

பிரிவினர், அவர்களில் மிகப்பெரியவராக புத்தரைக் கருதினர். விரிவான சம்பிரதாயங்களும் சடங்குகளும் நிலவின. மகாயன வடிவை தத்துவார்த்த- அப்பாலைத் தத்துவ ரீதியில் பௌத்தத்தை வளர்த்தெடுத்தது, பிராமண பௌத்தர்களாயிருக்கக்கூடும் என்கிறார் ஜவஹர்லால் நேரு.

கனிஷ்கரின் ஆதரவில் மகாயானம் இந்தியாவிலும் வெளிநாடுகளிலும் செல்வாக்குப் பெற்றது. குப்தர்காலத்தில், இந்து மன்னர்கள் பௌத்த நிறுவனங்களுக்கு ஆதரவு தந்து, பௌத்த விஹாரைகளை நிறுவினர் (டோனிகர்-2009). இதற்கிடையே அந்நிய படையெடுப்பாளர்கள் கிழக்கு இந்தியாவிலும் காஷ்மீரிலும் மாபெரும் பௌத்த மையங்களை நாசப்படுத்தினார்கள். பிக்குகளைக் கொன்று, மடாலயங்களைத் தரைமட்டமாக்கிய ஹன்ஸ்களின் வெறியாட்டத்திலிருந்து பௌத்தம் மீளவே இல்லை என்கிறார் டோனிகர்.

பிராமணிய இந்து மதத்தை வளர்த்தெடுப்பதே புராணங்களின் நோக்கமாதலால், மகாபாரதமும் விஷ்ணு புராணமும், இந்தியாவுக்கு வெளியிலும் செல்வாக்குப் பெற்றிருந்த புத்தரை, விஷ்ணுவின் அவதாரங்களில் ஒருவராகப் பட்டியலிட்டன. இந்தியச் சமூக வாழ்வில் அவர் வகித்த புரட்சிகரப் பங்கு, முழுமையாகப் புறக்கணிக்கப்பட்டது. சமண-பௌத்த மரபுகள் ஒரே சித்தாந்தப் போக்குகளைப் பகிர்ந்து கொள்கின்றன. இரண்டும் குருட்டு பக்தியை விடவும் பகுத்தறிவு, விமர்சனப் பகுப்பாய்வைச் சார்ந்துள்ளன. புத்தரின் சீடர்களை இந்து மடிக்குள் ஈர்க்கவே, அவதாரங்களுள் ஒருவராக அவர் சேர்க்கப்பட்டார் என்பது வெளிப்படை. புத்தரின் பாதை பிராமணிய இந்துமதத்தின் சடங்கியல், மனிதாபிமானமற்ற ஏற்றத்தாழ்வுகளுக்கு எதிரான கலகமாதலால், நவபௌத்தர்கள் இதனை ஏற்பதில்லை. பௌத்தத்தின் சித்தாந்த மிரட்டல் மடிந்து போகவும், கிருஷ்ணனின் அண்ணன் தசாவதாரத்தில் புத்தரை இடப்பெயர்ச்சி செய்தார். ஆதிசங்கரரிடத்தே பௌத்தம் அவ்வளவு செல்வாக்கு செலுத்தியமையால் சில அறிஞர்கள் அவரை 'ரகசிய புத்தர்' என்றனர்.

கேரளத்தில் பௌத்தமும் சமணமும்

மலையாள நாவல் *கொச்சியில்* மாவேலி பௌத்த ஒளிவட்டத்தைக் கொண்டுள்ளார். அச்சூழல் பௌத்தம் சார்ந்தது. மாவேலி கதையின் இம்மறுவாசிப்பில் கே.எல்.மோகனவர்மா, குடியானவ தெய்வத்தையும் அவரது காலத்தையும், தொன்மம் நீக்கி வரலாற்றில் நிறுத்திட முற்படுகிறார். வடஇந்திய காலனியமாக்கலின் கெடுவாய்ப்பான பலியாளாக மாவேலி சித்தரிக்கப்படுகிறார். கேரளாவுக்குள் படையெடுத்து வந்த காலனிய ஆட்சியாளர்கள் குப்தர்கள்-அவர்கள் பொதுச் சகாப்தம் 4-5நூற்றாண்டுகளில் 150 ஆண்டுகளுக்கும் மேலாக வடஇந்தியாவை ஆண்டவர்கள், இவ்வம்சத்தினை நிறுவியது சந்திர குப்தன், காச்சன் அவனது இளைய மகன். குப்தர்காலம் பிராமணியத்தின் பொற்காலம். குள்ளமாயிருந்ததால் வாமனன் என்னும் பட்டப் பெயருடைய, தனது பிராமண குரு ஹரிசேனரின் ஆலோசனைப்படி, காச்சன் வேதங்கள் மற்றும் பிற புனித நூல்கள் மீது சூளுரை எடுத்துக் கொண்டான். அரச நிர்வாக நுணுக்கங்களைக் கற்று, போர்க் கலையில் தேர்ச்சி கண்டான். அரியணை ஏறிய பிறகு வடக்கு-மத்திய இந்திய மன்னர்களைத் தோற்கடித்தான். நாக மன்னர்களை அழித்தொழித்துவிட்டு, தெற்கில் தன் படைகளை இட்டுச் சென்றான். இலங்கைத் தீவுக்குள் நுழையுமுன்பு, தெற்கிலுள்ள சமஸ்தானங்களைத் தன் கட்டுப்பாட்டுக்குள் கொண்டுவர விரும்பினான். பலப்பலவான வெற்றிகளுக்குப் பிறகு குப்தப் பேரரசின் எல்லை தமிழகம் வரை நீண்டது. சோழ-பாண்டிய அரசுகள் இந்த இறையாண்மையை ஏற்றுக் கொண்டன. கடல்கள் உள்ளிட்டதான அளவிட்ட அனைத்திற்கும் மன்னன் என்று அறிவிப்பது போல, காச்சன் தன்னை சமுத்திர குப்தன் என அழைத்துக் கொண்டான்; குள்ளமான ஹரிசேனரை நம்பிக்கைக்குரிய அமைச்சராக நியமித்துக் கொண்டான்.

மோகனவர்மாவின் கற்பித விவரிப்புப்படி, மாவேலி-ஹரிசேனர் மோதல், பௌத்த ஆலயம் நிர்மாணிக்கப்பட்டிருந்த, கொச்சியின் மையத்திலுள்ள குன்றின்மேல் நடந்தது. சரிக்கும் தவறுக்குமிடையிலான, நீதிக்கும் அநீதிக்கும் இடையிலான, இன்னும் முக்கியத்துவம் குறைந்திராத, சாதிக்கு இடமற்ற பௌத்தத்திற்கும் நால்வர்ண அடிப்படையிலான வேத நம்பிக்கைக்கும் இடையிலான மோதலாக அது மாறிற்று. நல்வாழ்வு அரசொன்றிற்குத் தலைமை தாங்கிய மகாபலி, மண்டலத்

தலைவர்களின் ஆதரவைப் பெற்றிருந்தார். குன்றிலிருந்த விஹாரை, நாடெங்கிலுமிருந்து நோயுற்றோர் வந்து சிகிச்சை பெறும் மருத்துவமனை ஆய்வகமாக விரிவு பெற்றது. இம் மருத்துவ மையத்தில், புகழ்பெற்ற அஷ்டாங்கஹிருதயம் போன்ற மருத்துவ நூல்களின் ஆசிரியர் வாக்பாதா மரபினரான பிக்குகள், கேரளத்தில் கிட்டிய அரியவகை மூலிகைகளைக் கொண்டு ஆய்வுசெய்து, பரிசோதனைகள் மேற்கொண்டனர். இப்பகுதியில் நச்சுப் பாம்புகள் நிறைந்திருந்தமையால், பாம்பின் நஞ்சுக்கு சிகிச்சை முறைகளைத் தேடினர்.

சாதுர்யமான சமுத்திர குப்தன், இன்னும் சாதுர்யமான தன் பிராமணத் தூதுவரை கேரள மன்னரின் அரசவைக்கு அனுப்பினான். ஹரிசேனர் மாவேலியிடம், வட இந்தியப் பேரரசர் கேரளத்தில் ஒரு விஷ்ணு ஆலயம் நிறுவிட விரும்பியதாகத் தெரியப் படுத்தினார். அப்பணியைத் தானே மேற்கொள்ள மாவேலி முன்வர, அது நிராகரிக்கப்பட்டது. சமுத்திர குப்தன் கட்டப்போகிற கோயிலுக்காக சிறுதுண்டு நிலமே கோரப்பட்டது. தென்னிந்திய ஆட்சியாளர்கள் ரத்தக் களரியான போர்களையேக் கேள்விப்பட்டிருந்தனர், அன்பால் மனங்களை வெற்றி கொண்டிருந்தனர், ஆகவே மாவேலி இதில் சூது இருந்ததாகச் சந்தேகிக்கவில்லை. ஆனால் சீக்கிரமே சிக்கலை உணர்ந்து, மண்டலத் தலைவர்களின் ஆதரவை வேண்டினார். ஆனால் அதற்குள் தாமதமாகிவிட்டது-குப்தரின் கூலிப்படைகளது வஞ்சகமான நடவடிக்கைகளால், மாவேலியின் தலைவர்களும் தனிப்பட்ட மெய்க்காவலரும் வீழ்த்தப்பட்டனர். ராணுவ உதவி கேட்டு மாவேலி இலங்கைக்கு தூதுவரை அனுப்பினார், ஆனால் மன்னர் மேகவர்ணன் சமுத்திர குப்தனின் ஆட்களது பிடியில் இருந்தார். வடஇந்திய ஆட்சியாளரின் அதிகாரத்திற்கு இலங்கை மன்னர் அடிபணிந்தார்.

ஹரிசேனர், ஒரு பாத அசைவில் பௌத்த மன்னரின் அரசை கொள்ளையடித்து விடுகிறார். குள்ள பிராமணன் தன் பாதத்தை உயர்த்தியதும் கிழக்கிலும் வடக்கிலும் உள்ளதை தனதாக்கி விடுகிறார். அடுத்த காலடியில் நாட்டின் எஞ்சிய பகுதியெல்லாம் சிக்கிவிடுகிறது. மூன்றாவது அடியை எங்கே வைப்பது? வஞ்சனைமிக்க பிராமணன் முன்னே மாவேலி வணங்கி நிற்க, ஹரிசேனர் மாவேலியின் தலைமீது பாதத்தை வைக்கிறார். மகாபலி மீதான சமுத்திர குப்தனின் மேலாதிக்கத்தை இம் மூன்றடிகள் நிறைவேற்றிவிடுகின்றன. அநாதரவான ஆட்சியாளர் தான்

ஏமாற்றப்பட்டதை, தன் வள்ளல் தன்மைக்காக பெரும் விலை தந்திருப்பதை உணர்ந்து கொள்கிறார்.

மாவேலி ஹரிசேனரிடம் கூறுகிறார்: 'நீ என்னை தோற்கடித்திருக்கிறாய், ஆனால் மக்கள் இருதயங்களிலிருந்து என்னைத் தூக்கி எறிய இயலாது. மாபெரும் புத்தரின் காலடிகளைப் பின்பற்றி இந் நிலத்திலிருந்து கிளம்புகின்றேன்.' பலியை வென்று அரியணை ஏறமுடியும் என்று நம்பிய சமுத்திர குப்தன், பௌத்த மன்னன் ஆதரித்த லட்சியங்கள் வெல்லப்பட முடியாதவை என்று கண்டறிகிறான். தானடைந்துள்ள வெற்றி பெரும் இழப்பினால் கிட்டியது என்பதை கோழைத்தனத்துடன் ஒத்துக் கொள்கிறான். ஒவ்வோராண்டும் ஆவணி திருவோண நாளன்று, பௌத்த மன்னர், ஒருகாலத்தில் தனது நாடாக இருந்ததைப் பார்க்க வருகிறார். மாவேலிக்கு எப்போதும் விசுவாசமாயிருந்த மண்டலத் தலைவர்கள், தோற்கடிக்கப்பட்ட சக்கரவர்த்தியை வரவேற்கக் காத்திருக்கின்றனர். அன்று கேரள மக்கள் தம் முற்றங்களில் வைத்திடும் மண் உருவிலான திரிக்காக்கரப்பன்கள் பௌத்த தீர்த்தங்கரர் ஆவர். அதிகாரமிக்க வடஇந்திய மன்னர், மாவேலி நாட்டின் பௌத்தப் பண்பாட்டில் குறுக்கிடுவதில் தயக்கம் காட்டினார்.

வட இந்திய மன்னரின் படையெடுப்பை ஒருசேர மன்னன் எதிர்த்ததாகவும், இவ்வெற்றியின் கொண்டாட்டமே ஓணம் பண்டிகையை உணர்த்துவதாகவும் சில குறிப்புகள் உள்ளன. ஆனால் இத்தகைய படையெடுப்பினை வரலாறு உறுதிப்படுத்துவதில்லை.

கேரளப் பண்பாட்டிற்கு பௌத்தம் அளப்பரும் பங்களிப்பு செய்துள்ள பின்புலத்தில், மிகப் பழங்காலத்தில் பௌத்த பக்தன் ஒருவன் ஆட்சி செய்ததும், ஆத்திகம் சாராத மதம், மலையாளியின் ஆன்மிக-சமூக வாழ்வில் உன்னதமாக ஆட்சிபுரிந்த நாளில், மன்னராயிருந்த மகாபலி தீவிர பௌத்தராக இருந்ததும் சாத்தியமே. ஆயிரம் ஆண்டுகளுக்கு மேலாக பகுத்தறிவு சார்ந்த சிராமண மதம் செழித்தோங்கிய கேரளத்திலிருந்து பௌத்தத்தை துடைத் தழித்த கதையினையே மகாபலியின் வீழ்ச்சியையும் வாமனனின் எழுச்சியையும் குறித்த தொன்மம் பிரதிநிதித்துவப்படுத்துகிறது என்று பல அறிஞர்கள் நம்புகின்றனர். புத்தர் ஜனநாயகத்துடன் வெற்றிகரமாக பரிசோதித்த துறவு நெறி, சமத்துவ மாவேலி அரசை விவரிப்பதற்கான முன்மாதிரியைத் தந்தது என்பது சாத்தியமே.

மகாபலி சிராமணப் பண்பாட்டின் உருவம் என்றும், பிராமணச் சிறுவன் சதுர்வர்ண வரவை அடையாளப்படுத்துகிறான் என்றும் பலர் எண்ணுகின்றனர். கேரள மறுமலர்ச்சியின் பின்னுள்ள, வழிகாட்டும் ஆளுமையான பி.பால்பு, அன்றாட வாழ்வின் உண்மையினையும் நீதியினையும் பின்பற்றிய மகாபலி ஒரு பௌத்தர் மற்றும் வாமனன் குருதியும் சதையுமான கபட பிராமணியத்தின் உருவம் என்று நம்புகிறார். ஓணப்பாட்டில் விவரிக்கப்படும் தேனும் பாலும் ஓடிய நாடு, பௌத்த சகாப்த கேரளம் என்பது சாத்தியமே.

பால்புவைப் போலவே, அஜய் சேகர், பி.மீராகுட்டி போன்ற அறிஞர்களும், ஓணத்தையும் மாவேலிக் கதையையும் பௌத்த சூழலில் நிறுத்தி, இத் தொன்மம்-பண்டிகை இரண்டுமே வலுவான பௌத்த வேர்களை உடையவை என்றனர் (சேகர் 2012). ஓணத்தன்று ஆடைகளைப் பரிசளித்தல், புத்தர் புதிய பிக்குகளுக்கு மஞ்சளாடைகளை வழங்கியதை நினைவுபடுத்துகிறது. இப்பகுதியில் பௌத்த ஆட்சியாளர் பள்ளிவனப் பெருமாளின் செல்வாக்கைப் பொறுக்கமாட்டாத ஆரியரின் யோசனைதான், கேரளத்திற்கு ஆண்டுதோறும் மாவேலி வருவது என இன்னொரு கதை இருக்கிறது. இக்கதையின் படி, பெருமாளுக்கும் பௌத்தர்களுக்கும் எதிரான சதி, திரிக்காக்கராவில் போடப்பட்டிருக்கலாம். பல்வேறு கிராம மன்றங்களிடையிலான வேறுபாடுகளைப் போக்கி, பௌத்தத்தைத் தடுத்து சமூகத்தில் புதிய உயிரூட்டவும், கேரளத்தை ஆட்சிபுரிய சேரமான் பெருமாளையும் பாஸ்கர ரவிவர்மாவையும் வரவழைப்பது என 10-ஆம் நூற்றாண்டில் கேரளத்தலைவர்கள் ஒரு மாமாங்கத்தில் கூடித் தீர்மானித்ததாக கேரள முன்னணிக் கவிஞர்களுள் ஒருவரான உள்ளூர் எஸ்.பரமேஸ்வர அய்யர் கூறினார். இந்நோக்கத்துடன் புதிய ஆட்சியாளர். கேரள மக்களின் அபிமானத்திற்குரிய மகாபலியினை கண்ணியப்படுத்தும் விதமாக, ஒருமாத காலப் பண்டிகையைத் தொடங்கினார்.

அரசு மற்றும் நிர்வாகம் சார்ந்து, பௌத்த கொள்கைகளை மனதில் கொண்டு, மகாபலி தன் நாட்டை ஆண்டான் என்று நம்ப இடமுள்ளது. ஆரோக்கியத்திற்கான அக்கறையை அரசியல்படுத்தியது, கேரளத்திற்கான பௌத்தத்தின் கொடைகளில் ஒன்றாகும். மாவேலியின் காலத்தில் நோய்கள் இல்லாதிருந்ததையும் சிசு மரணங்கள் இல்லாதிருந்ததையும் ஓணப்பாட்டு குறிப்பிடுகிறது. பௌத்த பிக்குகள் மருத்துவ

மனைகளை நிறுவி, மருத்துவ ஆய்வுகளில் தேர்ச்சி கண்டனர். மனிதருக்கும் விலங்குகளுக்கும் மருத்துவ சேவைகள் வழங்கப்பட்டதைக் குறிப்பிடும் அசோகரின் பாறைக் கல்வெட்டுகள் உண்டு. இப்போது இந்தியாவெங்கிலும் புகழ்பெற்றுள்ள, கேரளாவின் குறிப்பிட்ட ஆயுர்வேத சிகிச்சை முறையும் பௌத்தத்தின் கொடையே. அதுபோலவே, கட்டிடக்கலையினையும் வீட்டு நிர்மாணத்தையும் சார்ந்த வாஸ்து வித்யாவும். வாக்பதானந்தாவின் புகழ்மிக்க *அஷ்டாங்கஹிருதயம்* 'அரியதொரு மருத்துவரை'க் குறிப்பிடுகிறது-அவர் வேறுயாருமில்லை புத்தரே. 'பள்ளி' போன்ற பாலிமொழிச் சொற்கள் மலையாளத்தில் இடம்பெற்றுள்ளன. எம்.ஜி.எஸ். நாராயணன், கேசவன் வெளுத்தட் போன்ற வரலாற்றாளர்கள், கேரளத்தில் பௌத்த மரபினை நிராகரிக்கின்றனர், ஆனால் இது பரவலாக ஆட்சேபிக்கப்படுகிறது.

பௌத்தர்களின் சிறு சிறு குழுக்கள் கேரளத்திற்குள் வருமுன்பு, சமணர்கள் தியானிப்பதற்கான அமைதிமிகு சூழல்களைத் தேடிக் கொண்டிருந்தனர். வயநாடு, பாலக்காடு, பெரும்பாவூரில் சமணம் இருந்த தடயங்கள் உள்ளன. திருச்சூரின் பருவஸ்ஸரியில் சமண ஆலயம் இருந்தது-பிற்பாடு விஷ்ணு கோயிலாக மாற்றப்பட்டது. பெரும்பாவூர் அருகில் கல்லில் உள்ள ஆலயம், குளித்துறையருகே சித்ராலில் உள்ள ஆலய வேர்கள் சமணத்திற்குள் ஆழப்படிந்துள்ளன. நன்கறியப்பட்ட இரிஞ்ஞாலக்குடாவிலுள்ள கூடல்மாணிக்யான் கோயிலின் தெய்வமாக, ராமாயணப் பரதன் கூறப்படுகிறான்; ஆனால் இதுவும் இன்னொரு அபகரிப்பு விஷயமே. இங்குள்ள தெய்வம் சமணத்துறவி பரதேஸ்வரன் என பல அறிஞர்கள் அடையாளப்படுத்துகின்றனர். உயர் சாதி இந்துக்களின் தாவர உணவுப் பழக்கம் சமணமரபைச் சார்ந்திருக்கக் கூடும். பௌத்தமும் சமணமும் எழுத்தறிவு, கல்வி, நுண்கலைகளின் பண்பாட்டினை மண்டலத்திற்கு கொண்டுவந்தன. முதலாயிரத்தின் ஆரம்ப நூற்றாண்டுகளில் மதிலகம், கிளிரூர் போன்ற இடங்களில் பௌத்த-சமண பல்கலைகழகங்கள் இருந்தன-அவை உலகெங்கிலுமிருந்து அறிவுஜீவிகளையும் மாணவர்களையும் ஈர்த்தன. ஏ.சிறிதரமேனனைப் பொறுத்தவரை, கடவுளற்ற இவ்விரு மதங்களும் பொதுச் சகாப்தம் 8-ஆம் நூற்றாண்டுவரை, மக்கள் மனங்களில் தம் பிடிப்பைத் தக்க வைத்திருந்தன.

அரசு ஆதரவு இன்மையால் பௌத்தமும் சமணமும் துரிதமாக சரிவடைந்து கொண்டிருந்தாலும், சமுதாயத்தின் சில

பிரிவினரிடையே தம் பிடிப்பை இன்னும் தக்கவைத்துக் கொண்டன என்கிறார் மேனன். இவற்றின் சரிவே, பக்தி இயக்க உயர்வுக்குக் காரணமாகும் என்கிறார். 'சமண-பௌத்தம் தொடர்ச்சியாக பொதுமக்களிடையே பிடிப்பினைக் கொண்டிருப்பது, கேரளத்தில் இந்து மதத்தின் முன்னோக்கிய பாய்ச்சலில் குறுக்கே நின்றது என இந்து சீர்திருத்தவாதிகள் நம்பினர். இச் சந்தர்ப்ப சூழல்களில், இந்து பக்தர்களிடையே மிகவும் உத்வேகமும் அறிவார்த்தமும் உள்ளவர்கள், புதியதொரு பக்தி வழிபாட்டினைப் பரவலாக்கி-விஷ்ணு/சிவனின் வடிவிலான தனிப்பட்டதொரு கடவுளிடம் தீவிரச் சரணடைந்துவிடுதல்-பகைமைப் பிரிவுகளை அழித்தொழித்திட முற்பட்டனர்.'

தென் கேரளத்தின் அம்பலப்புழா வட்டத்தில் எட்டாம் நூற்றாண்டில் நிறுவப்பட்டுள்ள, மூன்றடி உயர கருமடிக் குட்டன் சிலை புத்தருடையது என நம்பப்படுகிறது. கேரளத்தின் அரிசிக் களஞ்சியமான குட்டநாடு எனும் பெயர் 'கருமடிக் குட்டனி' டமிருந்து வந்திருக்கலாம். 1960-களில் இந்தியாவுக்கு வந்திருந்த தலாய்லாமா, இச்சிலையை வணங்கினார். இப்பௌத்த ஆலயத்திலிருந்து சிலநூறு மீட்டர் தொலைவிலேயே ஒரு கிருஷ்ணன் ஆலயம் உள்ளது. தென் கேரளத்தின் மாவேலிக்கரா, பரணிக்காவு, அம்பலப் புழா, பள்ளிப்புரம் போன்ற இடங்களிலுள்ள புத்தர் சிலைகள் கேரள பௌத்த மூதாதையருக்கு பருண்மையான சான்றாகும். கேரளத்தில் இந்துவல்லாத சிலைகள் பிற்பாடு கண்டறியப்பட்டது பற்றிப் பேசும் கொடுங்கலூர் குஞ்ஞுக் குட்டன் என்னும் புகழ்மிக்க கவிஞர், இம்மண்டலத்தில் செல்வாக்குப் பெற்றது சமணம் என்றுணர்த்துகிறார். ஆனால் இவ்விரு மதங்களையும் மக்கள் பிரித்தறிவதில்லை என ஒருவர் அனுமானிக்கலாம். ஒருபுறத்தே வேதப் பண்பாட்டிற்கும் மறு புறத்தே பௌத்த-சமணத்திற்கும் இடையிலான போராட்டம் முனைப்பாயிருந்த யுத்தகளம் கேரளம் என்கிறார் இ.எம்.எஸ். நம்பூதிரிப்பாடு. இன்றைய பல இந்து ஆலயங்கள் ஒருகாலத்தில் பௌத்த/சமண விஹாரைகளாயிருந்தன என்கிறார். பௌத்தத்திற்கும் சமணத்திற்கும், சைவத்திற்கும் வைணவத்திற்குமிடையே, ஏறக்குறைய இதனையொத்த போராட்டங்கள் அண்டையிலுள்ள தமிழகத்தில் நிலவின.

பௌத்த ஈழவர்கள் வந்தபோது, வர்ணப்படிமுறையுடைய பிராமணிய மதம் இம்மண்டலத்தின் சில பகுதிகளில் ஏற்கனவே இருந்தது. பிராமணியத்தை இடம்பெயரச் செய்த பௌத்தம்,

வர்ண அமைப்பைத் தள்ளிவிட்டு, ஆயிரம் வருடங்களுக்கும் மேலாக மேலோங்கிய சித்தாந்தமாக நிலவியிருந்தது. இச் சித்தாந்தச் சண்டையில், கேரள வரலாறு-பண்பாட்டின் பல அம்சங்களினது தோற்றுவாயினை நம்பூதிரிப்பாடு காண்கிறார். விஹாரங்களை ஆலயங்களாக மாற்றியதுடன், நம்பூதிரிகள் பௌத்தச் செல்வாக்கினை ஒழித்திட, 'சமூகவிலக்கம்' என்னும் ஆயுதத்தைப் பயன்படுத்தினர் என்கிறார் முன்னாள் ஆளுநர் பி.சி. அலெக்ஸண்டர்.

பொதுச் சகாப்தம் 7-ஆம் நூற்றாண்டில் மலபாரிலுள்ள விஹாரைகள் சிதைக்கப்பட்டன அல்லது இந்து ஆலயங்களாக மாற்றப்பட்டன என்கின்றன யுவான் சுவாங் கின் ஆவணங்கள். திரிக்காக்கரா பௌத்த விஹாரை விஷ்ணு கோயிலாகியது. காவேரிப் பூம்பட்டனம் கடல் கொண்டபோது, சேரர் தலைநகரான வஞ்சிக்குப் பௌத்தர்கள் புலம் பெயர்ந்தனர். அதுபோலவே பஞ்சத்திற்கு ஆளான காஞ்சிபுரப் பிக்குகளும். கிறித்தவ சகாப்தத்தின் ஆரம்ப ஆண்டுகளில், மத-தத்துவார்த்தப் பிரச்சனைகளில் தீவிர விவாதங்களில் ஈடுபட்டிருந்த பல தேர்ச்சி பெற்ற அறிஞர்களுக்கு வஞ்சி இடமளித்தது.

பஞ்ச வாத்தியமும் இதரக் கருவிகளும் இசைத்துவர, அலங்கரிக்கப்பட்ட யானைகள் மீது தெய்வ உருவம் அழைத்துவரப்பட்டு, இந்தியாவின் பல ஆலயங்களில் நடத்தப்படுகின்ற பூரம் போன்ற பண்டிகைகள், மகாயான பௌத்தத்தில் தோற்றுவாயைக் கொண்டுள்ளன. பௌத்தத்தின் பண்பாட்டில் யானைகளுக்கு முக்கிய பங்குண்டு, அன்பு, கருணை, சமூக நீதி போன்ற பௌத்த விழுமியங்கள் மற்றும் வாழ்க்கை மீதான அறிவார்த்த அணுகுமுறை, அதிக எண்ணிக்கையிலான மலையாள எழுத்தாளர்களின் படைப்பாக்க ஆற்றல்களுக்கு உத்வேகமளித்துள்ளன.

ஒவ்வொரு சாதி, மதத்தைச் சேர்ந்தவர்களுக்கும் இலவசக் கல்வி வழங்கும் பொருட்டு, பௌத்த பிக்குகள் பல விஹாரைகளை அமைத்தனர். லோகாயுதம், சாங்கியம், ஆசீவகம் போன்ற நாத்திகங்களில் உயர் படிப்புகளுக்காக வசதிகள் ஏற்படுத்தித் தந்த, மாபெரும் கல்விமையம் வஞ்சியில் இருந்தது. அடித்தள மக்களுக்கு கல்வி மறுக்கப்படுவது மற்றும் ஏற்றத்தாழ்வுகள் குறித்து வருந்தி, புத்தர் நாளந்தாவில் சிறியதொரு கல்வி நிறுவனத்தை அமைத்தார். ஆக்ஸ்போர்ட்-கேம்ப்ரிட்ஜுக்கு முன்னரே, மாணவர்களுக்கும்

ஆசிரியர்களுக்கும் விடுதிகளுடன், அது மாபெரும் கல்வி நிறுவனமாக வளர்ந்தது. நாளந்தாவில்தான் பௌத்தத்தின் வஜ்ராயனா பிரிவு அரும்பியது. வஜ்ராயனா பிரிவு விக்கிரமசீலா பல்கலைகழகத்தில் முழுவளர்ச்சியுற்று, 13-ஆம் நூற்றாண்டில் திபெத்திற்கும் மங்கோலியாவுக்கும் பரவிற்று. கல்விக்குத் திடமான அடித்தளத்தை புத்தர் கேரளத்தில் நிறுவிய பிறகு, கிறித்தவ இறைப் பணியாளர்கள் அதன் மீது கட்டியெழுப்பினர். பி.பால்புவைப் பொருத்தமட்டில், கேரளத்தில் பௌத்தம் குறிப்பிட்ட சமுதாயத்துடன் கட்டுண்டுவிடாமல், ஒட்டுமொத்த மண்டலத்தின் ஆட்சிபுரியும் மதமாயிருந்தது. பொதுச் சகாப்தம் 6-ஆம் நூற்றாண்டுவரை, இம்மண்டலத்தில் பௌத்தர்கள் பெரும்பான்மையினராயிருந்தனர். பிராமணர் அதிகாரத்தை கைப்பற்றிய பிறகு இச்சமூக ஒழுங்கு அழிக்கப்பட்டது. படிமுறையின் அடிமட்டத்தில் பெரும்பாலான பௌத்தர்கள் இந்துமதத்திற்குள் உள்ளீர்த்துக் கொள்ளப்பட்டனர். இருப்பினும், புதிய சமூக அமைப்புக்கு உறுதுணையாயிருந்த சில அறிஞர்கள் விட்டுவைக்கப்பட்டனர். எடுத்துக்காட்டாக, மருத்துவத்தில் தேர்ச்சி பெற்றிருந்தோருக்கு முப்புரிநூல் வழங்கப்பட்டு பிராமணமயப்படுத்தப்பட்டனர்; அவர்களே இன்றைய புகழ்பெற்ற ஆயுர்வேத மருத்துவர்கள். விஹாரைகளில் பணியாற்றியோர் பிராமண அரசுக்குள் உள்ளீர்த்துக் கொள்ளப்பட்டனர்.

பரசுராமன் புராணத்தில் விவரிக்கப்படும் சத்திரியக் கொலை, கேரளக் கடற்கரையிலிருந்த பௌத்தர்களைக் கொன்றதன், இடமாறிய அடையாளமாகும் என்கிறார் பால்பு. பார்கவர்மா 21 முறை பௌத்த ஆட்சியாளர்களைக் கொன்றதாக நம்புகிறார். மகாத்மா காந்திக்கு பால்பு எழுதிய கடிதத்தில் குறிப்பிடுகிறார்: 'வளமாயிருந்த இத்தொன்மையான நாட்டினை பரசுராமன் பிரித்து, இங்கேதான் உருவாக்கிய அல்லது இறக்குமதி செய்த சில பிராமணர்களுக்கு கொடுத்தார்; ஆதலால் இந்நாட்டினை அற்புத ஆன்மிகமாகப் 'படைத்தவராக', தன் பாரிய பாவங்களுக்கான பரிகாரமாக, சிலவான பிராமணருக்கு வழங்கிய வள்ளலாக, மற்றவர்களின் நிலங்களையும் சொத்தினையும் அபகரித்து தானமளிப்பது எவ்விதமான கொலைகளுக்கும் பரிகாரம் ஆகும் என்பதாக வழிபடப்படுகிறார் (சானு 2013).

பொதுச் சகாப்தத்திற்கு முன்னர் 300-லிருந்து பொதுச்சகாப்தம் 800-வரை ஆயிரமாண்டுகளுக்கும் மேலாக, பௌத்தம் கேரளத்தில் தழைத்தோங்கியிருந்தது. சேரர்களில் இறுதியானவரான

குலசேகர்களின் காலம் பௌத்தத்தின் வீழ்ச்சியையும் இந்து மதத்தின் புதுப்பித்தல் எனப்படுவதையும் கண்டது. ஆனால், புதுப்பிக்கப் படுதவதற்கான எந்த மேன்மையினையும் இந்து மதம் வகிக்கவில்லை என்பதுதான் உண்மை. அதுவொரு சிறுபான்மை மதம், இம்மண்டலத்தில் பின்பற்றிவந்த பலவற்றில் ஒன்றாயிருந்தது. குலசேகர் ஆட்சிக்காலத்தில் நடந்தது, போட்டி மதங்களை துடைத்து அழித்துவிட்டு, இந்து விழுமிய அமைப்பின் சர்வாதிகார அரசை நிறுவியதுதான்.

பொதுச் சகாப்தத்திற்கு முன்னர் 600-இல் தென்னிந்தியா தன் காட்டுமிராண்டி காலத்தை விட்டு வந்து, நவீனத்திற்குள் முன்னேறியது. கேரள மக்களுக்கு தென்னிந்தியாவின் பிறபகுதிகளில் உள்ளோரும், பெருமளவில் உணவு தானிய உற்பத்தியை மேற்கொண்டனர். இதற்கான பெருமை பௌத்தரும் சமணருமான சிராமணருக்கு உரியது-அவர்கள் கடுமையாக உழைத்தல் மற்றும் அறநெறிப்படி வாழ்தலின் முக்கியத்துவத்தை அங்கீகரித்தனர். பௌத்த காலகட்டத்தில்தான் கலப்பை மற்றும் உழவு மாடுகளின் பயன்பாடு உள்ளிட்ட புதிய பண்ணை-சாகுபடி முறைகள் கேரளத்தில் வளர்ச்சி கண்டன. பிக்குகளே வயல்களில் உழைத்து, பொதுமக்களுக்கு முன்மாதிரிகளாக இருந்தனர். சமணமும் விவசாயிகளை உயர்ந்த பீடத்தில் நிறுத்தியது. வேளாண்மையை அடுத்து கால்நடை வளர்ப்புக்கு பிரதானமளிக்கப்பட்டது. இவை காரணமாக, மக்களுக்கு நட்பான உற்பத்தி சக்திகள் முன்னெடுக்கப்பட்டன, பரந்துபட்ட செழிப்பு கிடைத்தது. இப்புதிய மதம் திட்டமிட்ட விலங்குப் பலிகளை தவிர்த்து பருப்பு-தானிய உற்பத்திக்கு முக்கியத்துவம் தந்தது. கேரளத்திலுள்ள பல உரிமையற்ற மக்கள் தம் வேர்களை பௌத்தத்தில் கொண்டுள்ளனர். சில கிறித்தவர் கூட தம் மதமாற்றத்திற்கு முன்னர் பௌத்தராக இருந்ததாகக் கூறுகின்றனர். மேற்கில் கிறித்தவ மதத்தின் பகுதியாக மாறியுள்ள பல்வேறான சடங்கு சம்பிரதாயங்கள், இந்திய பௌத்தத்தில் தோற்றுவாயைக் கொண்டுள்ளன என்கிறார் பால்பு. மடாலயங்கள், துறவுக்கன்னியர் இல்லங்கள், மொட்டையடித்த துறவிகள், பிரம்மச்சரியம் பேணல், ஜெபமாலைகள், பாவ மன்னிப்பு என்பன பொது அம்சங்களில் அடங்கும். கிறித்துவின் போதனைகூட புத்தரின் உரையுடன் அதிசயிக்கத்தக்க ஒப்புமையைக் கொண்டுள்ளது. 1936-இல் SNDP-யின் தலைமை உரையில் பால்பு, சாதி, கொள்கை, இனம்/மொழி பேதமின்றி, அனைவருக்குமான நேசத்தையும்

சேவையையும் வழங்கி, தம் பண்பு நலன்-நடத்தை மூலம், நம் மூதாதையர், கிறித்து பிறப்பதற்கு நீண்டகாலம் முன்னரே, தம்மை 'உண்மையான கிறித்தவர்'களாக ஆக்கிக் கொண்டனர்.

ஈழவ சமுதாயத்தைக் குறிப்பிடாமல், கேரளத்தில் பௌத்தம் சார்ந்த விவரிப்பு முழுமையடையாது. இடைநிலைச் சாதியினரான ஈழவர்கள், சிலோனிலிருந்து புலம்பெயர்ந்து வந்தவர்கள். பொதுச் சகாப்தத்தின் ஆரம்ப நூற்றாண்டுகளில், அசோகர் காலத்திற்குப் பின், மகாயன பௌத்தம் இலங்கையிலிருந்து கேரளத்திற்கு சுற்றுவழியில் வந்தது. ஈழவா என்னும் சாதிப்பெயர் 'ஈழம்' என்பதினின்றும் வந்திருக்கலாம். இலங்கையைக் குறிக்கும் தமிழ்ச் சொல் ஈழம். வடகேரளத்திலுள்ள இச்சமுதாயத்தினருக்கான இன்னொரு பெயர் 'தீய்யன்'-இது 'திவிபன்' (தீவுக்காரன்) என்பதன் மாறிய வடிவமாகக் கூறப்படுகிறது. அவர்கள் சோவன்கள் எனப்படுகின்றனர்-சி.வி. குஞ்சுராமனைப் பொறுத்தவரை, இப்பெயரின் வேர்ச்சொல், தமிழ்ச் சொல்லான சோயகா என்பதின்றும் வருகிறது-அதற்கு துறவி/பௌத்த துறவி என்று பொருள். எனினும், ஈழவர்கள் பூர்விக பௌத்த சமுதாயத்தினர் எனவும் குஞ்சுராமன் நம்புகிறார்.

மாபெரும் சமூக சீர்திருத்தவாதியும் ஞானியுமான நாராயண குருவிடத்தேயான பௌத்த செல்வாக்கும் கணிசமானது. சகோதரன் அய்யப்பன் போன்ற அவரது நெருங்கிய சீடர்களில் சிலர், அவரை 'கேரளாவின் புத்தர்' என்கின்றனர். நாராயண குரு பௌத்த-சமண தத்துவத்தின் தீவிர மாணவராயிருந்தார் (சந்திரமோகன் 2016). இருபதாம் நூற்றாண்டின் ஆரம்பத்தில் தீவிர நம்பூதிரிகளிடம் பௌத்தம் செல்வாக்கு செலுத்திற்று-குருவின் வழிகாட்டுதலில் இந் நம்பூதிரிகள் தம் சமுதாயத்தில் சீர்திருத்தங்கள் ஏற்படுத்திடப் போராடினர். 1911-இல் நாராயண குரு நிறுவிய சாரதா மடம், புத்த விஹாரையினை ஒத்திருக்கிறது. கல்வியின் கடவுள் சாரதாவுக்கு அர்பணிக்கப்பட்டுள்ள இக்கோயில் நிர்மாணம், நாராயண குருவின் மதப் புரிந்து கொள்ளலில் ஒரு புதிய அத்தியாயமாயிருந்தது. சாதிப் பிரிவினையை நிராகரித்த அவர், தான் போதித்ததை நடைமுறைப் படுத்தினார். அவரது வாழ்க்கை நோக்கத்தின் முக்கிய அங்கம், புலையரையும் பறையரையும் முனேற்றுவது. தன் ஆசிரமத்தைக் கட்டி எழுப்பியதில், நாராயண குரு புத்தரின் அடிச்சுவட்டைப் பின்பற்றினார்-ஒடுக்கப்பட்ட சாதியினரைத் தனது சந்நியாசி சங்கத்தில் அனுமதிப்பதில் புத்தருக்குத் தயக்கம் இல்லாதிருந்தது. அதுபோலவே, ஈழவ சாதியைச் சேர்ந்தவரான நாராயண குரு,

அனைத்துச் சாதிகளிலிருந்தும் மாணவர்களைக் கொண்டிருந்தார். அவரது ஆசிரமத்தில் அனைத்து மாணவரும் ஒன்றாக வசித்தனர், உண்டனர், பிரார்த்தித்தனர், பயின்றனர். ஒரே குளியல் கூடத்தைப் பயன்படுத்தினர், ஒன்றாகச் சமைத்தனர். விருந்தினர்களுக்கு புலையர் மாணவர் பரிமாறினார். சாதிப் பிரக்ஞையுள்ள முக்கிய ஆளுமைகள் ஆசிரமத்திற்கு வரும்போதெல்லாம், புலையர்கள் உணவு பரிமாறுவார்கள்; பல சந்தர்ப்பங்களில் இவ்வுணவு பரிமாறுவோரை புலையர்களென்று குரு அறிமுகப்படுத்தி வைப்பார். சாதி இந்துக்களுக்கும் சாதியற்ற இந்துக்களுக்குமிடையே சச்சரவுகள் எழுந்தபோது, அவர் எப்போதும் பிந்தையவர்கள் சார்பாகவே நின்றார்' (2006) என்கிறார் பி. சந்திரமோகன். வேத பிராமணியம் உருவாக்கிய சாதிய விதிகளை மீறிய அவர், சாதிபேதங்கள் பார்க்கப்படாத புதிய சமூக வெளியை உருவாக்கினார். தனது கல்வி மையங்கள் பிரதானமாக அவர்ண மாணவர்களின் நலனுக்கானவை என்பதை வற்புறுத்தினார்.

பத்மநாப பால்பு போன்ற ஈழவத் தலைவர்கள் கேரளத்தின் பௌத்த கடந்த காலம் குறித்து பெருமைப்பட்டனர். 1920-களில் பௌத்தம் அவர்களுடைய முக்கிய அக்கறைக்குரியதாயிருந்தது. வரலாற்று ரீதியில், ஈழவர்கள் இந்து மதத்தைப் பின்பற்றியவர்களில்லை, பௌத்தத்திற்கு மாறுவது அவர்களுக்கு சமத்துவ மாற்றினை வழங்கக்கூடும்-1956-இல் பி.ஆர். அம்பேத்கரின் பிரகடனத்தைப் போல-என சி.வி. குஞ்சுராமன், சி.கிருஷ்ணன், கி.வி. அய்யா குட்டி, சகோதரன் அய்யப்பன் போன்ற தலைவர்கள் வாதிட்டனர். மிதவாதியின் ஆசிரியரான கிருஷ்ணன், 1922 –க்குப் பிறகு பௌத்த ஆதரவாளராகி, இலங்கைப் பிக்குகளின் ஒத்துழைப்புடன் கோழிக்கோடில் நிகழ்ச்சிகளுக்கு ஏற்பாடு செய்தார். 1926-இல் எர்ணாகுளத்தில் வைசாக பௌர்ணமியொட்டிய நிகழ்ச்சியில், கிருஷ்ணனும் அய்யப்பனும் பௌத்தத்திலுள்ள தங்கள் நம்பிக்கையினை அறிவித்தனர். ஒருகாலத்தில் பௌத்தராயிருந்த ஈழவர்கள், சமத்துவம்-சகோதரத்துவத்தின் அடிப்படையில் கேரளத்தில் ஒரு கற்பனாவாத சமூகத்தை நிறுவியிருந்தனர். 1920-களில் கௌமுதி, மிதவாதி போன்ற இதழ்களில் குஞ்சுராமன் பௌத்தம் குறித்து பல கட்டுரைகள் எழுதினர்; ஆலய நுழைவு கோரும் தாழ்த்தப்பட்ட சாதிப் போராட்டங்களின் போது, ஒட்டுமொத்தமாக ஈழவர்கள் பௌத்தத்திற்கு மாறிடும் கருத்தினை முன்வைத்தார்; அது சாதி இந்துக்களிடையே மக்கள் தொகை சார்ந்த பதற்றத்தை உண்டு பண்ணிற்று. இது ஈழவர் மற்றும்

SNDP யோகத்தினரிடையே மாறுபாடுகளையும் விவாதங்களையும் எழுப்பிவிட்டது.

சிறி நாராயண குரு, பௌத்தத்தின் செல்வாக்கிற்கு உட்பட்டிருந்தாலும், மதமாறுதல் குறித்து ஆதரித்தோ/மறுதலித்தோ பேசவில்லை. பிராமணியத்தின் சமத்துவமற்ற விழுமியங்களை நிராகரித்த குரு, இந்து மரபிலிருந்து முழுமையாக வெளியேறி வரவில்லை. வேதப் பண்பாட்டின் மனிதாயக் கருத்தமைவுகளில் மிகவும் ஆர்வங் கொண்டிருந்தார். சங்கரரின் அத்வைதத்தாலும் ஈர்க்கப்பட்டிருந்தார். அவர் பொதுமக்களுக்குப் புரியும் மொழியில் பேசிய நடைமுறை வேதாந்தி.

ஆரம்பத்தில் இந்து எதிர்ப்பாளராக இருந்தபோதும், பௌத்த ஈழவரும் இறுதியில் இந்து மதத்தில் இணைய, சாதிய ஏணியின் கீழ்ப்படிக்குத் தள்ளப்பட்டனர். புதிய மேலாதிக்கத்தை அவர்கள் தொடர்ந்து எதிர்த்து வந்தமையால், அவப்பெயர் பெற்றனர். குருட்டு நம்பிக்கை-வெற்றுச் சடங்குகளுக்கு மாறாக, பகுத்தறிவு, சமத்துவம், நல்லொழுக்கம் ஆகியவற்றிற்கு அழுத்தமளித்த ஈழவ வாழ்க்கை முறை ஆரியமாதலின் பாரத்தில் நசுங்கிப் போயிற்று. தமது பகுத்தறிவு சார்ந்த பௌத்த பாரம்பரியத்தைக் கைவிட ஈழவர்களுக்கு நீண்டகாலம் பிடிக்கவில்லை. மேல் சாதியினரிடம் சாதிப்பாகுபாடு காரணமாக வருந்திய ஈழவர், சாதிப் படிமுறையில் தம்மைவிடக் கீழ் நிலையில் இருந்தவர் மீது அதே குற்றத்தை இழைத்தனர்.

உயர்சாதியினரால் தீண்டத்தகாதவர்களாகக் கருதப்பட்ட ஈழவர், தம்மை தலித் சாதியினரைவிட உயர்ந்தவர்களாகக் கருதிக் கொண்டனர். சகோதரன் அய்யப்பன் பறையன் அய்யப்பன் என்று அழைக்கப்பட, அவரது நண்பர்கள் பறையன் சோயன்கள் எனப்பட்டனர். சிறி நாராயண தர்ம பரிபாலன சங்கத்தை *(SNDP)* நிறுவிய ஈழவ மேட்டுக்குடியினர், புலையர்-பறையரை தீண்டத் தகாதவர்களாக நடத்தினர், தம் ஆலயங்களுக்கு வெளியே நிறுத்தினர். பல ஈழவக் கோயில்கள் தலித்களுக்கு கதவுகளை மூடிக்கொண்டன. தாழ்ந்த சாதி பறையரிடையே சமபந்திக்கு அய்யப்பன் ஏற்பாடு செய்தபோது சேரையிலுள்ள ஈழவரிடையே கருத்தொற்றுமை இல்லாதிருந்தது. வைதீக ஈழவரின் ஆற்றல்மிக்க 'விஞ்ஞான வர்த்தினி சபா' ஐயப்பனுக்கும் அவரது ஆதரவாளர்களுக்கும் எதிராக நின்றது. வட கேரளத்தில் சில ஈழவர்கள் தீட்டுப்படாது செல்லுவதற்காக வழிவிட்டு

நிற்காததற்காக ஒரு புலையனும் அவனது சகோதரியும் அடிக்கப்பட்ட ஆத்திரத்தில், அய்யப்பன் மீது செவ்வெறும்புகளும் பசுஞ்சாணமும் வீசப்பட்ட சம்பவத்தை சந்திர மோகன் (2006) குறிப்பிடுகிறார். 1924-இல் களிகாவு கோயிலில் தலித்துகளை அனுமதித்த பிரச்சனையில், நாராயண குருவுக்கு எதிராக பரவூர் நீதிமன்றத்தில் சில வைதிக ஈழவர் வழக்குத் தொடுத்தனர்.

துஞ்சத்து எழுத்தச்சன்

அறிவின் மீதான பிராமணிய ஏகபோகத்தை நொறுக்கி, மலையாள மொழியின் தந்தையாக விளங்கிவரும் துஞ்சத்து எழுத்தச்சன், கேரளத்தின் வளமான பௌத்த-சமண மரபின் விளைச்சலாவார். 13, 14-ஆம் நூற்றாண்டுகளின் பக்தி சகாப்தம், பல்திறமான நம்பிக்கை சார்ந்த ஆழமான மனிதாய விழுமியங்களின் பிறப்பைக் கண்டது. அறிவினை ஈர்த்த சமண-பௌத்தத்தைப் போலன்றி, பக்தி கவிதை உணர்வோட்டமாயிருந்தது. பக்தி இயக்கம் சாதி-மத தடைகளைத் தாண்டி, இந்து மதத்தை ஜனநாயகப்படுத்தவும் மனிதாயப்படுத்தவும் முற்பட்டது. இப்பக்தி ஆலயத்தை மையமிட்டதாயில்லை. வழிபடுபவனுக்கும் வழிபடப்படுவதற்கும் இடையே சைவ மரபிலோ வைணவ மரபிலோ பேரம்பேச பூசாரிக்கு இடமில்லை. கேரள பக்தி கவிஞர்களில் இரு நம்பூதிரிகள் உண்டு. அவர்கள் பூந்தானம் மற்றும் செருஸ்ஸேரி-பிராமணரின் உள்ளீடற்ற பாவனைகளையும் வேள்விப் பீடிப்புகளையும் ஒன்றுமற்றதாக்கினர்.

கேரள பக்தி இயக்கத்தின் தலைசிறந்த கவிஞரான எழுத்தச்சனின் மூதாதையர், மேற்குமலைத் தொடர்களிலிருந்து மலபாருக்குக் குடிபெயர்ந்தவர்கள். கோழிக்கோட்டு அரண்மனையைச் சேர்ந்த மூத்த உறுப்பினர் ஒருவர், எழுதப்படிக்கத் தெரியாத சூத்திரர்களுக்கு கற்பித்து வருமாறு அம்மூதாதையருக்குக் கூறி, ‘எழுத்தச்சன்’ என்னும் பட்டத்தை அளித்தார். பிராமணர் நிர்வாகத்தில் சூத்திரருக்கு கல்வி என்னும் ஆடம்பரம் நிராகரிக்கப்பட்டது. அரச கட்டளைக்குப் பணிந்து, இச் சமூகத்தினர் சமூக ஆசிரியர்கள் என்னும் தோரணையில், தெற்கு மலபாரில் ஆரம்பப் பள்ளிகளைத் தொடங்கினர். பிற்பாடு சைவத்திற்கோ வைணவத்திற்கோ மாறுமாறு நிர்பந்தப்படுத்தப்பட்ட பௌத்தர்கள், பொதுமக்களிடையே எழுத்தறிவையும் கல்வியையும்

வளர்த்தெடுப்பதில் முக்கிய பங்காற்றினர். ஆசான்களும் ஆசாத்திகளும் நடத்திய எழுத்துப் பள்ளிகள் அல்லது குடி பள்ளிக்கூடங்களின் (தங்கிப் படிக்கும் பள்ளிகள்) அமைப்பில் பெண்கள் கணிசமாக இடம்பெற்றனர். அட்சரம் பயில குடிபள்ளிக் கூடங்களுக்கு கொண்டுவரப்பட்ட குழந்தைகள் குருவிற்கு பலவேலைகள் செய்யவேண்டும். அவ்வமைப்பு, இலவசமாக உழைப்புப் பெறுதல் என்பது இல்லாத, நவீனயுக தொடக்கப்பள்ளி அமைப்பை எதிர்நோக்கியதாயிருந்தது.

ஒவ்வோராண்டும் விஜயதசமியன்று, அட்சரம் கற்க ஆவலுடன் வரும் நூற்றுக்கணக்கிலான குழந்தைகள் கூட்டம் துஞ்சன் பறம்பில் நெருங்கி இருக்கும். ஆசான்கள் மணலிலோ அரிசியிலோ பிள்ளைகளை நாணம் மோனம் / நமோது சிந்தம் என்று எழுதவைத்த காலமிருந்தது-சமஸ்கிருதத் தொடர் 'நமோஸ்து ஜின தே' என்பதன் பாலி வடிவமான அதன் பொருள் ஜினதேவரின் (புத்தர்) முன்னே வணங்குகிறேன்; படிப்படியாக இவ்வாரம்ப வைபவம் இந்துமயமாக்கப்பட்டு, சந்தேகத்திற்கிடமின்றி பிராமணிய 'ஹரி சிறி கணபதேய நம' வுக்கு வழிவிட்டு நின்றது. கேரளத்திலும் புலம்பெயர்ந்த இடங்களிலும் நவராத்திரி விழாவின் முடிவில் விஜயதசமியன்று விழாக்கள் நடத்தப்படுகின்றன. அறிவுக்குள் புகுதல் என்று பொருள்படும் வித்தியாரம்பம், பெற்றோர் / முக்கிய பண்பாட்டு ஆளுமை, பெரிதும் இலக்கியவாதியை குருவாக வைத்து, மத, கல்வி, பண்பாட்டு அமைப்புகளால் வீட்டிலோ பொது நிகழ்ச்சிகளிலோ ஏற்பாடு செய்யப்படுகிறது. இவ்விழா தேவாலயங்களிலும் நிகழ்த்தப்படுகிறது-அங்கே பாதிரியார்கள் குழந்தைகளுக்கு-கிறித்தவர்களாயிருக்கத் தேவையில்லை-ஆரம்ப அட்சரங்களை கற்பிக்கின்றனர். எழுத்தச்சன் கேரளத்தின் தேர்ந்த கல்வியாளராக விளங்கினார்; ஒடுக்கப்பட்ட சாதிகளுக்கு ராமாயணத்தையும் மகாபாரதத்தையும் அறிமுகப்படுத்தினார்; ஜூலை அல்லது ஆகஸ்டு 1496-இல் பிறந்தார்; கவிஞரின் திறனையும் தேர்ச்சியையும் கண்டு பொறாமைப்பட்ட நம்பூதிரிகளால் மோசமாக நடத்தப்பட்டார். நாடெங்கும் சுற்றிவந்து, நாட்டார் பண்பாட்டை பரிச்சயமாக்கிக் கொண்டு, எழுதப்படிக்கத் தெரியாத மக்களிடமிருந்து கிளிப்பாட்டு யாப்பு வடிவைக் கற்றுக்கொண்டார். கேரளத்திற்கு வெளியில் தொடர்புகொண்டு ராமாயண-பாரதக் கதைகளை அறிந்தார். செம்பகச் சேரியின் ஆட்சியாளர் அவருக்கு அளித்த தெலுங்கு ராமாயணப் பிரதியை வைத்து, எழுத்தச்சன்

அதனை மலையாளத்தில் மொழிபெயர்த்தார் என்னும் கருத்து நிலவுகின்றது. 10-ஆம் நூற்றாண்டுக் கவிஞர் சோமதேவரின் *அத்யாத்ம ராமாயணத்தை*யும் அடிப்படையாகக் கொண்டிருந்தார்.

எழுத்தச்சன் காலம்வரை இவ்விதிகாசங்கள் சமஸ்கிருதத்தில் மட்டுமே கிட்டின-தாழ்ந்த சாதியினர் இம்மொழியில் கற்றுக்கொள்ள அனுமதியில்லை. அவர் ராமாயணம்-பாரதம் இரண்டையும், வார்த்தைக்கு வார்த்தை இல்லாதபடி, மலையாளத்தில் மொழிபெயர்த்தார். பிராமணிய வெறுப்புக்கு பலியாகியிருந்த மலையாளத்தை, அவர் கடவுளரின் மொழி எனக் கருதப்படும் நிலைக்கு உயர்த்திட உழைத்தார். சாதாரண மனிதனுக்கு அதிகாரமளிக்கவும் காலனித்துவத்திற்குள்ளாக்கப்பட்ட மக்களின் சுயமரியாதையை மீட்கவும், திராவிட மொழியை பயன்படுத்தினார். சமஸ்கிருதம் மற்றும் தமிழின் தளைகளிலிருந்து விடுவித்து, புதியதொரு மொழியை வடிவமைத்திட இயங்கினார். அதுபோலவே மராட்டியத்தில் துகாராம், ஏக்நாத் போன்ற பக்தி கவிஞர்கள், தூய்மையற்றது என உயர்சாதியினர் கருதிய தாய்மொழியில் எழுதியதால், பிராமணர் விரோதத்தை சம்பாதித்தனர். எழுத்தச்சனின் ராமாயண-மகாபாரத மொழியாக்கங்கள் பிராமணரல்லாத சாதியினரிடையே செல்வாக்குப்பெற்று, ஒருவித பண்பாட்டுப்புரட்சியை தூண்டிவிட்டன. மலையாள *அத்யாத்ம ராமாயணத்தில்* ஒரு கிளி கதையை விவரிக்கும் முறையை எழுத்தச்சன் கையாண்டிருந்தார். தன் பிரதியில் அடிக்கடி ‘சரிகாபைதலை’ விழித்துப் பேசுகிறார்-அது அவரது மகளின் செல்லப் பெயராக இருக்கவேண்டும். அவரது மொழியாக்கத்தில் இவள் கணிசமாக உதவியிருக்க வேண்டும்.

எழுத்தச்சன் சகிப்பின்மை, மூடநம்பிக்கைகளுக்கு எதிராக கலகம் புரிந்தார். அவர் பிராமணரல்லாத போதும், வேதங்களை உபநிடதங்களைக் கற்றார். மதம், சாதி, பொருளாதார தகுதிநிலை எதுவாயினும் அனைவருக்கும் கல்வி அளிக்கப்படவேண்டும் என்று நம்பினார். *அத்யாத்ம ராமாயணத்தை* எழுதிய பாவத்திற்காக பிராமணரிடம் பரிகாசத்துடன் மன்னிப்பு கோருகிறார். மதுவுக்கும் மாமிசத்திற்கும் அவர் அடிமையாயிருந்தது, பிராமணியக் கொடுங்கோன்மையை அவர் தனக்கே உரிய விதத்தில் மறுதலித்ததன் பிரதிபலிப்பு எனச்சில அறிஞர்கள் கருதுகின்றனர்.

அவரது *மகாபாரத* மொழியாக்கங்கள் வார்த்தைக்கு வார்த்தை என்ற ரீதியிலானவையல்ல. நீளமான பகவத் கீதை சில வரிகளில் ஒதுக்கித்

தள்ளப்படுகிறது. சாதியமைப்பின் சித்தாந்த ஆதரவை கீதை முன்வைக்கிறது எனப் பல நவீன அறிஞர்கள் வாதிடுகின்றனர். தான் நான்கு வர்ண அமைப்பை உருவாக்கியதாகவும், சூத்திரரும் வைசியரும் பெண்டிரும் பாவத்தின் கருவறையிலிருந்து பிறந்துள்ளவர்கள் என்றும் கிருஷ்ணன் அர்ச்சுனனிடம் கூறுகிறான். இடைச்செருகலான கீதை, பொதுச் சகாப்தம் ஆறாம் நூற்றாண்டில் குப்த மன்னன் பாலாதித்யன் காலத்தில் எழுதப்பட்டது, பௌத்தத்தின் செல்வாக்கினைக் கட்டுப்படுத்தவே அது மேற்கொள்ளப்பட்டது என்கிறார் டி.டி.கோசாம்பி. சந்தேகப்படும் அர்ச்சுனனிடத்தே பௌத்தவாதி ஒளிந்திருக்க வேண்டும், எனவேதான் கிருஷ்ணனின் நீண்ட போதனை. பக்தி கவிஞர்கள் பெரிதும் கீதையைப் புறக்கணித்திருக்க, தலித் எழுத்தாளர்கள் அதனை விமர்சித்து வருகின்றனர்.

எழுத்தச்சன் சமூக இணக்கம்-சமத்துவம் சார்ந்த ஆரோக்கியமான செய்தியை மக்களுக்கு தெரிவிக்க விரும்பினார். பக்திப்பனுவல்களின் வாயிலாக பல்வேறான பண்பாட்டுச் செல்வங்களை சூத்திரர்களுக்கு கிடைக்குமாறு செய்திட முற்பட்டார். ஜனநாயகமற்ற பிராமணிய பண்பாட்டை அவர் ஏற்க மறுதலித்தாலும், நாராயண குருவைப் போலவே, இந்து மரபிலிருந்து முழுமுற்றாக விலகிட மறுத்தார். ஆரிய மையக் கருத்துகளை அப்படியே நிராகரிக்கவும் செய்யவில்லை; ஒருவேளை அவரது சமூக வரம்புகள் காரணமாக இருந்திருக்கலாம்.

இருந்தபோதும் எழுத்தச்சனிடம் சாதியெதிர்ப்புக்கான அறிகுறிகள் போதுமான அளவு உள்ளன. அத்யாத்ம ராமாயணத்தில், சாதிப்பெருமிதம் அர்த்தமற்றது என தனது தம்பி லட்சுமணனுக்கு ராமன் ஞாபகப்படுத்துகிறான். பக்தி என்று வருகையில் சாதி-பாலின வேறுபாடுகளுக்கு அர்த்தமில்லை என ஆதிவாசிப் பெண் சபரியிடம் காடு வந்த ராமன் கூறுகிறான். ஒவ்வொன்றும் பரமாத்மாவின் அம்சம் என்று அனுமனுக்குக் கூறப்படுகிறது. மலையாளக் கவிஞர் எடசேரி கோவிந்தன் நாயர் குறிப்பிடுவது போல, முதலில் மனிதாயமற்ற வர்ண அமைப்பைத் துளைக்கவும், பின்னர் இதிகாசங்களை மொழிபெயர்க்கவும் எழுத்தச்சன் எழுத்தாணி பிடித்தார். எழுத்தச்சனின் ராமாயணத்தில் ராமன், சுக்ரீவனின் சகோதரன் வாலியையும் அரக்கர்களின் மன்னன் ராவணனையும் கொல்வதைப் பார்க்கிறோம்; ஆனால் அவர்களுக்கு நடத்தப்படும் ஈமச்சடங்குகள், அயோத்தியில் தசரத மன்னனுக்கு அளிக்கப்படுவது போல, அவ்வளவு பவித்திரமாயுள்ளன.

முடிவுரை

பல பத்தாண்டுகளாக, கேரளத்தையே அடையாளப்படுத்திடும் சபரிமலை வளாகத்தில் மாதவிடாய் வயதுப் பெண்கள் அனுமதிக்கப்படாதுள்ளனர். பிரதான தெய்வம் அய்யப்பன் ஒரு நைஷ்டிக பிரம்மச்சாரி என்று காரணம் சொல்லப்படுகிறது. இது பெண்களின் அடிப்படை உரிமையை மீறியது என்ற அடிப்படையில் இக்கட்டுப்பாடு ஆட்சேபிக்கப்பட்டது. இவ்வழக்கு 12 நீண்ட ஆண்டுகள் நீடித்தது. கோயிலில் பொறுப்புள்ள பந்தளம் குடும்ப பிரதிநிதிகள், தாந்திரி/தலைமைப் பூசாரி உள்ளிட்ட 24 பேரை நீதிமன்றம் விசாரித்தது. இரு சட்டப் பிரமுகர்களை அரசு தரப்பினராக நியமித்து, அவர்களின் கருத்தைக் கேட்டது. செப்டம்பர் 28, 2018 அன்று உச்சநீதிமன்றத்தின் அரசியல் சட்ட அமர்வு 4-1 பெரும்பான்மை அடிப்படையில், மாதவிடாய் வயதுப் பெண்களை கோயிலிலிருந்து விலக்குவது சட்ட விரோதமானது, சட்ட விரோத தீண்டாமைக்குக் குறைந்ததல்ல எனத் தீர்ப்பளித்தது. அப்போதைய தலைமை நீதிபதி தீபக் மிஸ்ரா, நீதிபதிகள் ஆர். எஃப். நாரிமன், ஏ.எம். கன்விகர், டி. ஒய். சந்திரசூட் ஆகியோர், 10-50 வயதுவரையிலான பெண்கள் மீதான தடைக்கு எதிராகவும், ஒரேயொரு அதிருப்தி நீதிபதி இந்து மல்கோத்ரா, சாராம்சமான மத நடவடிக்கையையொட்டியுள்ளது இத்தடை என்றும் குறிப்பிட்டனர்.

இது நூற்றாண்டுகள் பழமையானது எனச் சிலர் பீற்றிக் கொண்டாலும், பெண்கள் நுழைவதற்கான தடை சபரிமலையில் சமீபத்தையதுதான். கோயிலை நிர்வகிக்கும் திருவாங்கூர் தேவஸ்வம் போர்டு, கேரள உயர்நீதிமன்றத்தில், 1950 வரை அனைத்து வயதிலுள்ள பெண்களும் தம் குழந்தைகளுக்குப் பெயரிட அல்லது அய்யப்பனின் முன் தம் கைக்குழந்தைகளுக்கு முதல் அடையாள உணவூட்ட, கோயிலுக்குள் சென்றதை ஒத்துக் கொண்டது. இதற்கு தேவஸ்வம் போர்டு வழங்கிய ரசீதுகள்

சான்றாக இருந்தன. மேலும் 'இவ்விதி' பலமுறை தண்டனையின்றி மீறப்பட்டிருக்கிறது; பந்தளம் அரச குடும்பத்தினரே இப்படி மீறியுள்ளனர். தேவையான பணத்தைப் பெற்றுக்கொண்டு தேவஸ்வம் போர்டு ஒரு படத்தின் நடனக் காட்சிக்கு அனுமதித்திருந்த நிகழ்வு உண்டு. எது எப்படியாயினும், இவ்வரலாற்றுச் சிறப்புள்ள தீர்ப்பு, அனைத்து வயதுப் பெண்டிருக்கும் சபரிமலையின் கதவுகளை அகலத் திறந்துவிட்டு, சேர்த்துக் கொள்ளலின் புதிய காலத்தை வரவேற்று, புனித மலையை அதன் சமத்துவ வேர்களிடம் திரும்பச் சேர்த்தது. ஆனால் அதனைத் தொடர்ந்து நிகழ்ந்தது, வெட்ககரமான ஆணாதிக்க வெளிப்பாடும், மலையாளி சமூகத்தின் அடிப்படை ஆணாதிக்கமும்தான்.

முன்னெப்போதும் இருந்திராத, பக்தர்கள் எனப்படுவோரின் மேலதிகமான கூட்டம் சபரிமலையில் திரண்டபோது, அஞ்சும்படியான அருவருப்புடன் ஆணாதிக்க இனவாத காழ்ப்புணர்வுகளும் குருட்டுத்தன்மையும் குமிழியிட்டன. மாநில பாஜக தலைவர் பி.எஸ். சிறிதரன் பிள்ளை, தன் கட்சியின் செயல்திட்டத்தை நடைமுறைப்படுத்திட அப்'பொன்னான சந்தர்ப்ப'த்தை தான் பயன்படுத்திக் கொண்டதாகவும் மற்ற எதிர்ப்பாளர்கள் தன் பொறியில் சிக்கிக் கொண்டதாகவும் பின்னர் கூறினார். பிராமணர், நாயர் என்னும் உயர்சாதி குழுக்கள் மற்றும் காங்கிரஸின் மாநிலப் பிரிவு சங் பரிவாரின் கருவிகளாக செயல்பட்டன. இந்து வலது பிரிவினர் சாத்தியப்படும் வகையில் குரூரமான முறையில் வன்முறை ஆட்டத்தை நடத்தினர். கொல்லத்தில் நடந்த கூட்டத்தில், சிறிதரன் பிள்ளை முன்னிலையில் அவரது கட்சியைச் சேர்ந்த, கொல்லம் துளசி என்னும் தரங்கெட்ட திரைப்பட நடிகன், 'உச்சநீதி மன்றத்தின் முட்டாள்களைப் பார்த்து கூக்குரலிட்டான். சபரிமலைக்குப் போகத் துணிந்திடும் பெண்களை இரண்டாகப் பிளந்து, ஒரு பகுதியை டெல்லிக்கு (உச்சநீதிமன்றம் உள்ள இடத்திற்கு) அனுப்பவேண்டும் என்று அவன் குறிப்பிட்டதுதான் இன்னும் மோசமானது; இன்னொரு பகுதியை மார்க்ஸிஸ்ட் கம்யூனிஸ்ட் கட்சி முதல்வர் பிணரயி விஜயன் காலடியில் எறியவேண்டும் என்றான். விஜயனோ, உச்சநீதிமன்றத் தீர்ப்பு நடைமுறைப்படுத்தப்பட வேண்டும் என்றார்.

ஆக மாதாந்திர பூசைக்கு ஆலயம் திறக்கப்பட்டபோது, வடக்கின் மாட்டுக்கறி எதிர்ப்பாளர்களைப் போல, கேடிகள் பெண்

யாத்ரிகர்களின் பிறந்த நாளை முரட்டுத்தனத்துடன் பரிசீலித்து, 10-லிருந்து 50-வயதுக்குட்பட்டவர்களை கோயிலுக்குள் நுழையாமல் தடுத்தனர். மலைக்கு வாகனங்களில் வந்து கொண்டிருந்த யாத்ரிகர்களைத் திரட்டி, வாகனங்களிலிருந்து இறங்க வைத்தனர். *நியூயார்க் டைம்ஸ், சி.என்.என், என்.டி.டி.வி* ஊடகங்களைச் சேர்ந்த பெண் நிருபர்களும் புகைப்படக் கலைஞர்களும் பரிகாசம் செய்யப்பட்டனர், தொல்லைகளுக்குள்ளாயினர். அவர்களின் வாகனச் சன்னல்கள் நொறுக்கப்பட்டன. எதிர்ப்பு ஆர்ப்பாட்டத்தில் இளம் பூசாரிகள் கலந்துகொண்டனர். பெண்கள் அவ்விடத்தை அவமதித்து விட்டால், கோயிலை பூட்டிவிடப் போவதாக தாந்திரி மிரட்டினார். இந்துக்களின் கூட்டம் விரைந்து வந்து கொண்டிருந்ததாக இறுமாப்புடன் பேசினார். கோயிலை மூடிவிடும் மிரட்டல் குறித்து தாந்திரி தன்னிடம் ஆலோசித்திருந்ததாக சிறிதரன் பிள்ளை பிற்பாடு வெளிப்படுத்தினார். அடுத்து வந்த நாட்களில், யாத்ரிகர்களை இம்சித்ததாக சிலரைப் போலீஸார் கைது செய்தனர். இப்போராட்டத்தின் முன்னணியில் நின்ற கேரளாவின் கல்விகற்ற பெண்கள், பாஜகவின் பெண்கள் பிரிவினால் தலைமை தாங்கப்பட்டு, தம் அசுத்தமான இருப்பிலிருந்து சபரிமலையைப் பாதுகாக்க குரல் கொடுத்தனர்-விலைவாசி உயர்வை எதிர்த்தோ தம் சகோதரிகள் மீதான வன்முறையை எதிர்த்தோ இவர்கள் குரல் கொடுத்ததில்லை. மார்டின் லூதர் தலைமையிலான சீர்திருத்தத்திற்குப் பின்னர், அய்ரோப்பாவில் கத்தோலிக்க தேவாலயத்தால் கட்டவிழ்த்துவிடப்பட்ட எதிர்-சீர்திருத்தவாதம் போன்று, கேரளத்தில் ஒரு எதிர்-சீர்திருத்தவாதத்தை சிலர் பார்த்தனர். இத்தகைய கொந்தளிப்புக் கிடையே, பிந்து அம்மிணி மற்றும் கனக துர்கா என்னும் இரு தீவிரமான பெண்கள், ஊழியர் நுழைவு வாயிலினூடே சபரிமலை வளாகத்திற்குள் நுழைந்துவிட்டனர். அது ஒரு வரலாற்றுத் தருணமாயிருந்தது. இதற்கு முன்னர், செயல்பாட்டாளர் ரெஹானா ஃபாத்திமா உள்ளிட்ட பலபெண்கள் இதே சாகசத்தை முயன்று தோற்றனர்-ஃபாத்திமா ஒன்றேயான இருப்பினைக் கூறும் அத்வைத தத்துவத்தைக்கூட எடுத்துச் சொன்னார்-தன் நடவடிக்கைகளை நியாயப்படுத்திட, பொத்தன் தெய்யமின் சமிக்ஞையை திரும்பவும் செய்துகாட்டினாள். இச்செயல்பாடுகளிலிருந்து தெளிவுபட ஒரு செய்தி அனுப்பப்பட்டது-எந்தவித அடக்குமுறையும் குருட்டுத்தனமான சட்டமும் நீதி மற்றும் சமத்துவ கோரிக்கையை எதிர்த்து நிற்க முடியாது என்று.

இச் செய்தி பரவியதும் வலதுசாரி பிரிவுகள் களேபரத்தில் இறங்கின, போலீஸ் வாகனங்களின் மீது கற்களை வீசின, சேதம் இழைத்தன. இவ்வன்முறையில் ஏதேனும் மதத்தின் சாயல் உள்ளதா என்று பார்க்க போராட வேண்டியுள்ளது. இவ்வெறியின், அவசியமற்ற மற்றும் அறியாத்தனமான வேகத்தின் நோக்கம் என்ன? அவர்கள் 'இந்து மதத்தை' பற்றிக் கொண்டிருந்தனரா? கேரளம் ஒருவித சாராம்ச 'இந்து' அடையாளத்தைக் கொண்டுள்ளது என்னும் கருத்தினை பிரச்சனைக்குரியதாக ஆக்கிட இந்நூல் முழுதும் முயன்றுள்ளேன். இந்துத்துவா சக்திகள் அயோத்தியில் ஆலயம் கட்ட திட்டமிட்டுக் கொண்டிருக்கும் ராமனின் மானுட எதிரி ராவணனின் பக்தர்களை இந்துக்களாக எண்ணுவீர்களா? அப்படியானால் 'மதம்' என்பதற்கே என்ன பொருள்? புனிதமானவற்றுடன் தொடர்புடைய நம்பிக்கைகள், நடைமுறைகளின் ஒன்றிணைந்த அமைப்பே, மதத்திற்கான மக்கள் செல்வாக்குள்ள வரையறை. தொன்மங்கள், நினைவு, மரபு என்பன, எந்தவொரு நிலத்தினதும் நவீன துணை-தேச அடையாளத்தை வடிவமைக்கின்றன. எப்போதும் அயோத்தி நோக்கிச் சென்றுகொண்டிருப்பதாகத் தோன்றிடும், போர்க்குணமுள்ள சனாதன இந்து மதத்தை விடவும், கேரளத்திலுள்ள மத மரபு, ஜனநாயக மிக்கதாக சவர்ணத் தன்மை குறைந்ததாக உள்ளது.

இ.எம்.எஸ் நம்பூதிரிப்பாட் அதிகம் விவாதிக்கப்பட்டுள்ள ஒரு மலையாள நூலில் குறிப்பிடுவது போல, 'பரசுராமன் கோடரியோ சங்கரரின் அத்வைதமோ 2000 ஆண்டுகள் தொடர்ச்சியான பிராமண அதிகாரமோ, பிராமணமல்லாத வாழ்க்கை முறையை அழித்திட முடியாது இருந்துள்ளது' (மேனன் 2011). புராணகால அசுர மன்னன், இந்து கடவுளருக்கு எதிரியாக இருந்து, கேரள மக்களின் அபிமானத்துக் குரியவனாக, அவர்களது மிக முக்கிய பண்டிகையின் மையமாக இருக்கிறான்; அய்யப்பன்-முத்தப்பன் போன்ற ஆரியமல்லாத தெய்வங்களையும், மகாபாரத வில்லன் சுயோதனன் போன்ற எதிர்நாயகர்களையும், இயற்கை மீதான மக்களின் வணக்கத்திலிருந்து எழும் பெண் தெய்வங்களையும் அவர்கள் வழிபடுகின்றனர். இம்மாநிலத்தில் கணிசமான கிறித்தவ-இஸ்லாமிய மக்கள் உள்ளனர், சமண-பௌத்தத்தின் ஆழ வேரூன்றிய பாரம்பர்யம் உள்ளது. உயர்சாதிகளின் கொடுமைக்கு எதிரான, போராட்ட குணமிக்க அடித்தள மக்கள் எதிர்ப்பும் எதிர்ப்பு இயக்கங்களும் இடதுசாரியினரின்

எழுச்சிக்கு இட்டுச்சென்று, கேரள அடையாளத்தை வடிவமைத்து, உலகெங்கிலும் ஓர் எடுத்துக்காட்டாக தனித்து நிற்க வைத்துள்ளன.

இச்சமூக-அரசியல் பின்புலத்திலேதான், மாநிலத்தில் கால்பதிக்கும் இந்து இனவாத சங்பரிவாரின் முயற்சியைக் காணவேண்டும். கேரளத்திலிருந்து மக்களவைக்கு செல்வது ஒருபுறமிருக்க, மாநில சட்டபேரவையில் பாஜச (பாரதிய ஜனசங்கம்) ஓரிடத்தைக் கூட வென்றதில்லை. அதன் வாரிசான பாஜக 2016-வரை பிரதிநித்துவம் பெறவில்லை; அந்த ஆண்டு தேர்தலில், சுதந்திரம் பெற்று ஏழு தசாப்தங்களுக்குப் பிறகு, சட்டப்பேரவை இடங்களில் ஒரேயொரு இடத்தில் வென்றது. எனினும், கட்சியின் மோசமான தேர்தல் தேர்ச்சி, மாநிலத்தை அடித்துச் செல்லுகின்ற ஆழமான இந்துத்துவா நீரோட்டத்தை மதிப்பிட்டுவிடச் செய்திடலாகாது. வேறுபல மாநிலங்களைவிடவும் கேரளத்தில் அதிகமான ஆர்.எஸ்.எஸ் சஹாக்கள் உள்ளனர். தனது துணை நிறுவனங்கள், வெளியீடுகள், தொலைகாட்சி அலைவரிசை மூலம், சந்திக்க மதக் குழுக்களாக கிறித்தவர்களும் இஸ்லாமியரும் எழுச்சி கொள்வது குறித்த பயங்களைப் பயன்படுத்திக் கொண்டு, சங் பரிவார் அப்பாவிகளிடையே இனவாத நஞ்சைப் பரப்பிக் கொண்டிருக்கிறது.

தன்னால் முடிந்த அளவு இடங்களைக் குவித்திட, சங் பரிவார் மேற்கொள்ளும் முயற்சிகளில் கொள்கை ஏதும் கிடையாது என்பதை நினைவில் கொள்ளவேண்டும். இங்கும் கூட சங் பரிவாரிடம் சீரான நிலைப்பாடில்லை. மாதவிடாய் பருவ பெண்களுக்கான தடைக்கு எதிரான விண்ணப்பம், சங் பரிவாருக்கு நெருக்கமான பெண்களால் 2016-இல் நீதிமன்றத்தில் தாக்கல் செய்யப்பட்டது. இந்துத்துவா சித்தாந்தியும் திருவனந்தபுரத்தைச் சேர்ந்த சிந்தனையாளர் அமைப்பு பாரதிய விசார் கேந்திரத்தின் தலைவருமான பி. பரமேஸ்வரன், எல்லா வயதுப் பெண்களும் சபரிமலையில் வழிபடுவதை தான் ஆதரிப்பதாக, 2006 வாக்கிலேயே கூறினார். மூத்த பாஜக தலைவர்கள் தம் கட்சி இந்நிலைபாட்டை ஆதரிப்பதாகத் தெரிவித்தனர். உச்சநீதிமன்ற தீர்ப்பையடுத்து, சங் பரிவாரின் ஊது குழல் *ஜன்மபூமி* தலையங்கத்தில் தீர்ப்பை வரவேற்றதுடன், பெண்கள் வழிபாட்டை ஆதரித்துக் கட்டுரைகளை வெளியிட்டது.

அப்படியானால் இந்து வலது பிரிவினரின் தலைகீழ் மாற்றத்திற்கு என்ன காரணம்? காலங்காலமாக கண்ணியப்படுத்தி வந்த கோயில்

சடங்குகள்-சம்பிரதாயங்களை விடவும், இந்த அமளிமிக்க எதிர்ப்புகளில் வேறெதுவோ உள்ளது. அது ஓர் அரசியல் நகர்வு. பிரதமர் நரேந்திர மோடியின் அபிமானத் திட்டம் பணமதிப்பு நீக்கம், பிரும்மாண்டமான கருப்புப்பண பனிக்கட்டியின் நுனியைத் தொடாதது மட்டுமல்லாமல், அமைப்புசாரா துறையை அடித்து நொறுக்கி, பெரும் வேலைவாய்ப்பு இழப்பையும் ஏற்படுத்திற்று; அத்துடன், நூற்றுக்கு மேலான மரணங்களை உண்டாக்கி, மக்களுக்கு மிகவும் இடர்பாடுகளை விளைவித்தது. ரூபாய் மதிப்பு வீழ்ச்சி, எண்ணெய் விலையேற்றம், வேளாண்மை நெருக்கடி என்பவற்றில் அரசாங்கம் எதையும் செய்யவில்லை. வங்கித்துறையை முடமாக்கிப் போட்டுள்ள செயல்படா சொத்து (NPA) நெருக்கடிக்கு தீர்வு தென்படவில்லை. பிரான்ஸுடனான ரபேல் விமான ஒப்பந்தத்திலான ஊழல், அணில் அம்பானி குழுவிற்கு செய்யப்பட்டுள்ள அநியாயச் சலுகைகள் என்பன சங் பரிவாரின் தருமசங்கடத்தை அதிகப்படுத்தின. இந்திய வரலாற்றில் முதல் முறையாக கடந்த தேர்தலில் சட்டப் பேரவைக்கு ஒரேயொரு உறுப்பினரை அனுப்பியுள்ள பாஜக, ஊழல் இல்லாததோ உட்கட்சிப் பூசல் இல்லாததோ கிடையாது. குழுப் போட்டிகளின் பகைமையால் மருத்துவ கல்லூரி விவகாரம் வெளிச்சத்திற்கு வந்தது. சமீபத்தில், நாட்டுப்பற்றை தனக்கெனவே ஏகபோகமாக்கியுள்ள கட்சியின் உறுப்பினர் சிலர், போலி பொய் நோட்டுகள் அச்சிட்டதாகக் கைதானார்கள். இவையெல்லாம் மாநிலப் பிரிவு உள்ளிட்ட கட்சியின் படிமத்தை அசிங்கப்படுத்தின. அடிப்படையில், பதவி ஆசை வெறிகொண்ட கட்சி, எந்தக் கொள்கையும் கொண்டிருக்கவில்லை; அதே வேளையில் வலதுசாரியாயிருப்பதால், தேசிய-மரபார்ந்த அக்கறைகளின் பாதுகாவலராக தன்னைக் காட்டிக் கொள்ள வேண்டியுள்ளது.

மக்களவைத் தேர்தல்கள் நெருங்கிவரும் சூழலில், கவலை கொண்டுள்ள பாஜகவுக்கு மக்களின் கவனத்தை ஊழலிலிருந்தும் விலைவாசி உயர்வு வேலை வாய்ப்பின்மைப் பிரச்சனைகளிலிருந்தும் திருப்பிட ஒரு விஷயம் தேவைப்பட்டது. குறுங்குழுவாத பாஜக உச்சநீதிமன்றத் தீர்ப்பில் குதித்துவிட்டது-மதம் தொடர்பானதை, அதுவும் போலி-மதம் தொடர்பானதை விடவும் மேலான விஷயம் வேறு எது இருக்க முடியும்? சங் பரிவார் எதிர்ப்பு விஷயங்களுக்குள் மதத் தன்மையை சாதுர்யமாக ஏற்றிவிட்டது. எதிர்ப்பாளர்கள் சமயச் சார்பற்ற முழக்கங்களை எழுப்பவில்லை. 'அவர்கள் அய்யப்பா, அய்யப்பா' முழக்கங்களை

எழுப்பினர், ‘சபரிமலையைக் காப்போம்’ அட்டைகளை ஏந்தி நின்றனர். முன்னரெல்லாம், பக்தர்கள் அய்யப்பனிடமிருந்து பாதுகாப்பு வேண்டி சபரிமலைக்குச் சென்றனர்; இப்போது முரண் சுவையாக, கடவுளுக்கு பாதுகாப்பு தந்து கொண்டிருக்கின்றனர்.

கடந்த சில தசாப்தங்களில் சபரிமலை யாத்திரையின் பண்பு மாறியுள்ளது. கடந்த காலத்தில் பக்தர்கள் 41-நாள் விரதமிருந்து, இருமுடி கட்டி வெறுங்காலில், யாத்திரை சென்றனர். இக்காலகட்டத்தில் அவர்கள் எளிமை கடைப்பிடித்து ஒழுக்கம் பேணவேண்டும். அதிகாலையில் எழுந்து சில்லிட்ட ஆற்று நீரிலோ குளத்து நீரிலோ நீராடி, ‘சுவாமி சரணம்’, ‘அய்யப்ப சரணம்’ என முழங்கி குளிரை விரட்டியோட்டினர். இப்போது பக்தர்கள் கூட்டம் இரு நாளில் யாத்ரியை முடிந்து விடுகிறது; இருமுடிக் கெட்டு சிலநூறு ரூபாய்களுக்குப் பம்பையில் கிடைக்கிறது. பக்தரின் உடை கருப்பு நிறத்தில் இருந்தது; இப்போது காவியும் கலந்து விடுகிறது.

தெரிவு செய்யப்பட்ட அணுகுமுறைகளையும் மரபுவழி சம்பிரதாயங்கள் அகற்றப்படுவதையும் அய்யப்பன் நிசப்தமான பார்வையாளராக பார்த்துக் கொண்டிருக்கிறார். சபரிமலையின் ஆன்மிக வாழ்வில், சூத்திரரும் ஆதிவாசிகளும் விளிம்போரத்திற்குத் தள்ளப்பட்டபோது, ‘நம்பிக்கையாளர்கள்’ பார்வையைத் திருப்பிக்கொண்டனர். இப்போதுதான், சமீபத்தைய உச்சநீதிமன்றத் தீர்ப்பை அடுத்து, கேரளத்தில் புலம்பெயர் இடத்தில் உள்ள சிலரிடத்தும் டெல்லியில் உள்ளவரிடத்தும் விழிப்புணர்வு தோன்றியுள்ளது-மரபார்ந்த சம்பிரதாயங்களில் குறுக்கீடு செய்வது அதிகரித்து வருகிறது, முந்தைய சாதியுத்தங்கள் முடிந்திடவில்லை என. கேரளாவிலும் பிற இடங்களிலும் பிரார்த்தனை ஊர்வலங்கள் நடத்தி சம்பிரதாயத்தைக் காப்பாற்றும் அமைப்பை நிறுவியவர்களின் ஒரே தார்மிக அக்கறை, 10–50 வயதுக் கிடைப்பட்ட பெண்களை ஆலயத்திற்குள் அனுமதிக்காததாக உள்ளது. தேவஸ்வம் போர்டின் உன்னிப்பான கண்காணிப்பில் உரிமைகள் பறிக்கப்பட்டுவிடும் அடித்தளப் பிரிவுகள் இந்‘நம்பிக்கையாளர்’களில் அடங்குவதில்லை.

சந்தர்ப்பவசமாக கேரள அரசாங்கம் நீதிமன்றத்தில் கூறியவாறு, சபரிமலை இந்து ஆலயம் என்பதை விடவும் பழங்குடியினர்/ பௌத்த ஆலயமே. இந்துக்களை கும்பல் சேர்க்கும் வெறியர்களுக்கு மலைக்கோயில் ‘பொன்னான சந்தர்ப்பத்தை’ (சிறிதரன் பிள்ளை) வழங்கியிருப்பது இதுதான் முதல் முறை

என்பதில்லை. ஜூன் 1950-இல் கோயிலில் ஏற்பட்ட தீ பெரும் சேதத்தை விளைவித்தது. சிலை ஒருபாதி சேதமுற்றது. ஒரு சதியால் விளைந்தது இது என சித்தரிக்கப்பட்டது. இந்து மகாமண்டல் என்னும் அமைப்பு திருவனந்தபுரத்தில் ஹர்தாலுக்கு ஏற்பாடு செய்தது. சபரிமலையிலிருந்து 20 கி.மீ. தொலைவிலுள்ள நிலக்கலில் 1983-இல் ஒரு கருங்கல் சிலுவை காணப்பட்டது. சிலுவை காணப்பட்ட இடத்தில் தேவாலயம் நிறுவப்படுகிறது என யாரோ ஒருவர் வதந்தியைப் பரவவிட்டார். காவியுடைச் சாமிகள், தேவாலயம் முன்மொழியப்பட்டுள்ள இடத்திற்கு சென்றிட, போலீஸுடன் மோதல் நடந்தது. இந்து மற்றும் கிறித்தவ தரப்புகளில் இருந்த சில நடுவர்கள்-நிதானமிக்க தனிநபர்களால் நெருக்கடி தணிந்தது. மத இணக்கத்தை இழந்து, கிறித்தவ வழிபாட்டிடத்தை நிறுவும் உத்தேசம் தங்களுக்கில்லை என்பதை கிறித்தவப் பொறுப்பாளர்கள் தெளிவுபடுத்தினர்.

கேரளத்தில் இந்துத்துவம்

இருபதாம் நூற்றாண்டின் முதல் பாதியைச் சேர்ந்த கேரள மறுமலர்ச்சி ஒரு சமயச் சார்பற்ற நிகழ்வாயிருந்தது-அதில் இந்துத்துவா சக்திகளுக்கு எந்தப் பங்குமில்லை. எனினும் 1942-இல், மூன்று மராத்திய பிரச்சாரகர்கள் இப்பகுதிக்கு வந்து, திருவனந்தபுரம், கொச்சி, கோழிக்கோடு என்னும் மூன்று முக்கிய இடங்களிலிருந்து பணியைத் தொடங்கினர். 5-ஆண்டுகளுக்குப் பின், மாணவர்கள், தொழிலாளர்கள், ஆதிவாசிகளுக்கிடையே இயங்கிய மலையாளி பிரச்சாரகர்களின் முதல் பிரிவு எழுச்சி கொண்டது. இன்று சங் பரிவார், பால கோகுலம் போன்ற துணை நிறுவனங்கள், *ஜன்மபூமி* என்னும் தினசரி, கேசரி என்னும் வார இதழ், ஜனம் தொலைக்காட்சி அலைவரிசை ஆகியவற்றை கட்டுப்படுத்துகிறது; பல்வேறு நிறுவனங்களிலும் ஊடகங்களிலும் அனுதாபிகளைக் கொண்டுள்ளது. மாணவர்கள் அமைப்பு ABVP (அகில பாரதிய வித்யார்த்தி பரிஷத்) பள்ளிகளிலும் கல்லூரிகளிலும் பல்கலைகழகங்களிலும் செயல்துடிப்புடன் உள்ளது. வெகுவிரைவிலேயே கேரளத்தில் இந்துக்கள் சிறுபான்மையாகிவிடுவார்கள் என்னும் வதந்தியைப் பரப்பிடும், வழக்கமான ஃபாஸிஸத் தந்திரம் நடைமுறையில் உள்ளது. கிறித்தவ-இஸ்லாமிய மக்கள் தொகை கேரளத்தில் அதிகரித்து வருகின்ற வேளையில், இந்துக்களுடையது சரிந்துகொண்டிருக்கிறது

என்று நிரூபித்திட இந்துத்துவா சித்தாந்தவாதிகள் முற்பட்டுள்ளனர். சங் பரிவார் இந்திய அடையாளத்துடன் இந்து அடையாளத்தை சமப்படுத்துகிறது என்பதை அறிந்துள்ள யாருக்கும், இத்தகைய அபிப்பிராயங்களின் மோசமான உணர்த்தல்கள் தெளிவாக வேண்டும். கேரளத்தில் நிகழ்வது என்னவென்றால், ஒற்றை இந்து வார்ப்பச்சினை எதிர்க்கும் மதங்களின் பன்மைத்துவம் என்பது வசதியான வகையில் மறக்கப்பட்டு விடுகிறது.

இந்தியாவில் பல்வேறான 'சிறு' மதங்களின் யூக அடிப்படையிலான பண்பாட்டு நெசவுப் பண்புடன் சங் பரிவாரத்தால் இணக்கமாக இருக்கமுடியவில்லை. வழிபாட்டிலுள்ள அடித்தள மக்கள் ஆதிக்கத்தை குலைத்துவிட முயலும் பல முயற்சிகளை- சிறிது வெற்றியுடன்- அரசு பார்த்தது. சில தசாப்தங்களாக இந்துத்துவ சக்திகள், கேரளத்தின் சமூக-அரசியல் வாழ்வில், வட இந்திய மத வாழ்வம்சங்களைப் புகுத்தியுள்ளது- ரட்சா பந்தன், ராமபக்தி, கணேச ஜயந்தி, ஷோப யாத்திரைகள் என. சகோதரிகள் தம் சகோதரர் கைகளில் ராகி கட்டுவதுதான் வட இந்திய பிராமணியச் சடங்கான ரட்சா பந்தன், இதில் சுவையானது, ராகி கட்டப்பட்டுள்ள பலருக்கு, யாருடைய கைகளில் யார் ராகி கட்டுவது என்பது தெரியாதிருப்பதுதான். ஆர்.எஸ்.எஸ் / விஸ்வ இந்து பரிஷத்தின் செயல் வீரர் ஒருவர்-நேசமுடைய சகோதரர் அல்ல- ராகிகளுடன் காத்திருக்கும் இடத்திற்கு அமைப்பினரை வரச் சொல்லும் சுவரொட்டிகள் கிராமச் சுவர்களில் ஒட்டப்படுகின்றன. படித்த பிரிவினர் இவ்விசித்திரமான ராகி மோகத்தில் மயங்கி, பலநாட்களுக்கு கைகளிலுள்ள ராகிகளைக் கட்டிக்கொண்டு திரிகின்றனர். வடகேரளத்தின் கண்மூடித்தனமான கொலை அரசியலுக்குப் பலியான ஆர்.எஸ்.எஸ். காரரின் சகோதரருக்கு ராகிகள் அனுப்புமாறு பாஜகவைச் சேர்ந்த பெண் எம்.பி.க்களிடம் ஆர்.எஸ்.எஸ். ஸின் தருண் விஜய் ஆலோசனை கூறினார்.

சத்ரிய சம்ரட்சண சமிதிகள் (ஆலயப் பாதுகாப்பு குழுக்கள்), அதீத மதத்தன்மையினையும் ஆலயம் சார்ந்த வாழ்க்கை முறையையும் வளர்த்திடும் தங்கள் நோக்கத்தின் பகுதியாக, ஆரியருக்கு முற்பட்ட வழிபாட்டிடங்களை இந்துமயமாக்களிலும் பழைய கோயில்களைப் புனரமைப்பதிலும் முக்கிய பங்காற்றியுள்ளன. பகவத் கீதை வகுப்புகள் நடத்துகின்றன. ஆன்மிக வாழ்வில் ராமனைப் புறக்கணித்த பாவத்திற்கு பரிகாரம் தேடுவது போல, இந்துத்துவா கும்பல் 'ராமாயண மாதத்தை' முன்னிறுத்தியிருக்கிறது. 1982-இல்

எர்ணாகுளத்தில் நடந்த விஸ்வ இந்து சம்மேளனத்தில் இந்த யோசனையை பரமேஸ்வரன் முன்வைத்தார். இக்கூட்டத்தில் பங்கேற்ற, பல்வேறு சாதியமைப்புகளின் தலைவர்கள் இந்து ஒருமைப்பாட்டுக்கு உழைப்பதாக வாக்குறுதி எடுத்துக்கொண்ட இம்மாநாடு, ஓர் அடையாள முக்கியத்துவமுள்ள நிகழ்வாயிருந்தது. அதிலிருந்து கர்கிடக (ஜூலை-ஆகஸ்டு) மாதத்தில், மத்திய-மேல் மத்தியதர இல்லங்களிலும் வழிபாட்டிடங்களிலும், ஆழ்ந்த பக்தியுணர்வுடன் ராமாயணம் வாசிக்கப்பட்டு வருகிறது. சமீபத்தில், சங் பரிவாரத்தின் ஆசியோடு, சக்திமிக்க போக்குவரத்து பிரிவினர், சம்பிரதாயமான நான்கு ஆலய சுற்றுலாவை ஏற்பாடு செய்துள்ளனர்- ராமனும் அவனது 3 சகோதரர்களும் தலைமை தெய்வங்களாகவுள்ள ஆலயங்களே அவை. வணிகமும் மதமும் மோசமான வகையில் வந்திணைகின்ற புள்ளி இது.

சங் பரிவாரம் சிக்கலற்ற ஒவ்வொரு பிரச்சனையையும் சர்ச்சைக்குரியதாக மாற்ற முயன்று வருகிறது. ராமாயண மரபில் ஏகபோகத்தைக் கூறிக் கொள்ளும் சங் பரிவாரம் 2015-இல் இஸ்லாமியராக இருக்க நேர்ந்த எழுத்தாளர் எம்.எம். பஷீரை, ஒரு தினசரியில் இவ்விதிகாசம் குறித்து எழுதிவந்த பத்தியை கைவிடுமாறு செய்தது. மதிக்கத்தக்க *மாத்ருபூமி* வார இதழில் தொடராக வந்து கொண்டிருந்த மலையாள நாவல் மீஸா நாவலின் பாத்திரம் ஒன்றின் ஓரிரு வாக்கியங்களுக்காக பிராமண விரோதமிக்கதாக பெண்களுக்கு எதிரானதாக பார்க்கப்பட்டது. வாசகர்களின் ஒரு பகுதியினரின் ஆட்சேபணையை அடுத்து அத்தொடர் நிறுத்தப்பட்டது.

இந்து வலது பிரிவினர் தம் மாணவ-இளைஞர் செயல்பாட்டுக்கான கச்சாப் பொருளை உற்பத்திசெய்து தரும், 'இளமையிலேயே கைப்பற்றுக' தந்திரத்தைக் கையாண்டிருக்கின்றனர். சங் பரிவாரின் துணை அமைப்பான பால கோகுலம், மலையாளிகளுக்குரிய வழியில் அல்லாமல் கிருஷ்ண ஜெயந்தியைக் கொண்டாடுகிறது- ஷோப யாத்திரைகள் எனப்படுவதில் சின்னஞ்சிறுசுகள் அணிவகுக்கின்றன. இக் கொண்டாட்டங்கள் அருவருக்கத்தக்கதாயும் மனிதாயமற்றதாயும் மாறிவிடுகின்றன: 2017 அஷ்டமி ரோகினி தினத்தன்று, வடகேரளத்து பையனூரில், குழந்தை கிருஷ்ணனைப் போல வேடமிட்டு 3 வயதுக் குழந்தை, ஒரு வாகனத்தில் நிறுத்தப்பட்டிருந்த செயற்கையான ஆலிலை மீது கட்டப்பட்டு, மணிக்கணக்கில் நின்றிருக்க, போலீஸ் தலையீட்டில் விடுவிக்கப்பட்டது. பூசைகள் முடிவுற்றதும் கணேசர்

சிலைகள் ஆறுகளிலும் கடலிலும் கரைக்கப்படுவதை கேரளமும் பார்த்துக்கொண்டு வருகிறது. இத்தென்னக மாநிலத்தில் அந்நியச் சடங்குகளையும் விழாக்களையும் அறிமுகப்படுத்துவதற்கு, பல்வேறு பண்பாட்டு-அரசியல் அமைப்புகளிடமிருந்து கடுமையான எதிர்ப்பு வெளிப்படுகிறது.

இந்துத்துவா அமைப்புகளின் மலையாளி பிரச்சாரகர்கள், அந்நியமான மதப்பண்பாட்டினை கேரள மக்களிடம் திணிப்பதில், பூர்வகுடி பண்பாட்டையும் சம்பிரதாயத்தையும் அவமதிக்கிறோம் என்பதை அறியாதுள்ளனர். வடக்கிலுள்ள பரிவாரின் துணை நிறுவனங்கள் ஓணம், விஷு போன்ற கேரளத் திருவிழாக்களைக் கொண்டாடுவதில்லை. தென்னிந்தியப் பண்பாட்டின் மீதான சங் பரிவாரத்தின் மதிப்பு மேலோட்டமானதே. சமீபத்தைய தொலைக்காட்சி குழு விவாதத்தில் தருண் விஜய், வடஇந்தியர்கள் தெற்கின் ‘கருப்பு’ மக்களுடன் ‘வாழுமாறு’ கட்டாயப் படுத்தப்படுவதாக தாராள நோக்கில் குறிப்பிட்டார். தென்னிந்தியாவின் கருப்புத் தோலினர் இந்நாட்டில் சகித்துக் கொள்ளக்கூடியவர்கள் என்பது போல! ஆரியருக்கு முந்தைய பழங்குடித் தெய்வம், விஷ்ணுவின் அவதாரமாக வளர்ந்த கிருஷ்ணன் சிவப்பு நிறத்தினன் இல்லை என்பதை அவர் மறந்துவிட்டார். பாராளுமன்றத்தில் அமளி கிளம்பியதை அடுத்து, விஜய் பின்வாங்குதலாக ஓர் அறிக்கை வெளியிட்டார். ஆனால் இந்துத்துவா அடிப்படைவாதத்தின் நஞ்சுமிக்க காழ்ப்புணர்வை அப்படியே கொட்டியிருந்தார். சமீபத்தில், எதிர்ப்புகளைப் பொருட்படுத்தாமல், பாஜக தலைமையிலான மத்திய அரசாங்கம், மண்டல மொழிகளைப் பாதிக்கும் வகையில் இந்தியை முன்னெடுத்துச் செல்லும் இயக்கத்தைத் தொடங்கியுள்ளது. தேசிய நெடுச்சாலைகளிலுள்ள மைல் கற்களிலுள்ள ஆங்கிலப் பெயர்கள் இந்தியில் மாற்றி எழுதப்படுகின்றன. ரூபாய் நோட்டுகளில் தேவநாகிரி இலக்கங்கள் இடம்பெறுகின்றன. ஆனால் யாரையும் முட்டாளாக்கிவிட முடியாது; நம் சமூகத்தின் கட்டமைப்புப் பிரச்சனைகளிலிருந்து நம் கவனத்தைத் திசை திருப்பும் தந்திரங்களே இவை.

2019- தேர்தல்களில் இனவாத பாஜக, *2014* தேர்தல் அறிக்கையில் அளித்த வாக்குறுதிகளை நிறைவேற்றாதபோதும், மிகப்பெரும் பெரும்பான்மையுடன் ஆட்சிக்குத் திரும்பியுள்ளது. (அனைத்து நாடாளுமன்ற இடங்களிலும் அது போட்டியிட்ட கேரளத்தில் ஓரிடத்தைக்கூட வெல்ல முடியவில்லை என்பது சிறியதொரு

ஆறுதல்.) இடதுசாரியினரும் மோசமாகவே வாக்குகளைப் பெற்றனர். மிக வலதுசாரிகளாயுள்ளவர்களின் எச்சரிக்கைகளை முற்போக்கினரும் சமயச் சார்பற்ற பிரிவினரும் தீவிரமாக எடுத்துக்கொண்டு, இனவாதம், மதத்தைச் சரக்குமயப்படுத்தல், மதத்தன்மை ஏற்றல் ஆகியவற்றிற்கெதிராக ஒன்றுபட்ட போராட்டத்தை மேற்கொள்ள இதுவே உகந்த வேலையாகும்; அத்துடன் அவர்கள் எதிர்க்க வேண்டியவற்றின் பட்டியலில், வறுமை, வேலையின்மை, நோய்கள், தலித்துகளை ஆதிவாசிகளை பெண்களை ஒடுக்குதல், தொழில்-வேளாண் துறைகளில் தேக்கம், என்றவை உள்ளன. தற்போதை நவதாராளவாத ஆட்சியில், பிற்போக்குவாத சித்தாந்தங்கள், ஆட்சியின் கடிவாளங்களைப் பற்றியுள்ளோருக்கு மிக லாபகரமாயுள்ளன. இந்நூற்றாண்டின் கொடுமையான பெரு வெள்ளத் தாக்கத்திலிருந்து கேரள மக்கள் விடுபட்டுக் கொண்டிருக்கும் காலத்தில், நவீனயுக வாமனர்கள், பரசுராமர்களிடமிருந்து காத்திட ஒருமித்த முயற்சிகள் இருக்கவேண்டும்-இம்மாவேலி நாட்டினை நவகாலனிய இந்து ராஷ்டிரமாக ஆக்கி, பேராசைமிக்க கூட்டு நிறுவன பிராமணர்களிடம் தாரை வார்த்துவிடாமல் காத்திடவேண்டும்.

★★★

குறிப்புகள்

ஆங்கிலம்

Aloysius, G. 2005. *Interpreting Kerala's Social Development*. New Delhi:Critical Quest.

Ambedkar, B.R. 2013. *Castes in India*. New Delhi: Critical Quest.

---. 2014. *Annihilation of Caste: The Annotated Critical Edition*. New Delhi: Navayana.

---. 2016. *Riddles in Hinduism: The Annotated Critical Selection*. New Delhi: Navayana.

Bhattacharji, Sukumari. 2002. *Myths: Vedic, Buddhist and Brahmanical*. Kolkata: Progressive Publishers.

Caldwell, Sarah. 2005. "Margins at the Center: Tracing Kali through Time, Space and, Culture." In *Encountering Kali: In the Margins, at the Center, in the West*. Edited by Rachel Fell McDermott, Jeffrey John Kripal. New Delhi: Motilal Banarsidass.

Chandramohan, P. 2016. "Developmental Modernity in Kerala." *Narayana Guru, SDNP Yogam and Social Reform*. New Delhi: Tulika Books.

Chandran, T.V. 2008. *Ritual as Ideology: Text and Context in Teyyam*. New Delhi: D.K. Printworld.

Deshpande, G.P. (ed.). 2002. *Selected Writings of Jotirao Phule*. New Delhi: Leftword Books.

Doniger, Wendy. 2009. *The Hindus: An Alternative History*. New Delhi: Penguin-Viking.

Islam, Shamsul. 2015. "Golwalkar: How The Breed Of Kerala Hindus Was Improved By Namboodiri Brahmins." *www.countercurrents.org*. 2 September. https://www.countercurrents.org/islam020915.htm. Accessed on 19 July 2019.

J, Devika. 2011. "Un-Indianizing Kerala: How to defend KK Shahina." *www.kafila.org*. 20 January. https://kafila.online/2011/01/20/ un-indianizing-kerala-how-to-defend-k-k-shahina/. Accessed on 25 June 2019

Jaiswal, Suvira. 2016. *The Making of Brahmin Hegemony*. New Doll Tulika Books.

Jeffrey, Robin. 1992. *Politics, Women and Well-Being: How Kerala Became a 'Model*. New Delhi: Palgrave Macmillan.

Jha, D.N. 2004. "Looking for a Hindu Identity." Presidential address at Indian History Congress.

Joseph, Tony. 2019. *Early Indians: The Story Of Our Ancestors And Where We Came From*. New Delhi: Juggernaut Books.

Joshi, L.M. 2012. *Aspects of Buddhism in India*. New Delhi: Critical Quest.

Kapikkad, Sunny M. 2011. "Kerala Model: A Dalit Critique." In No Alphabet in Sight: New Dalit Writing from South India. Edited by K. Satyanarayana and Susie Tharu. New Delhi: Penguin.

Kochu K.K. 2011. "Writing the History of Kerala: Seeking A Dalit Space." In *No Alphabet in Sight: New Dalit Writing from South India*. Edited by K. Satyanarayana and Susie Tharu. New Delhi: Penguin.

Kosambi, D.D. 2008. *An Introduction to the Study of Indian History*. Bombay: Popular Prakashan.

Kumar, Aishwarya. 2018. "Were Women Allowed in Sabarimala? 25-Year-Old Affidavit by Travancore Devaswom Board Says Yes." www.news18.com. 12 October. https://*www.news18.com*/news/ india/were-women-ever-allowed-in-sabarimala-debate-rageson-amid-protests-by-true-believers-1907159.html. Accessed on 19 July 2018.

Kumar, Udaya. 2014. *"Dr Palpu's Petition Writings and Kerala's Pasts."* Paper delivered at Nehru Memorial Museum and Library.

Lennoy, Richard. 1971. *The Speaking Tree: A Study of Indian Culture and Society*. New York: Oxford University Press.

Mani, Braj Ranjan. 2015. *Debrahminising History: Dominance and Resistance in Indian Society*. New Delhi: Manohar Publishers.

Mani Vettam, 1975. *Puranic Encyclopedia*. New Delhi: Motilal Banarsidass.

Menon, Dileep. 2011. "Caste and Colonial Modernity." In *The blindness of Insight*. New Delhi: Navayana.

Nair, Anita (ed). 2002. *Where the Rain is Born: Writings about Kerala*. New Delhi: Penguin.

Namboodiripad, E.M.S. 2006. quoted by Dilip Menon in "Being a Brahmin". In *The Blindness of Insight*. New Delhi: Navayana.

___. 2010. *History, Society and Land Relations: Selected Essays*. New Delhi: Leftword.

Nanda. Meera. 2009. *The God Market: How Globalization is Making India More Hindu*. Noida: Random House India.

Nath, Vijay. 2001. "From 'Brahmanism' to 'Hinduism.'" *Social Scientist*. Vol 29, No 3/4. March-April. New Delhi: Tulika.

Naqvi, Saba. 2012. *In Good Faith: A Journey in Search of an Unknown India*. New Delhi: Rupa Publications.

Neelakantan, Anand. 2012. *Asura: Tale of the Vanquished*. Mumbai: Platinum Press.

Nehru, Jawaharlal. 1981/1947. *The Discovery of India*. New Delhi: Oxford University Press.

Omvedt, Gail. 2004. *Jotirao Phule and the Ideology of Social Revolution in India*. New Delhi: Critical Quest.

---.2016. *Seeking Begumpura: The Social Vision of Anticaste Intellectuals*. New Delhi: Navayana.

Pampirikkunnu, Pradeepan. 2011. "Nationalism, Modernity, Keralaness: A Subaltern Critique." In *No Alphabet in Sight: New SA Dalit Writing from South India*. Edited by K. Satyanarayana and Susie Tharu. New Delhi: Penguin.

Panikkar, K.N. 2016. *Essays on the History and Society of Kerala*. Thiruvananthapuram: Kerala Council for Historical Research.

Patil, Sharad. 2012. "CPM's Kozhikode Congress cuts the Last Thread Connecting it to Tantriki Sruti's Tradition." in *Mainstream Weekly*. 16 June. http://www.mainstreamweekly.net/article3511.html. Accessed om 2 July 2019.

Ramachandran, T.K. and P.T. John. 2005. "The Sangh Parivar's initiatives in the Tribal Belt of Wynad in Kerala." In *Hindutva and Dalits*. Edited by Anand Teltumbde. New Delhi: Samya.

Sanal Mohan, P. 2015. *Modernity of Slavery: Struggles Monis Inequality in Colonial Kerala*. New Delhi: Oxford University Press.

Satchidanandan, K. 2011. "Representation of Social Reality : and Literature: Forms of Resistance with Special Reference Malayalam Literature." In *Towards a New Horizon*. New Delhi. Janasamskriti.

Satyanarayana, K. and Susie Tharu (ed). 2011. *No Alphabet in Sicht. Na Dalit Writing from South India*. New Delhi: Penguin Books

Sen, Amartya. 2006. *The Argumentative Indian*. New Delhi: Penguin.

Sikand, Yoginder. 2003. *Sacred Spaces: Exploring Traditions of Shared Faith in India*. New Delhi: Penguin.

Sreedhara Menon, A. 2012. *A Survey of Kerala History. Kottayam*: D.C. Books.

Staal, Frits. 1961. *Nambudiri Veda Recitation*. The Hague: Mouton.

Thapar, Romila. 2014. "Syndicated Hinduism." *The Past as Present: Forging Contemporary Identities Through History*. New Delhi: Aleph.

--- 1996. "The Tyranny of labels." *Social Scientist*. Vol 24, No 9/10. September-October. New Delhi: Tulika.

Veluthat, Kesavan. 2013. *Brahman Settlements in Kerala: Historical Studies*. New Delhi: Cosmo Books.

Viswanathan, S. 1999. "Deities of the People." *Frontline*. 9 April.

மலையாளம்

Baby, K.J. 1991)]. *Maveli Manram*. Thrissur: Current Books.

Frenz, Albrecht. 2001. "Report Regarding The Uprisings of the Mappilas in Gundert's Letters (Notes)." In 500 *Varshathe Keralam—Chila Arivadayalangal*. Edited by V.J. Verghese. Thrissur: Current Books.

Gopalakrishnan. Naduvattom. 2003. *Kerala Charitradharakal*. Arayoor: Maluban.

Gopalakrishnan P.K. 1974. *Kerala Samskaracharitram*. Thiruvananthapuram: State Institute of Languages.

Haridoss, VV 2008. *Kshetram, Utsavam, Rashtreeyam*. Kozhikode: Poorna Publications.

Keezhallur, Latheesh. 2016. *Sree Mutthappan: Aithihyavum Charitravum*. Thrissur: Green Books.

Kometh, Rajesh. 2013. *Nattudaivangal Samsarichu Thudangumbol*. Thiruvananthapuram: Mathrubhumi.

Mohanavarma, K.L. 2006. "Onatthappa Kudavayara!" in *Onanilavu*. Edited by Latha Lakshmi. Kozhikode: Lipi Publications.

Narayanan, K. Aju. 2012. *Keralathile Buddhamathparamparyam Nattarivukalilude*. Thiruvananthapuram: National Book Stall.

Panikkassery, Velayudhan. 2008. *Kerala Charitram*. Kottayam: D.C.Books.

Pavanan, Rajendran C.P. 2008. *Baudhaswadheenam Keralathil*. Kozhikode: Kerala Bhasha Institute.

Peruvathur, Mukundan K. 1997. "Onam Aruteth?" *Avarnapaksha Rachanakal*. Ernakulam: Dooth Books.

Priyadarsanlal. 2006. "Vamanavatharathile Rashtratantram." *Kesari*, Annual Number.

Rajeev, V. 2015. *Aryadhinivesavum Namboodiri Samskaravum*. Thiruvananthapuram: National Book Stall.

Ranjit, P. 2011. *Malayaliyude Bhootakalangal: Onavum Samoohyabhavana lokavum*. Thrissur: Current Books.

Ravivarma, K.T. 2001. *Rigvedam muthal Onappattukal vare*. Kottayam: D.C. Books.

--- 2014. *Parashuraman: Oru Pathanam*. Thrissur: Kerala Sahitya Academy.

Sanu, M.K. 2013. *Dr P. Palpu Dharmabodhathil Jeevicha Karmayogi*. Thrissur: Green Books.

Sekhar, Ajay and Aju K. Narayanan 2012. "Buddhaprathimakale ippozhum Bhayakkunnathaarokke?" ("Who are Still Afraid of Buddha statues?"). *Mathrubhumi* Weekly. December 2–8.

Sreedevi, K.P. 2001. "Keralathile Namboodiri Sthreekalude Gathakala Charithravum Varthamanavasthayum." In a *Varshathe Keralam—Chila Arivadayalangal*. Edited by V.J. Verghese Thrissur: Current Books.

Vallikkavu, Vijayan. 2009. "Adivasi Ayyappanum Eezhavathi Lalitayum." in *Jatibhedam, Mathadwesham*. Thrissur: Buddham Books.

Venugopala, T.R. 2017. *Sampathum Adhikaravum: Thrissuril Ninnulla Oru Kazhcha*. Thrissur: Current Books.

Verghese, V.J. (ed.). 2001. 500 *Varshathe Keralam—Chila Arivadayalangal*. Thrissur: Current Books.

சா. தேவதாஸ்

நவீன தமிழ் இலக்கியத்தின் மொழிபெயர்ப்புப் பணியில் மிகப்பெரும் பங்கு வகிக்கும் சா. தேவதாஸ், தமிழின் குறிப்பிடத்தகுந்த விமர்சகர்களில் ஒருவர். கூட்டுறவுத் துறையில் துணைப்பதிவாளராக இருந்து ஓய்வு பெற்று ராஜபாளையத்தில் வசித்துவருகிறார். இதுவரை ஆறு கட்டுரை நூல்களையும், 30 மொழிபெயர்ப்புகளையும் தமிழுக்குத் தந்துள்ளார். இடலோ கால்வினோ, பாப்லோ நெருடா, ஹென்றி ஜேம்ஸ் போன்றவர்களின் முக்கியப் படைப்புகளை மொழிபெயர்த்துள்ளார். இவர் மொழிபெயர்த்த 'லடாக்கிலிருந்து கவிழும் நிழல்' எனும் நூலுக்காக, 2014ஆம் ஆண்டின் சாகித்ய அகாடமி விருது கிடைத்திருக்கிறது. பல்வேறு இலக்கிய ஆளுமைகளை தமிழுக்கு அறிமுகப்படுத்தி உள்ளார்.